या पुस्तकाबद्दल पुष्कळ बोलता येईल. त्यात सहजगत्या संस्कृतीचे तपशील येतात, मिस्किल, मार्मिक उद्‌गार असतात. निसर्गाची अगदी नकळत, मनोमन टिपली गेलेली दृश्ये विणली जातात. भाषेची, स्वत:ची अशी खासियत येते. सारे जगणे मन:पूर्वक, अगदी रस घेत जगलेले असल्याने अगदी छोटे छोटे प्रसंग, तपशील, वाक्ये, हालचाली, इतरांचे वर्तन असे क्षणाक्षणाने त्यात घोळवले गेलेले आहे. त्यात जिरून गेले आहे. असे साधणे, असे जमून जाणे क्वचित आढळते.

– प्रभा गणोरकर

सासू-सासऱ्यांबद्दल एवढ्या जिव्हाळ्याने, प्रेमाने लिहिणं हे तर अलीकडे दुर्मिळ दृश्यच म्हणायला हवं. पण तो तुमच्या व्यक्तिमत्त्वाचाच भाग मला वाटतो. तुम्हाला माणसांबद्दल एकूणात प्रेम आहे. त्यांना समजून घेण्यासाठी लागणारं संवेदनाक्षाम मनही तुमच्याजवळ आहे. एवढं छान पुस्तक लिहिल्याबद्दल उशिरा का होईना पण मन:पूर्वक अभिनंदन!

– मुकुंद टांकसाळे

तुमचे पुस्तक मला आवडले. तुम्ही गतावलोकन पद्धतीने तुमच्या आठवणीतून जो तुमचा गतकाळ उभा केला आहे. त्यातील अनुभव तुम्ही किती मनस्वीपणे घेत होत्या, याचा प्रत्यय सतत येतो. तुमच्या सासऱ्यांच्या आजाराची अवस्था तुम्ही अतिशय सहृदयतेने चित्रित केली आहे व ती करताना कुटुंबात – पत्नी, मुलगा, सून, नातवंडे यांच्यावर येणाऱ्या विविध ताणतणावांचे उत्तम चित्रण केले आहे. या सर्व लेखनाबद्दल तुमचे अभिनंदन!

– वि.ग. कानिटकर

आत्ताच तुमचं 'पानगळीच्या आठवणी' हे पुस्तक वाचून संपवलं अन् मी त्यावर बेहद्द खूश आहे. पुन:पुन्हा वाचलं. त्या लिहिण्यातला जिवंतपणा जाणवला. अगदी काळजाला भिडला. तुमच्या पुस्तकातील प्रसंग तुम्ही फारच समर्थपणे चितारले आहेत. जणू शब्दरूप चित्रेच!

तुमचे आईवडील, भावंडे सगळ्यांच्याच व्यक्तिरेखा फार सुंदर वठल्या आहेत. तुम्ही लिहा – खूप खूप लिहा. तुमच्या लेखनप्रवासास माझ्या शुभेच्छा!

– निर्मला दप्तरदार

स्वानुभूतीतून आलेले साहित्य सर्वंकषपणे सजग असते. प्रचीतीचे संदर्भ बदलले तरी तेच मानवी मनाचे व्यापार स्थल-कालातीत असतात. तुमचं लेखन म्हणजे त्या विचारांची सिद्धता. ते तसेच वृद्धिंगत होवो आणि मनोव्यापाराचे निरनिराळे स्तर त्यात प्रतीत होवोत ही शुभेच्छा!

– अनघा-आनन्द बर्वे

तुम्ही अतिशय जाणीवपूर्वक आणि मन:पूर्वक मागच्या पुढच्या पिढ्यांचे हातातले हात घट्ट धरले आहेत. एवढंच नाही तर तुमच्या मुलांनाही असे हात हाती घेण्याची आंतरिक निकड जाणवली आहे. या संवेदनक्षमतेच्या जिव्हाळ दर्शनाचा आनंद तुमच्यापर्यंत पोचवण्यासाठी हे पत्र.

– अरुणा ढेरे

तुमच्या सरळ सोप्या व ओघवत्या भाषेबरोबरच या पुस्तकाच्या पानापानातून तुमच्या मनाचा प्रामाणिकपणा डोकावत आहे. जो सर्वसाधारणपणे अशा प्रकारच्या आत्मचरित्रात्मक पुस्तकातून फार क्वचितच वाचावयास मिळतो. तुमच्या या आठवणी म्हणजे तुमचे एक प्रामाणिक कथन आहे, असे मला वाटते. अतिशय प्रामाणिकपणाने लिहिलेलं. जसं घडलं तसं. त्यात कोठेही आतबाहेर नाही व 'मी'पणा नाही व तसे पुस्तक वाचताना कोठेही जाणवत नाही. सगळ्या कुटुंबाला जपत व त्यांना बरोबर घेत, कोठेही कसलीही कटुता निर्माण होऊ न देता तुम्ही हे पुस्तक लिहिले आहे. लग्नानंतर बडोद्यात व त्यानंतर अमेरिकेत गेल्यानंतरही तुम्ही कुटुंबासाठी जे काही केलेले आहे, हे खूपच मोठे आहे, पण म्हणून या सर्व घडामोडींतील तुमचे कर्तृत्व दाखविण्याचा वा ते सिद्ध करण्याचा प्रयत्न आपण या पुस्तकाद्वारे केलेला नाही; हे या पुस्तकाचे व लेखिका म्हणून आपले यश आहे, असे मला या ठिकाणी मुद्दाम नमूद करावेसे वाटते.

– दिलीप प्रधान

अल्झायमरचे बळी ठरलेले भाई चित्रे हे फक्त लेखिकेचे सासरे न उरता, सगळ्याच वाचकांचे कुणी आप्त बनून जातात. लेखिकेच्या मांडणीतला अस्सलपणा पानगळीच्या आठवणीला वाचनीय बनवून जातो. तर दुसरीकडे 'एक दिवस' या कथासंग्रहातल्या कथा ठराविक साचेबंद वळण घेताना दिसतात.

– सामना

८ मे, २०११

पानगळीच्या आठवणी

शोभा
चित्रे

मेहता
पब्लिशिंग
हाऊस

© +91 020-24476924 / 24460313 / Mob. No. 9545000513

Email : production@mehtapublishinghouse.com

Website : www.mehtapublishinghouse.com

PANGALEECHYA AATHAVANEE by SHOBHA CHITRE

पानगळीच्या आठवणी : शोभा चित्रे / आत्मकथन

Email : author@mehtapublishinghouse.com

प्रकाशक : सुनील अनिल मेहता, मेहता पब्लिशिंग हाऊस,
१९४१ सदाशिव पेठ, माडीवाले कॉलनी, पुणे – ४११ ०३०

मुद्रक : ट्रिनिटी ॲकॅडमी फॉर कॉर्पोरेट ट्रेनिंग लिमिटेड

मुखपृष्ठ : चंद्रमोहन कुलकर्णी

प्रकाशनकाल : २० डिसेंबर, १९९४ /
मेहता पब्लिशिंग हाऊसची दुसरी आवृत्ती : सप्टेंबर, २०१० /
पुनर्मुद्रण : जानेवारी, २०१८

किंमत : ₹ २६०

P Book ISBN 9788184981575

E Book ISBN 9789387319271

E Books available on : amazonkindle Apple Books Google Play Books

---

माझे जन्मदाते वडील- दादा
आणि
जन्मदात्या वडिलांप्रमाणेच माया करणारे
सासरे-काका
या दोघांच्या स्मृतीस....

– शोभा

मनोगत

मला जे सांगायचं आहे ते पुस्तकरूपानं वाचकांपुढे ठेवल्यावर खरंतर वेगळ्या मनोगताची आवश्यकता नाही. तरीही, हे पुस्तक लिहिण्यामागची माझी भूमिका थोडक्यात सांगावीशी वाटते.

म्हटलं तर हे आत्मकथन आहे.

मात्र या कथनाला विशिष्ट काळाच्या, प्रसंगांच्या मर्यादा आहेत. हे माझ्याच जीवनातले प्रसंग जरी असले तरी ते फक्त माझ्या कुटुंबापुरतेच सीमित आहेत. त्यातही प्रामुख्याने, लग्नानंतर जोडल्या गेलेल्या नव्या नात्यांपुरते मर्यादित असलेले. यातले प्रसंग, घटना जशा घडल्या, माझ्या मनावर जशा उमटल्या, तशाच त्या इथे मांडण्याचा मी प्रयत्न केला आहे.

एका मध्यमवर्गीय कुटुंबात मी जन्मले. एका मध्यमवर्गीय कुटुंबातच माझं लग्न झालं. लग्नाआधीचं माझं चिमुकलं भावविश्व लग्नानंतर विस्तारलं. म्हटलं तर नवरा, सासू-सासरे, माहेर-सासर अशी ठराविक चाकोरी. फरक एवढाच की, सासर-माहेर सोडून नवऱ्यामागोमाग मी परदेशात आले आणि नुसतीच आले नाही, तर इथेच मुक्काम ठोकला.

इथल्या जीवनाचा स्वीकार करून ते जगत असताना, या समाजात मुलं वाढवताना, बदलत्या काळाबरोबर विविध अनुभवांना तोंड देत असताना बदलली नाही ती फक्त एकच गोष्ट. ती म्हणजे मनावरचे मध्यमवर्गीय संस्कार. कदाचित या संस्कारांमुळेही असेल, या वेगळ्या विश्वात आम्ही ठामपणे उभे राहू शकलो. पण तसं करत असताना, इथे काही मिळवण्याच्या धडपडीत हातून काही निसटून गेल्याची मनात उसळणारी भावना अनुभवता-अनुभवता, वृद्धत्वाकडे झुकणाऱ्या आमच्या मागील पिढीचा विचारही मनातून कधी सुटला नाही.

मग या विचारातूनच माझ्या सासू-सासऱ्यांना नुसतं इथे फिरायलाच नाही, तर कायमचं राहण्यासाठी बोलावण्यात आलं. त्यांच्या इथल्या वास्तव्यात, माझ्या सासऱ्यांना ग्रासलेल्या एका वेगळ्या व्याधीची जास्त स्पष्ट कल्पना मला आली. 'अल्झायमर'ने ग्रस्त झालेल्या सासऱ्यांची अवस्था जवळून बघता आली. आपल्याकडेही या तऱ्हेचे अनुभव लोकांना येत नाहीत, असं नाही. फरक एवढाच की, परदेशात राहिल्यानं सर्वसामान्यपणे म्हातारपणात येणारं विस्मरण एवढंच याचं स्वरूप नसून हे एक दुखणं आहे, याची जाणीव झाली.

या व्याधीविषयी मला जास्त माहिती मिळाली. मी जागरुक झाले. डोळसपणे या अनुभवांना सामोरी गेले. यातला प्रत्येक अनुभव मला आतून हालवत होता. मी डॉक्टर नाही, कुठलंही वैद्यकीय ज्ञान मला नाही. तरीही, या विषयावर मिळतील ती पुस्तकं वाचून एक गृहिणी म्हणून या व्याधीला सामोरी जाताना आलेले अनुभव इतरांपुढे मांडावेसे वाटले.

अर्थात, संपूर्ण पुस्तक केवळ याच अनुभवांवर आधारित नाही.

घरापासून एवढ्या दूर आल्यानंतर इथल्या समाजात रुजताना होणारी अटळ धडपड इथे आहे; तसेच मागे ठेवलेली नातीगोती आणि त्यांचे भावबंधही यात आहेत.

खूप वर्षं मनात असलेला हा विषय प्रत्यक्ष कागदावर आकारभूत व्हायला मात्र फारच वेळ लागला. मधुकाकांसारखा प्रकाशक नसता तर कदाचित हे झालं नसतं. त्यांचे आभार मानायला हवेतच. या जिव्हाळ्याच्या विषयावर लिहिलेल्या पुस्तकाचं सूचक वेष्टन दिलीपने केलं नसतं तरच नवल! त्यात त्यांचे आभार ते कसले मानायचे? आजोबांविषयी मुलांना जे वाटलं त्याची अभिव्यक्ती अमितनं केव्हातरी लिहिलेल्या त्याच्या कवितेत मी पाहिली. ती वाचकांपुढे ठेवण्याचं टाळणं मला योग्य वाटेना.

हे पुस्तक वाचून त्यामागची माझ्या मनाची तळमळ जर वाचकांपर्यंत पोहचू शकली, कुणी जास्त डोळसपणे या व्याधीकडे, मुख्य म्हणजे रुग्णाकडे बघू शकलं, रुग्णाला समजावून घेऊ शकलं तर माझ्या या धडपडीचं सार्थक झालं, असं मला वाटेल.

– शोभा चित्रे

Lines on a face tell a story
of passing days and former glory.
Read the history in the eyes
of the man who unwillingly wore disguise.

Disguised because I could not see
the true man who stood before me.
Instead I saw the hollow shell
of a man who otherwise could not tell.

Couldn't tell me of his past encounters
as I became a familiar stranger.
There was no reason for his loss of reason
and memories fading with each passing season.

Try to imagine how he imagined
escaping thoughts as I saddened.
And as I saddened and restrained the tears,
his persevernce kept for years.

Robbed of names, dates and places,
cheated of memories and lingering faces.
But he would not surrender, to this malady,
his pride inside and strong dignity.

I try to forget the time we lost,
for the time we had is of greater cost.
And I admired his unbendable will,
his strong spirit haunts me still.

Though light always beamed from his face and eyes,
I thought my love went unrealized.
But I understand now that all the while,
he helped me recall how to smile.

- Amit

दुसऱ्या आवृत्तीच्या निमित्ताने

'पानगळीच्या आठवणी' हे माझं पुस्तक पुण्याच्या 'श्रीविद्या प्रकाशना'तर्फे प्रथम १९९४ साली प्रकाशित झालं. अनेक वर्षं मनात घोळणारा विषय कागदावर उतरवण्यास वेळच लागला. लिहून संपवलं आणि तसंच्या तसं बाड 'श्रीविद्या प्रकाशना'च्या मधुकाका कुलकर्णी यांच्याकडे पाठवलं खरं, पण मनात प्रचंड भीती. कारण असं– त्यापूर्वी माझं फक्त एकच पुस्तक प्रसिद्ध झालं होतं आणि 'पानगळी' मधला विषय अगदी वैयक्तिक, कौटुंबिक. वाचकांपर्यंत हा कसा, कितपत पोहचेल ही शंका. मधुकाकांना मी कुठल्या विषयावर लिहिते आहे, याची कल्पना होती, फक्त त्याचं स्वरूप माहीत नव्हतं. मात्र माझ्या हस्तलिखिताचं बाड त्यांच्या हाती पडलं, त्यांनी वाचायला सुरुवात केली आणि ते वाचतच राहिले. एका आंतरिक उमाळ्यानं ते गहिवरले. ताबडतोब त्यांचं पत्र आलं. त्यांची आलेली उत्स्फूर्त दाद मला खूप काही देऊन गेली. मनावरचं दडपण कमी झालं.

पुस्तक प्रसिद्ध झालं मात्र, त्याला महाराष्ट्राच्या कानाकोपऱ्यातून, भारतातून, भारताबाहेरून भरभरून प्रतिसाद मिळाला. आमच्या अमितनं शाळकरी वयात आजोबांवर इंग्रजीत लिहिलेली कविता या पुस्तकात अंतर्भूत केलेली आहे, तिचाही प्रत्येकाने आवर्जून उल्लेख केला. अशी जिव्हाळ्यानं, आपुलकीनं लिहलेली ही पत्रं. त्यातील काही निवडक पत्रांमधला मजकूर या आवृत्तीत समाविष्ट केला आहे. या पत्रांमधून, पुस्तक वाचून वाचकांची होणारी मन:स्थिती, व्याकुळता, त्यांना माझ्याशी संपर्क साधण्याची झालेली तीव्र भावना हे सारंच मला हृद्य वाटलं. वाचकांचा हा आवेग पाहून मी संकोचलेही. ही माझ्या लेखनाला मिळालेली कुठल्याही पारितोषिकाहून मोलाची पावती. त्यामुळे माझ्या पुढील लेखनाला निश्चितच गती मिळाली.

या पुस्तकातून मी माझ्या सासऱ्यांना झालेला 'अल्झायमर' हा त्या काळात अपरिचित असलेला विषय लोकांसमोर मांडला. आज घटकेला या देशात अल्झायमरवर

प्रचंड प्रमाणात संशोधन होत असूनही त्याची निश्चित कारणं किंवा त्यावर योग्य औषधोपचार सापडलेले नाहीत. अमेरिकेचे भूतपूर्व राष्ट्राध्यक्ष रोनाल्ड रेगन, ज्यांनी दोनदा निवडणूक जिंकून या समर्थ राष्ट्राची धुरा वाहिली, त्यांनासुद्धा अल्झायमरनं काबीज केलं होतं. आज नुसत्या अमेरिकेतच चाळीस ते पन्नास लाख लोक आणि त्यांचे कुटुंबीय या आजाराशी सामना देत आहेत. हे पुस्तक वाचून चोर पावलानं रुग्णाचा कब्जा घेणाऱ्या या आजाराची कुटुंबियांना कल्पना यावी, या आजाराला सामोरं जाण्यासाठी थोडं बळ मिळावं, ही माझी प्रामाणिक भावना.

मात्र या पुस्तकाला इतका उत्तम प्रतिसाद अजूनही मिळत असूनसुद्धा याची दुसरी आवृत्ती काही कारणानं निघू शकली नव्हती. पण अपर्णा वेलणकरनं उत्साहानं पुढाकार घेऊन आमची गाठ 'मेहता पब्लिशिंग हाऊस'चे श्री. सुनील मेहता यांच्याशी घालून दिली आणि त्यांनीही तितक्याच अगत्यानं हे काम ताबडतोब हाती घेतलं. ही आवृत्ती वाचकांच्या हाती देताना मला मनापासून आनंद होत आहे.

सुनील मेहता, अपर्णा वेलणकर, या पुस्तकाचं काम आपलेपणानं पाहणाऱ्या राजश्री देशमुख, मेहता पब्लिशिंग हाऊसचा अन्य परिवार आणि या पुस्तकाचे समर्पक मुखपृष्ठ करणारे चंद्रमोहन कुलकर्णी या साऱ्यांचे मन:पूर्वक आभार.

– **शोभा चित्रे**

स्वयंपाकघरात काम करत असताना माझी नजर नेहमीच खिडकीकडे जाते. या खिडकीतून बाहेर बघणं मला आवडतं. तशी ही खिडकीच मला मनापासून आवडते. म्हटलं तर ही खिडकी फारशी आकर्षक नाही. बावीस-पंचवीस वर्षांच्या जुन्या घराची खिडकी जशी असावी तशीच. तसंच, ती आतून-बाहेरून घासूनपुसून चकचकीत ठेवणंही मला जमत नाही. तरी या खिडकीतून नजर टाकून मागीलदारची झाडं न्याहाळणं हा माझा आवडता छंद. झाडांसारखी झाडं, उंचच उंच, पाच-दहाच. ओक, मेपल, मिमोसा अशी. बुंधा घरापासून जरासा दूर. पण वरचा विस्तार मात्र अगदी घराला बिलगलेला. प्रत्येक ऋतूत त्यांचं रूप बदलतं. ते मनाला सुखावतं. सकाळी लवकर उठून खाली चहा करायला यावं, तर माझी नजर आधी खिडकीपलीकडे जाते. बाहेरच्या हवामानाचा अंदाजही घ्यायचा असतो. कधी नुकतंच कुठे उजाडत असतं, कधी दाट धुकं असतं, कधी पाऊस रिमझिमत असतो. वेगवेगळे ऋतू, दिवसाची वेगवेगळी वेळ. बघणारी मीच, झाडंही तीच. पण दरवेळी निरनिराळे रंगरूप लेवून उभी असलेली, मनाला भुलवणारी.

वसंत येतो.

एक वेगळंच चैतन्य घेऊन. सुरुवातीला असलेली पोपटी, नाजूक पानं दिसामासानं अधिक गडद होतात. खिडकीतून मागे नजर टाकावी तर अंगभर पानं लेवून उभी असलेली हिरवीगार झाडं, याखेरीज डोळ्यांना काही दिसत नाही. पक्ष्यांची किलबिल वाढते. हवेतला उष्मा वाढतो, पण ही झाडं घरावर सावली धरतात, डोळ्यांना थंडावा देतात.

हळूहळू उन्हाळा संपतो. खिडकीतून बघावं तर पिवळाजर्द, लालभडक, तपकिरी अशा वेगवेगळ्या रंगांची मागीलदारी उधळण दिसते. सकाळच्या कोवळ्या उन्हात या पानांवर पडलेले सूर्यकिरण. त्यामुळे हे रंग अधिकच उठून दिसतात. हे माझं वैभव मी डोळाभरून पाहते. मनाला हे क्षणिक असल्याची जाणीव होते, लवकरच पानगळीला सुरुवात होईल.

दिवस थोडा लहान होतो. हवेतली थंडी जाणवू लागते. बाहेर नजर टाकावी तर 'गोल गोल राणी' करत वाऱ्यावर गिरक्या घेत हळूहळू खाली उतरणारी पानं.

रंग अजून तसाच मोहक. जमिनीला पानांचा अभिषेक चाललाय.

मग थंडी वाढते. दिवस अधिक लहान होतो. पानं गळून गेल्यानं ओकीबोकी झालेली उदास झाडं. थेट पलीकडची घरंसुद्धा सहज दिसू लागलेली. तरी लक्षात येतं की, काही झाडांवर थोडी पानं शिल्लक आहेत, त्यांचा रंग उडून गेल्यानं काळवंडलेली.

मग कधी जोराचा पाऊस येतो, कधी बर्फ पडतो. थंडी चांगलीच वाढते. मागीलदारी पाहावं तर आणखी काही पानं गळून गेलेली. तरी दोन-चार फांद्यांना चिकटलेली तुरळक पानं आहेतच. हवा आणखी बदलते, जीवघेणी थंडी पडते. आणखी काही पानं गळून पडतात, तरी अजून काही पानं झाडांवर आहेतच. मला त्यांचं मनापासून कौतुक वाटतं, या असल्या हवेतसुद्धा पावसाचा, बर्फाचा मारा चुकवत ही फांद्यांना बिलगून बसलेली.

दिवस पुढे सरकतात. जानेवारी संपतो, फेब्रुवारी उजाडतो. दोन-चार हिमवादळाचे तडाखे बसतात. फेब्रुवारी संपत येतो, मनाला पुन्हा वसंताचे वेध लागतात. ट्युलिप्सची पाती हळूच जमिनीतून डोकावतात. गुलाबाच्या काटक्यांना तजेला आल्यासारखा वाटतो. घराबाहेर पडताना नजर आजूबाजूला भिरभिरते. गवताचा रंग बदलायला लागलाय की हा नुसताच भास?' मी खिडकीतून बाहेर बघते. अजूनही काही वाळकी पानं झाडांना घट्ट बिलगून असतातच. मला त्यांची कीव येते. माझ्या डोळ्यांसमोर पूर्वी पाहिलेले पानांचे नानाविध रंग असतात. आता झाडावर असलेली, जीर्ण झालेली, सुरकुतलेली पानं- मला त्यांच्याकडे बघवत नाही. 'कसली ही आसक्ती? कशासाठी यांचा हा अट्टाहास झाडाला चिकटून राहण्याचा? या पानांनी झाडावर असं राहून कसं चालेल? नवीन पालवी फुटेल, तिला जागा हवी. या वाळक्या पानांनी जागा अडवून कसं चालेल?

मार्च उजाडतो. सकाळच्या गडबडीत मी बाहेर नजर टाकते. एकही वाळकं पान झाडावर कुठेही दिसत नाही. कधी गळून पडली? काल-परवापर्यंत खडबडीत, रंगहीन दिसणारी झाडं सतेज होऊन सकाळच्या उन्हात नहात आहेत. त्यांना कोवळीकोवळी पालवी फुटलेली आहे.

मग मात्र मला त्या वाळक्या पानांची आठवण येते. वाटतं, 'ती बिचारी अट्टाहासानं फांद्यांना चिकटून बसली नसतीलही. कदाचित आपल्या सोबत्यांप्रमाणे झाडाचा हसतमुखाने निरोप घेण्याची त्यांचीही इच्छा असेल. पण ते त्यांच्या प्राक्तनात नसणार. थंडी, वारा, पावसाचा मारा, बर्फाची वादळं - सारं सारं त्यांना मुकाट्याने सहन करावं लागलं. त्यांची वेळ आल्याखेरीज त्यांना या जगाचा निरोप घेता आला नाही. एका अदृश्य शक्तीचं पानापानावर नियंत्रण, मन उदास होतं.

माझे नेहमीचे उद्योग चालू राहतात. नवी पालवी नवा उत्साह घेऊन येते. मला

त्या वाळक्या पानांचा विसर पडतो. वसंताच्या रंगांत मी बुडून जाते. चक्र चालूच राहतं.

***

सध्या जानेवारी संपत आलाय. नेहमीप्रमाणे सकाळी उठून मी स्वयंपाकघरात आले. क्षणभर खिडकीसमोर स्थिरावले. आज थंडी चांगलीच पडली आहे. धुकं पसरलंय. झाडं निश्चल. त्यांना घट्ट चिकटलेली वाळकी पानं - कदाचित अंतिम यात्रेच्या प्रतीक्षेत असलेली.

"परमेश्वरा, का त्यांना असं तिष्ठत ठेवतोस? सोडव बाबा. खरंच सोडव. खूप झालं."

मी बोलून गेले आणि दचकले. कोणाला सोडवायला सांगितलं मी परमेश्वराला? त्या पानांना? नाही. ती सुरकुतलेली जीर्ण पानं बघताना अलीकडे मला दिसतात काका— माझे सासरे, अंतिम प्रवासाच्या वाटेवर तिष्ठत असलेले. मी अस्वस्थ होते. क्षणभर मन त्याच विचारांशी घुटमळतं. पण घड्याळ पळत असतं. घड्याळाप्रमाणे मलाही पळायला हवं, त्यातून सुटका नाही. मी भराभर कामं आटोपत असते. लंच तयार करून घेते, चहा ठेवते. पण डोक्यात काकांचेच विचार.

नुकतेच कुठे ते अठ्ठ्याहत्तर वर्षांचे झालेत. हृदयरोग, मधुमेह, रक्तदाब, कॅन्सर असं कुठलंही शारीरिक दुखणं त्यांना नाही. तरी वाटतं, परमेश्वरानं त्यांना शांतपणे घेऊन जावं.

अलीकडे फोन जरा अवेळी वाजला की, माझ्या छातीत धडधडतं, हातपाय क्षणात गार होतात. तो फोन कुणाचा आहे, हे कळेपर्यंत मनाची अवस्था विलक्षण होते. हे वेळीअवेळी वाजणारे फोन बहुधा मुलांच्या मित्रमैत्रिणींचे असतात. पण रात्रीअपरात्री किंवा भल्या पहाटे आलेला फोन हा भारतातूनच आलेला असणार, या कल्पनेनं मी घाबरते.

आज सोमवार, आठवड्याची सुरुवात. संध्याकाळी कामावरून घरी येत असताना यानं मला नरेश घरी येणार असून त्या दोघांना कुठेतरी बाहेर जायचं असल्याचं सांगितलं. त्याप्रमाणे नरेश आला. मग ते दोघेही बाहेर निघून गेले. मी माझ्या कामात होते. साधारण आठच्या सुमारास हे दोघे परतले. रोहित आज उशिरा घरी येणार होता. मी अमितच्या जेवणाची तयारी केली, त्याला वाढलं. हा फोनवर कोणाशी तरी बोलत होता. हा त्या फोनवर असतानाच दुसरा फोन आला असावा. खालून, बेसमेंटमधून हा ओरडला, "शोभाऽऽ, फोन घे."

मी अमितशी बोलत होते. एरवी आमच्या आणि मुलांच्याही पळापळीत एकत्र वेळ फार क्वचित वाट्याला येतो. त्यामुळे खरंतर फोन घ्यायची इच्छा नव्हती. जरा

नाखुषीनंच मी फोन उचलला.

फोन भारतातून आला होता. 'काका गेले', ही बातमी ठळकपणे डोक्यात शिरली. जे होणार हे दिसत होतं, ते घडल्यावर एक पोकळीच मनात भरून राहिली. शेवटी, काय झालं, कसं झालं हे तपशील तसे अर्थहीनच. 'काका गेले', हे सत्य.

मनात आलं, आणखी एक नातं संपलं.

फोनवर संदीप सांगत होता, कोणकोण आलेत, कोणाकोणाला निरोप धाडलेत, कोण केव्हा येणार ते. आणखी तीन तासांत सगळंच आटोपणार.

तपशील... तपशील... तपशील! आणि यात आम्ही कुठे? याचे वडील गेले. हा मोठा मुलगा. हजारो मैलांवर दूर, जिथून काहीही करणं शक्य नाही.

मी खिडकीजवळ जाते.

खिडकीतून बाहेर बघते. झाडांवरची सगळी पानं आता गळून पडली असतील का? पण बाहेर अंधार आहे. घरात लख्ख उजेड. त्यामुळे बाहेरची झाडं दिसत नाहीत. उलट, खिडकीच्या काचेत मात्र भिंतीवर लावलेल्या चित्राचं प्रतिबिंब दिसतं. त्याचं शीर्षक आहे 'फॅमिली.' या चित्रातल्या फॅमिलीची व्याप्ती मर्यादित आहे. नवरा, बायको, बायकोच्या हातात तान्हं बाळ, शेजारी दोन लहान मुलं. फॅमिलीतली आणखी माणसं कुठे गेली? चित्रकाराला संपूर्ण कुटुंबाचं चित्र रंगवायला जागा अपुरी पडली की, कुटुंबाची व्याख्याच आता संकुचित झाली आहे?

मी परत खिडकीतून बघण्याचा प्रयत्न करते. दिवा क्षणभर बंद करते. घरात आणि बाहेर दोन्हीकडे अंधार झाला, तर कदाचित ती झाडं दिसतील. पण तसं होत नाही. मी दिवा लावते. खिडकीच्या काचेत तेच सुखी कुटुंबाचं चित्र.

हे चित्र बघता बघता पुसट होतं. तिथे दिसतात काका. दोन महिन्यांपूर्वी भारतात गेला असताना यानं काकांचे काढलेले फोटो. ते फोटो बघूनच मी धास्तावले होते. खोल गेलेले डोळे, नजर हरवलेली, सुकलेला - सुरकुतलेला निस्तेज चेहरा, जराजर्जर झालेलं शरीर, हाडांचा सापळा.

कसं हे दुखणं काकांच्या मागे आलं - आणि त्यानं गेली पंधरा, अठरा वर्षं काकांचं आयुष्य पद्धतशीरपणे कुरतडलं. शरीरावरचा ताबा अलीकडेच सुटला, पण स्मृतीवरला ताबा केव्हाच सुटला. मग मनाची क्रिया, प्रतिक्रिया सारंच हळूहळू बंद होत गेलं.

विस्मरण... विस्मरण... विस्मरण! सर्वच गोष्टींचं. भूतकाळाचं - वर्तमानाचं, बायकोचं... मुलांचं, सुनांचं... नातवंडांचं, खाण्याचं... पिण्याचं, उठायचं... बसायचं, चालायचं... बोलायचं आणि झोपायचंही!

येणारा प्रत्येक क्षण मागील क्षणाला विस्मृतीच्या विहिरीत ढकलून पुढे जाऊ

लागला. ही विहीरही अशी निसरडी की, काकांना प्रयत्न करूनही एखादा लहानसा आठवणीचा झराही हाती लागेना.

मला नेहमी वाटायचं, प्रत्येक व्यक्तीकडे आठवणींचा केवढा अनमोल खजिना असतो. या आठवणी आपल्या स्वत:च्या असतात. त्यावर आपली सत्ता असते. आपल्यापासून त्या वेगळ्या काढता येत नाहीत. लहानपणापासून तऱ्हेतऱ्हेच्या आठवणी आपण गोळा केलेल्या असतात. बाह्य जगात जरी उलथापालथ झाली, होत्याचं नव्हतं झालं, तरी आपल्या आठवणी आपल्यापासून कोण हिरावून घेणार?

पण काकांच्या या दुखण्यानं मला दाखवून दिलं की, इतर गोष्टीचं सोडाच, पण आपल्या आठवणींवरही आपली सत्ता नसते. त्यासुद्धा प्रसंगी आपल्याकडे पाठ फिरवू शकतात.

मग उरतं काय?

उरतं नुसतं शरीर. ऊन, वारा, पाऊस सोसत झाडाला बिलगलेल्या वाळक्या पानांसारखं. झाडावरून आपल्याला गळून पडायचं आहे, याचंही भान न राहिलेलं.

माझं मन थरकतं.

मी बघते तर हा, अमित आणि नरेश नुसतेच बसलेत, काही न बोलता. प्रत्येकाच्या मनात वेगवेगळी वादळं असतील.

अमितचं वाढलेलं पान तसंच पडलंय. आजोबांवर या मुलांचं खूप प्रेम. हे घडणार हे माहीत असूनही त्याचा स्वीकार करताना अमितला त्रास होतोय. मी बळंबळंच त्याला जेवायला लावते. त्याला बराच अभ्यास आहे. सकाळी लवकर उठून कॉलेजला जायचंय.

बेसमेंटमध्ये आता हा, नरेश आणि मी. तिघांच्या मनात एकच भावना— असहायतेची. या अनुभवातून नरेश दोनदा गेलाय. परदेशी राहण्याची ही केवढी किंमत!

ही अशी शांतता असह्य होते.

मग मीच म्हणते, "मी काकांना पत्र लिहायला घेतलं होतं, ते तरी वाचून दाखवते." मनात येईल तेव्हा कुठेतरी कागदाच्या चिटोऱ्यांवर काहीतरी खरडणं, हा माझा स्वभाव. त्यानुसार, कधीतरी काकांना लिहायला घेतलेलं हे पत्र.

मी वाचायला सुरुवात करते,

२ नोव्हेंबर १९८८

ती. रा. रा. काकांना शिरसाष्टांग नमस्कार,

खूप दिवसांनी मी आपल्याला पत्र लिहायला घेतलंय. मागील पत्र केव्हा लिहिलं होतं, ते आता आठवतही नाही. गेली तीन वर्षं तुम्ही आमच्याकडेच होता, त्यामुळे पत्र लिहिण्याचा प्रश्नच नव्हता. आठ दिवसांपूर्वीच तुम्ही दोघं इथून निघून

भारतात गेलात. तिकडे तुम्ही सुखरूप पोहचल्याचं फोनवर कळलं. म्हटलं तर, लगेच पत्र लिहिण्याचं कारण नव्हतंही. तशी अनेक पत्रं लिहायची बाकी आहेत. ती बाजूला सारून मी आपल्याला पत्र लिहायला बसले.

आपण पत्र का लिहितो? एखादी व्यक्ती भौगोलिक अंतराने आपल्यापासून दूर असते. तिची विचारपूस करायची असते, काही जाणून घ्यायचं असतं, काही सांगायचं असतं म्हणून. थोडक्यात म्हणजे संवाद साधायचा असतो. मला आपल्याशी संवाद साधायचा होता, साधायचा आहे. पत्राच्या माध्यमातूनही नाही; तर जेव्हा तुम्ही प्रत्यक्ष इथे होता तेव्हा. जेव्हा एकाच घरात, एकाच छपराखाली आपण तीन वर्षं राहत होतो तेव्हा. पण ते व्हायचं नव्हतं.

आज मात्र मी पत्र लिहायला बसले. मनात येईल ते खरडत सुटणार आहे. माझे शब्द आपल्यापर्यंत पोहचवण्याचा प्रयत्न नाही हा. तसं माझ्या शब्दांत मोठं सामर्थ्य आहे, असा माझा मुळीच भ्रम नाही. काही ताकद असलीच तर ती माझ्या भावनेत आहे. ती माझी भावनाच मला आपल्यापर्यंत पोहचवायची आहे. माझं मला कळतंय, हे अशक्य आहे, हा शुद्ध वेडेपणा आहे. असू दे. आज तो वेडेपणा मी करणार आहे.

आठ दिवसांपूर्वी तुम्ही इथून निघालात. त्यापूर्वी कितीतरी दिवस आमची धावपळ सुरू होती. खरेदी शेवटपर्यंत पुरीच होईना. तुमची दोघांची संपूर्ण वैद्यकीय तपासणी करून घेतली. नवीन चष्मे झाले. कपडेलत्ते झाले. बॅगांमधून सामान मावेना, म्हणून आणखी बॅगांची खरेदी झाली. आणलेल्या वस्तूंच्या याद्या झाल्या. सगळ्या वस्तूंवर चिठ्ठ्या लावल्या गेल्या. कोणाला काय, कोणाला काय यावर चर्चा झाल्या. सगळं याच्या पद्धतीप्रमाणे शिस्तशीर करताकरता माझा दम निघाला. घरात एवढी गडबड उडाली होती आणि तुम्ही मात्र शांतच.

निघायची वेळ झाली. भरलेल्या, जड बॅगा खाली आणल्या, गाडीत ठेवल्या. आम्ही चौघांनी तुम्हा दोघांना नमस्कार केला. तुम्ही काहीतरी पुटपुटलात. मुलांनी तुम्हाला गाडीत बसवलं. तुम्ही गाडीत बसलात. वाटलं, गेल्या इतक्या वर्षांत अनेक लोक येऊन, राहून गेले. कोणी एखाददुसऱ्या दिवसासाठी तर कोणी जास्त दिवसांसाठी. जे आले त्यांतले बहुतेक ना नात्याचे, ना ओळखीचे. कोणाचे तरी कोणी, तरी त्या थोड्या काळात प्रत्येकाशी कुठेतरी एक धागा जोडला गेला. निघताना निघणाऱ्याचा पाय अडखळला. परतपरत निरोप घेतले गेले. पुन्हा भेट होण्याची शक्यता कमीच. पण या थोड्या मुक्कामात आमचा आणि त्यांचा वेळ चांगला गेला. आज तुम्ही आमच्या घरून निघत आहात. पण आपण मुलगा, सून, नातवंडं यांना सोडून लांबच्या प्रवासाला निघालोय— दुसऱ्या मुलाकडे याची जाणीव तुमच्या मनाला झाली की नाही कुणास ठाऊक! बहुधा झाली नसावीच.

नाहीतर आजचा प्रसंग वेगळा झाला असता.

आपला प्रवास सुरू झाला, वॉशिंग्टनहून न्यूयॉर्क विमानतळाच्या दिशेने. तसा हा प्रवास गंभीरपणेच पार पडला. तुम्ही दोघं मुंबईला सुखरूपपणे कसे पोहचाल, याचं आमच्या मनावर दडपण आहे आणि आईंच्या मनावरही आहे. पण तुम्ही शांतच आहात. तुम्ही मधूनच पुटपुटता, 'ज्या ज्या स्थळी हे मन जाय माझेऽऽ...' बस्स, एवढंच. बाकी आमच्या कोणाशी कसलंच संभाषण नाही.

आपण विमानतळावर पोहचलो. तुमच्या सामानाची आत रवानगी झाली. मुलांनी तुमचे दोघांचे फोटो काढले. दारातून आत शिरण्यासाठी प्रवाशांची लांबच लांब रांग लागली, संथपणे सरकणारी. आम्ही आईंना पुन्हा पुन्हा सांभाळून जाण्याच्या सूचना दिल्या. एअर इंडियाचं विमान. इथे बसल्यावर थेट मुंबईपर्यंत उतरायला नको. विमानात सगळे आपलेच लोक. त्यामुळे आमची काळजी थोडी कमी. सत्तरी उलटलेल्या आईंवर हातीपायी धड असलेल्या तुम्हाला सांभाळून नेण्याची जबाबदारी. त्या धास्तावलेल्या.

दारातून तुम्ही आत शिरलात, आईंच्या मागोमाग. तुम्ही दिसेनासे होईपर्यंत तुमच्या पाठमोऱ्या आकृतीकडे आम्ही पाहत होतो. दारातून आत शिरलेले लोक आत गेल्यावर थांबत होते. परतपरत मागे वळून पाहत होते, डोळे टिपत होते. कोणाचे हुंदके, कोणाच्या मिठ्या, परत लवकर भेटण्याची आश्वासनं. वेगवेगळ्या भाषेचे लोक, एवढा समुदाय, पण सगळ्यांची भावना एकच. तुम्ही मात्र दारातून आत शिरलात आणि एकदाही मागे वळून न बघता त्या प्रवाहात मिसळून गेलात. काहीही न बोलता आम्ही तिथून परतलो.

आम्ही वॉशिंग्टनला परतलो. तुम्ही सुखरूप पोहचल्याचं कळलं आणि मनावरचं मोठंच ओझं उतरलं. आज सुट्टीचा दिवस. ठरवलं, 'वरती जाऊन तुमची खोली आवरून टाकावी.'

दार उघडून मी खोलीत प्रवेश केला. ही तुम्हा दोघांची खोली. तीन-साडेतीन वर्षांपूर्वी तुमचं इथे येण्याचं नक्की ठरलं तेव्हाच घर बदलण्याचा विचार आम्ही केला. मुलं मोठी होत चालली होती. तुम्ही येणार, घरात सारखी पाहुण्यांची वर्दळ. मग मोठ्या घराची आवश्यकता जाणवली आणि लगेच हवं तसं हे घर मिळालंही. वास्तविक, मुलं तर अजिबात तयार नव्हती घर बदलायला. आमच्याही मनात नव्हतं. त्या घराशी अनेक आठवणी निगडित होत्या. अनेक मैफिली तिथं रंगल्या. गप्पागोष्टी, चर्चा, वादविवाद, पार्ट्या. त्याच घरात मुलं लहानाची मोठी होत होती. पण आमच्या वाढत्या गरजांना ते घर अपुरं वाटलं. दुसरं घेणं भाग होतं. हे घर बघितलं, घेतलं. मुलांनी खोल्यांची वाटणी केली. रस्त्याच्या बाजूला खिडकी असलेली खोली आजी-आजोबांची. मोठी, मोकळी खोली. तुम्ही इथं यायच्या

आधीच ती खोली सजली. मोठा बेड ठेवला. खोलीत पूर्ण उंचीचा आरसा लावला. छोटं टेबल ठेवलं. भिंतीवर कालनिर्णय लटकावलं. मुलांचे फोटो लावले. फुलदाणी, तीत नाजूक रेशमाची फुलं, टेपरेकॉर्डर आणि मग तुम्ही आल्यावर त्या खोलीत आणखी वस्तूंचीही भर पडली.

आज मात्र ही खोली उदास उदास भासली. नेहमी नीटनेटकी असणारी ही खोली, अस्ताव्यस्त वाटली. तुम्ही निघताना खूप धांदल झाली होती. सामान चिक्कार वाढलं. नवीन सामान, कपडे बॅगेत बसवताना आईंच्या जुन्या साड्या, तुमचे जुने कपडे असं सगळं काढून ठेवावं लागलं.

मी उठून आवरायला सुरुवात केली. तुमचे जुने शर्ट, पायजमे उचलायला गेले तर पायजम्याचे खिसे फुगलेले, शर्टांचे खिसे फुगलेले. यात तुम्ही एवढं ठेवलंय तरी काय, म्हणून ते खिसे रिकामे केले, तर त्यात कोंबूनकोंबून ठेवलेली आमच्या नावाची पाकिटं सापडली.

घरात रोज एवढी मेल येते. त्यांतली बिलं आणि महत्त्वाचे कागदपत्र बाजूला ठेवून उरलेली टाकून द्यायची मेल मी तुम्हाला थोडा वेळ हाताळायला देत असे. त्या आलेल्या पत्रांवरची, पाकिटांवरची आमची नावं मोठ्यानं वाचणं तुम्हाला आवडायचं. थोड्या वेळानं मी ती उचलून टाकत असे. आज बघते तर त्यातली काही पाकिटं तुम्ही अशी जपून ठेवलेली. शिवाय, या पाकिटांबरोबरच काही पत्रांवरची आमच्या नावाची, पत्त्यांची लेबल्स किंवा पाकिटांवरचं आमचं नाव-पत्ता असलेले कागदाचे तुकडेच त्यात होते. हे सर्व बघितलं आणि माझं मन हाललं. मनाला कसाबसा बांध घालून मी उरलेली कामं करायला लागले.

कपडे आवरले, बॅगांत भरून ठेवले. चादरी, अभ्रे बदलायचे म्हणून मी उशी उचलली, तर उशीखाली तुमचा रुमाल होता. त्याची घडी चांगलीच फुगलेली होती. मी रुमाल उलगडला. आतमध्ये आमच्या नावाची आणखी लेबल्स, कपटे, तसंच शाळेच्या कुठल्याकुठल्या कार्यक्रमांतून अगितचं नाव छापून आलं होतं. त्याचे, शिवाय रोहितच्या नावाचेही असेच कुठलेकुठले कपटे. अतिशय जपून तुम्ही स्वत:जवळ ठेवलेल्या या आमच्या नावाच्या चिठ्ठ्या, चिटोरे बघून मी मटकन खाली बसले. या वेळी मी स्वत:ला आवरण्याचा प्रयत्नही केला नाही.

काका, तुमच्या त्या धूसर विश्वात काय होतं, ते मला कधी कळलंच नाही. मी माझ्यापरीनं खूप धडपडले तुमच्या विश्वात डोकावण्यासाठी, तुम्हाला त्या विश्वातून बाहेर काढण्यासाठी. पण ते सारं व्यर्थ होतं. त्या अंधारात तुम्ही चाचपडत असताना, ठेचाळत असताना तुमच्या हाती आठवणींची एखादी गारगोटी जरी लागती तरी माझ्या लेखी त्याचं मोल हिऱ्या-माणकासारखं असायचं.

मग आज तर माझ्या हाती फार मोठी दौलत पडली. हे नुसते कागदाचे निर्जीव

कपटे, तुकडे नाहीत. त्यात आहे तुमची आमच्यावरील माया, प्रेम आणि बरंच काही. काका, तुमच्या त्या विश्वात दिलीप, शोभा, रोहित, अमित ही नावं होती आणि राहतीलही. फक्त ज्या वेळी आपण समोरासमोर होतो, तेव्हा तुमच्या–आमच्या दुर्दैवाने तुम्हाला पत्ताही लागू दिला नाही, की समोर असणारी माणसं तीच, जी तुमच्या विश्वात आहेत.

काका, कितीतरी वेळ ते चिटोरे मी हातात घेऊन बसले. अनेक आठवणींनी माझ्याभोवती गर्दी केली. मन नुसतं वेड्यासारखं या आठवणींच्या मागे धावत सुटलं. वाटलं, या प्रत्येक आठवणीत तुम्ही आहातच. मग तुम्हाला पत्रच का लिहू नये? माझ्या भावना तुम्ही इथे असताना मी व्यक्त करू शकले नाही. मग निदान त्या पत्रातून का करू नयेत? मी पत्र लिहायला सुरुवात केली.

मी हे पत्र पुरं करीन. आठ-पंधरा दिवसांनी ते बडोद्याला पोहचेल. कोणीतरी तुम्हाला हे पत्र देईल. पत्रावरचं वि. के. चित्रे नाव तुम्ही वाचाल, पुन्हा पुन्हा वाचाल. वरच्या कोपऱ्यातलं माझं नाव वाचाल— शोभा चित्रे, तेही परतपरत. शोभा चित्रे हे नाव तुम्हाला परिचित वाटेल किंवा चित्रे म्हणजे आपल्यापैकीच कोणी, असंही तुमच्या लक्षात येईल. कोणीतरी पत्र तुम्हाला उघडून देईल, वाचायला सांगेल. तुम्ही वाचायला सुरुवात कराल किंवा मला वाचताच येत नाही म्हणून घडी करून पाकिटावरचं स्वत:चं नावच मोठ्यानं वाचत राहाल. स्वत:चं नाव वाचून खूश व्हाल, हसाल. एखाद्या वेळेस पत्र वाचायला सुरुवात केलीच तरी शेवटपर्यंत वाचालच असं नाही. तरीही मी तुम्हाला पत्र लिहिणार आहे, खूप मोठं. पत्र लिहायला घेतलंच आहे, तर थेट मागे जाणार आहे. म्हटलं तर, हा काळ काही फार मागचा नाही. जेमतेम वीस-बावीस वर्षांपूर्वीचा.

तुमची आणि माझी झालेली पहिली भेट आणि त्यानंतरच्या गेल्या वीस–बावीस वर्षांतला माझा प्रवास, तुमचा प्रवास. दोन टोकांवरचा. एकाच कुटुंबातल्या दोन व्यक्तींचे जीवनप्रवाह तसे वेगवेगळ्या दिशेने चाललेले. आनंदानं, उत्साहानं उधाणून चाललेलं माझं आयुष्य... आणि संथ गतीनं हातातून निसटत चाललेलं तुमचं आयुष्य. हताश होऊन, स्मृतीपलीकडे चाललेलं तुम्ही पाहत आहात. पाहत आहात, असं फक्त म्हणायचं! पण खरं म्हणजे ते तुम्हाला जाणवतही नाही. आला क्षण! गेला क्षण!! गेलेला प्रत्येक क्षण एखाद्या गुहेत लुप्त होणाऱ्या प्रकाश कवडशासारखा.

पण हे झालं आत्ता आत्ताचं. आजही लक्षात आहे ती बावीस वर्षांपूर्वी झालेली पहिली भेट....

***

२७ मे १९६७.

शनिवारचा दिवस, बँकेला अर्धा दिवस सुट्टी. ऑफिसातून मी दुपारीच परतले. लवकर आल्यावर लोळत पडून एखादं मासिक वाचणं, थोडी झोप काढणं हा माझा दर शनिवारचा उद्योग. आजही मी तशीच सोफ्यावर लोळत, वाचत पडले होते. गोष्ट रंगात आली होती; म्हणजे, गोष्टीतला तो आणि ती एकमेकांच्या प्रेमात पडले होते. पण त्या दोघांनाही आपलं एकमेकांवर खरंच प्रेम आहे, याचा पत्ता लागला नव्हता. ते गुपित फक्त लेखिकेला आणि मलाही कळलं होतं. मी अगदी भान हरपून गोष्ट वाचत होते. पुढे काय होतंय, याची उत्सुकता होती.

तेवढ्यात दादा समोर येऊन उभी राहिले, ''अगं, अशी लोळत पडू नकोस. ऊठ, जरा नीट तयार हो. आत्ता संध्याकाळी माझे मित्र भाई चित्रे आपल्याकडे येणार आहेत. त्यांचा मुलगा आहे लग्नाचा. ती मंडळी तुला पाहायला येणार आहेत.'' दादांनी खड्या सुरात मला सांगून टाकलं. कल्पनेच्या जगातून बाहेर पडून, आपल्याला कोणी पाहायला येणार आहे, या सत्याचा साक्षात्कार व्हायला थोडा वेळ लागला. म्हणजे आता हे 'दाखवणं' प्रकरण सुरू. अस्सा राग आला. पण दादांसमोर काय बोलणार? एवढी गोष्ट पुरी करू या, असा विचार मनात आला. पण दादांकडे बघून मासिक टेबलावर टाकून मी उठले.

''अगं, चांगली तयार हो. आधी तुझ्या या झिपऱ्या बाजूला सार. कोणाला तुझा चेहरा तर दिसू दे.'' ताई म्हणाली.

असं काही बोलणं हा ताईचा स्वभाव नाही. त्यामुळे तिचं बोलणं मला लागलं. 'दाखवणं' हा प्रकार गंभीर असल्याची जाणीवही झाली. सगळे कामाला लागले. गमतीनं मी म्हणाले, ''आपण दर शनिवारी असं कोणाला तरी बघायला बोलावू या, म्हणजे त्या निमित्तानं घरही आवरलं जाईल. छान ठेवलं जाईल.'' माझा हा विनोद न रुचून ताई एकदम भडकली. मग मीही मनातल्या मनात चिक्कार चिडले.

म्हणे, पाहायला येणार! बघू या, कोण मला पसंत करतंय ते. करकचून वेणी आवळली. अंबाबाईसारखं मोठ्ठं कुंकू लावलं. जरीची साडी नेसले. त्यावर मॅच न होणारा ब्लाऊज घातला आणि दोन्ही खांद्यांवरून आवळून पदर घेतला. आता कोणाची शामत आहे अशा अवतारात पसंत करायची?

पण मघाच्या त्या कथेचं काय झालं? दोघं इतके बुद्दू कसे? मी परत हळूच मासिक उघडलं. गोष्ट वाचायला सुरुवात करणार तेवढ्यात बेल वाजली. मी चटकन स्वयंपाकघरात पळाले.

ताईनं मला हाक मारून बाहेर बोलावलं. घाबरतच मी बाहेर गेले. दादांनी ओळख करून दिली.

''ह्या शैलाताई चित्रे आणि हे भाई चित्रे.''

मी पटकन वाकून त्यांना नमस्कार केला.

भाई चित्रे यांनी तोंडभरून आशीर्वाद दिला, ''सुखी राहा.''

भाई चित्रे हे नाव मी वर्षानुवर्षं दादांकडून ऐकत आलेय. दादा मूळचे वरंडोलीचे. शिकायला महाडला होते आणि हे भाई चित्रे पोलादपूरचे, तेही महाडला होते. त्यात आमची ताई महाडचीच. त्यामुळे दादा-ताईच्या गप्पा सुरू झाल्या की, त्यात महाड हमखास असणार आणि महाडचा विषय निघाला की, भाई चित्रे त्यात आलेच. मी मात्र कधीच यांना पाहिलं नव्हतं. शिक्षण आटोपून दादा महाडहून मुंबईला आले आणि भाई चित्रे बडोद्याला गेले. मी लहान असताना क्वचित ते आमच्याकडे दादरला आले होते, पण मला काही आठवत नाही. नंतर मधल्या काळात इतकी वर्षं आम्ही नागपूरला होतो. त्यामुळे या दोन मित्रांची भेट काही झाली नाही. आज अचानक इतक्या वर्षांनी या दोघांची भेट झाली. एकमेकांची चौकशी झाली. मधल्या इतक्या वर्षांचा आढावा घेतला. दादा म्हणून गेले, 'मोठ्या मुलाचं लग्न नुकतंच उरकलं. आता मुलीचं बघायचं.' भाई चित्रे यांनी आपला मुलगा लग्नाचा असल्याचं सांगितलं आणि संध्याकाळी आमच्याकडे यायचं कबूल केलं.

त्याप्रमाणे ही मंडळी आली.

भाई चित्रे म्हणजे बेताची उंची, किरकोळ अंगकाठी, डोळ्यांवर चष्मा, शांत नजर, बाकदार नाक आणि चेहऱ्यावर हसू. सौ. चित्रे उंचीनं कमी, थोड्या आडव्या, ठसठशीत गोल चेहरा, मोठ्ठं कुंकू आणि शोधक नजर.

गप्पा सुरू झाल्या.

त्या गप्पांमधून मला कळलं की, ही मंडळी भाचीच्या लग्नासाठी बडोद्याहून आलीत. उद्या लग्न. मुलगा उद्या सकाळी बडोद्याहून येईल. आमच्या दादांना बोलायला विषय लागत नाही. पण इथे दादांच्या बरोबरीने ही चित्रे मंडळी बोलत होती. गप्पांत दादांना पुरून उरत होती. त्यांच्या गप्पा अगदी मोकळेपणानं चालल्या होत्या. मीच अवघडून बसले होते. एकंदर, हा दाखवण्याचा कार्यक्रम न होता दोन जुन्या स्नेह्यांच्या भेटीचा कार्यक्रम झाला.

दादा त्यांना पोहचवायला बस स्टॉपपर्यंत गेले. परत आल्यावर दादांनी जाहीर केलं, ''उद्या आपल्याला लग्नाला जायचंय. भाईनं खास सांगितलंय. मुलगा उद्या तिथे असेल, नंतर लगेच बडोद्याला जाणार आहे. त्याला वेळ नाही.''

मला हे अजिबात आवडलं नाही. त्याला म्हणे वेळ नाही! आणि आम्ही काय रिकामटेकडे! लग्नाच्या गडबडीत एवढ्या लोकांत तो मला बघणार आणि त्याच वेळी त्याचे इतर नातेवाईकही बघणार. छान, जाहीर प्रदर्शन! मला खूप राग आला. पण दादांना कसं सांगायचं? त्यांना ते पटलंही नसतं. मग विचार आला, 'लग्नाला जाणं काही टाळता येणार नाही. मग जायचं ते असं सजून, नटून छान तयार होऊन

जाऊ की, बघूया जो कोणी असेल तो नाही कसा म्हणतोय ते!'

आम्ही हॉलवर पोहचलो. भाई चित्रे धावतच पुढे आले. अतिशय आनंदानं त्यांनी आमचं स्वागत केलं. पाठोपाठ सौ. चित्रे आल्या. त्यांनी मुलाला हाक मारली, मुलगा आला. गळ्यात दोन कॅमेरे लटकावलेले.

"हे माझे खास स्नेही, महाडचे चिंतोबा प्रधान. इथे मुंबईला असतात आणि ही त्यांची मुलगी शोभा. हे आमचे चिरंजीव, दिलीप."

मुलगा म्हणाला, "नमस्कार."

मी म्हणाले, "नमस्कार."

आमची अशी ओळख करून दिल्यानंतर हे दोघं मित्र आपापल्या जबाबदारीतून मुक्त झाल्यासारखे गप्पांत रंगले. इकडे चिरंजीव माझ्याशी पुढे एक शब्दही न बोलता तिथून सटकले आणि नवरानवरीचे फोटो काढण्यात गुंतले. 'ही काय मुलगी बघायची पद्धत? काय हा शिष्टपणा!' मातोश्रींनी दोनदा चिरंजीवांना बोलावून त्यानं माझ्याशी काहीतरी बोलावं म्हणून प्रयत्न करून पाहिला. जिथे या मुलानं माझ्याकडे धड पाहिलंही नाही तिथे माझ्याशी बोलण्याचा प्रश्नच नव्हता. बहुधा, लग्नाचे फोटो काढणं यापलीकडे त्याच्या डोक्यात काही शिरत नसावं. मला तर हा अपमान वाटला. सौ. चित्रे यांनी मला टेबलावर मांडलेल्या रुखवताच्या वस्तू दाखवल्या. आकर्षक रचना केलेल्या फराळाच्या वस्तू, हस्तकला, सौ. चित्रे यांनी स्वत: केलेल्या वस्तू - सगळंच बघण्यासारखं असूनही माझं मन तिथे लागेना. इथून कधी एकदा बाहेर पडतोय, असं मला झालं. इकडे दादा आणि भाई चित्रे यांच्या मात्र गप्पा चालूच. आपण निघूया अशी भुणभूण मी दादांच्या मागे लावली, तेव्हा कुठे या दोघांनी गप्पा आवरत्या घेतल्या.

वाटेत मी दादांशी एक शब्दही बोलले नाही. दादांच्या ते लक्षातही आलं नाही. ते एकदम खुशीतच होते. "बघ, काय योग असतात! इतक्या वर्षांनी आम्ही एकमेकांना भेटतो काय आणि लगेच सगळं जुळतं काय!" जणू काही लग्न ठरलंच अशा थाटात दादा बोलत होते.

आम्ही घरी आलो. घरचे सगळे वाटच बघत होते. ताईनं उत्सुकतेनं विचारलं, "मुलगा कसा आहे?"

दादा काही वर्णन करायच्या आतच मी म्हणाले, "फार बारीक आहे. उंची कमी आहे."

"मूर्खासारखं बरळू नकोस. उंची कमी कशानं? आपल्याकडे सगळे जास्त उंच आहेत म्हणून तुला तसं वाटत असेल."

"अगं, आत्ता बारीक वाटले तरी लग्नानंतर भरतील ते." ताईनं अगदी सगळं नक्की झालंच, अशा सुरात माझी समजूत घातली.

"अगं पण...." मला म्हणायचं होतं की, सुका बोंबील पाण्यात टाकला तरी तो फुगूनफुगून कितीसा फुगणार?

मला अडवत आजी म्हणाली, "त्यांना तू नावं ठेवतेस, तू काय आहेस? चिपाड नुसतं, काठीला कापड गुंडाळल्यासारखं. तुम्ही हल्लीच्या मुली दुसऱ्याला नावं ठेवण्यात चतुर. आम्हाला होती का हिंमत असं काही मोठ्या माणसांसमोर बोलायची!"

आधीच, चिरंजीव दिलीप चित्रे यांच्या शिष्टपणावर मी वैतागले होते. त्यात घरी आल्यावर त्याला न पाहताच आजीनं त्याची बाजू घेऊन मला बोलावं, याचा मला राग आला. पण कुणाच्या ते गावीही नव्हतं. आजीनं असा पाठिंबा दिला, विषय संपला.

मुलगा काय करतो, किती शिकलाय, घरात कोणकोण आहे वगैरे माहिती मला कुणी दिली नाही आणि मी विचारलीही नाही.

दोन दिवसांनी कळलं, थोडा घोळ झालाय. मुलगा मामेबहिणीचं लग्न आटपून दुसऱ्या दिवशी लगेच बडोद्याला जायला निघाला. जाण्यापूर्वी वडिलांनी विचारलं, "मग प्रधानांना काय सांगायचं?"

"कसलं?" मुलानं विचारलं.

"अरे, त्यांची मुलगी आवडली का तुला?"

आत्ता मुलाच्या डोक्यात प्रकाश पडला, मुलगा वैतागला. त्याला या प्रकाराची मुळीच कल्पना नव्हती. अजून चित्रे कुटुंबात मुलाच्या लग्नाचा विषयही कधी निघाला नव्हता. तसं सगळं अचानक घडलं होतं. परवा दादांची भाई चित्रे यांच्याशी भेट झाली आणि पटापट पुढील गोष्टी घडल्या. लग्नाच्या त्या घाई गडबडीत, लहान जागेत आणि जमलेल्या वऱ्हाडाच्या गोंधळात मुलाला आधी काही सांगितलेलंच नव्हतं.

परत भाई चित्रे यांनी मुलाला विचारलं, "मग काय सांगायचं त्यांना?"

ज्या मुलीला 'त्या दृष्टीने' आपण पाहिली नाही तिला 'हो' किंवा 'नाही' यातील काहीच सांगणं शक्य नाही, हे ठामपणे आई-वडिलांना सांगून मुलगा बडोद्याला निघून गेला. त्या पाठोपाठ चार दिवसांनी चित्रे मंडळी बडोद्याला गेली.

दादा अस्वस्थ झाले आणि मी डोक्यातून हा विषय काढून टाकला.

अन् आठ-दहा दिवसांतच भाई चित्रे यांचं दादांना पत्र आलं. दादांनी ते वाचलं, पुन्हा पुन्हा वाचलं आणि मला वाचायला दिलं. मी पत्र उघडून त्याकडे बघतच राहिले. अक्षर मोत्याच्या दाण्यासारखं टपटपीत, सुबक. लिहिण्यात कुठे खाडाखोड नाही. दोन शब्दांमधलं अंतर एकसारखं. मोजूनमापून लिहिल्यासारखं, रेशमानं काढलेला सुंदर कशिदाच.

मी पत्र वाचलं. त्यातून मला महत्त्वाची माहिती कळली. मुलगा आर्किटेक्ट आहे. बडोद्याला स्वतंत्र व्यवसाय करतो. मुंबईत त्याचे काही क्लायंट्स आहेत. त्यांच्याबरोबर मीटिंग आहे. त्यासाठी तो मुंबईला येणार आहे.

भाई चित्रे यांनी साधेपणानं लिहिलं होतं, ''अनायासे दिलीप त्याच्या कामानिमित्ताने तिकडे येतोय. जर तुम्हाला शक्य असेल तर शोभाला पाहायला येईल. तो दादरला मामाकडेच उतरेल. तिकडे संपर्क साधावा.''

या पत्राने सगळ्यांना घरात पुन्हा उत्साह आला.

***

जून महिना.

आज सकाळपासून पाऊस कोसळत होता. थांबण्याचं चिन्ह नाही. आज संध्याकाळी मुलगा मला बघायला येणार होता. ताई, दादा यांचं सारखं आतबाहेर चाललं होतं. पाऊस इतका भरला होता की, आणखी एक-दोन दिवस तरी तो थांबेल की नाही, याची शंकाच होती. आम्ही राहतो तो भाग सायन, कोळीवाड्याजवळचा खोलगट भाग. पावसाने सगळीकडे पाणी तुंबलं होतं. रविवार असूनही पावसामुळे रस्त्यावर विशेष रहदारी नव्हती.

ताई म्हणाली, ''या मेल्या पावसाला नेमका आजचा मुहूर्त कुठे सापडला?''

''असू दे. हा शुभशकुन म्हणायचा.'' दादा म्हणाले.

पावसाचा जोर थोडा कमी झाला. ताई-दादांना हायसं वाटलं. सुभाष दादरला मुलाला आणायला गेला. आमच्या गॅलरीतून समोरचा रस्ता थेट दिसतो. सुनीलनं बातमी दिली, एक टॅक्सी आली, पण पलीकडे थांबली आहे, पुढे येत नाही. सगळे गॅलरीत धावले. एवढं पाणी बघून टॅक्सीवाल्यानं मागेच टॅक्सी थांबवली. सुभाष टॅक्सीतून उतरला. त्याच्या मागोमाग मुलगा आणि दोन बायका. वास्तविक, ही मंडळी टॅक्सीतून जिथे उतरली तिथून पुढचं अंतर तसं विशेष नव्हतं. फक्त तेवढ्या रस्त्यावर गुडघागुडघा पाणी तुंबलेलं होतं.

मी खिडकीतून हळूच पाहत होते. बायकांनी साड्या वर खोचलेल्या आणि चिरंजीव दिलीप चित्रे हातात छत्री, पॅन्ट गुडघ्यापर्यंत दुमडलेली अशा अवतारात त्या गुडघाभर पाण्यातून तोल सावरत मुलगी बघायला निघाले होते. मला तर हसूच आवरेना.

प्रकाश म्हणाला, ''त्यांनी तिथेच थांबायला हवं होतं. तूच त्यांच्यासाठी चहापोहे घेऊन या पाण्यातून तिकडे जायला हवं होतंस. मग त्यांना मजा बघायला मिळाली असती.''

मी मान उडवली.

मंडळी घरात शिरली. एकदम गडबड उडाली. दादा, रत्ना टॉवेल घेऊन उभेच होते. मग थोडा वेळ ओले झालेले केस, अंग पुसणं, कपडे झटकणं वगैरे चालू होतं. त्याच्या जोडीला पावसाच्या गोष्टी. मी आतमध्ये बसून बाहेरचा कानोसा घेत होते. 'छातीत असं धडधडायला का लागलं?'

ताई म्हणाली, "हे काय, तू इथे काय बसलीस? बाहेर चल."

माझ्या छातीतली धडधड आणखी वाढली. पावसात न भिजताच माझे हातपाय थंडगार झाले. मी बाहेर आले. याच्याबरोबर आलेल्या त्याच्या मामी आणि मावशी या दोघींशी ताईनं माझी ओळख करून दिली.

मामींनी आणि मावशींनी मला स्वयंपाक करता येतो का? शिवणकामाची आवड आहे का, असले ठरावीक प्रश्न विचारले. मी त्या सगळ्या प्रश्नांची उत्तरं नकारार्थी दिली.

मला आपलं वाटत होतं, 'मुलाशी बोलावं. त्याला विचारावं, तुझ्या काय आवडीनिवडी आहेत? काय वाचायला आवडतं? आवडते लेखक कोण? कविता आवडतात? हिंदी चित्रपट बघतोस? नूतन काय टॉप आहे, काय काम करते! छे:, मला शम्मी कपूर, देव आनंद नाही आवडत. शशी कपूर आवडतो. गुरुदत्तचं डायरेक्शन टॉप! नाटकं आवडतात नं? बंगाली नाटकं, चित्रपट बघतोस तू? किती छान असतात. 'पुतुलखेला' मध्ये काय काम केलं होतं तृप्ती मित्रानं....' हे आणि असं कितीतरी. पण प्रत्यक्षात मी मुलाशी काही बोललेच नाही.

त्यानं काही प्रश्न विचारले. पण ते या स्वरूपाचे नव्हते. तसे जुजबीच होते आणि त्यांची उत्तरं मी देण्यापूर्वी दादा, सुभाष किंवा रत्ना देऊन मोकळे होत होते.

आता पाऊस थांबला होता. मग रत्ना जाऊन टॅक्सी घेऊन आला. ही टॅक्सी थेट बिल्डिंगपाशी येऊन थांबली. रत्ना या मंडळींना दादरला पोहचवून आला. चार दिवसांनी बडोद्याहून भाई चित्रे यांचं पत्र आलं, त्याच बोलक्या, रेखीव अक्षरातलं. मुलाला मुलगी पसंत आहे, ही बातमी या पत्राने दिली. त्यांनी पुढे लिहिलं होतं, "अजून वर्ष–दोन वर्षं तरी लग्न करण्याचा मुलाचा विचार नाही. आपली इतके दिवस थांबायची तयारी असेल तर लग्न ठरवून ठेवू...."

ताई म्हणाली, "आधी साखरपुडा उरकून टाकू. मग बघू या यांची दोन वर्षं."

लगेच दादा बडोद्याला गेले, साखरपुड्याची तारीख ठरवण्यासाठी. परतले ते अतिशय खुशीत. त्यांना बोलायला दुसरा विषयच सुचेना. "काय स्वभाव!... अगदी शांत... सुपारीच्या खांडाचं व्यसन नाही... व्यवस्थितपणा... नीटनेटकेपणा... मोकळा, आनंदी स्वभाव... वा, वा, वा...!!!"

माझ्या भावी नवऱ्याचं हे वर्णन ऐकून मी धन्य धन्य झाले. मग कळलं की, हे सर्व वर्णन मुलाचं नसून त्याच्या वडिलांचं आहे.

दादांची तरी कमालच झाली. अजूनपर्यंत त्यांना कमी का स्थळं सुचवली होती लोकांनी. पण कोणी स्थळ सुचवायचा अवकाश, यांना बरोबर त्यात काहीतरी खोड सापडायची. हैदराबादचं स्थळ... नको एवढं लांबचं. अमक्याचा मुलगा... मुळीच नको; त्याच्या आजोबांनी म्हणे बाई ठेवली होती. तमक्याचा मुलगा... नको; कारण त्याचे मामालोक म्हणे लफंगे आहेत. कोणा मुलाची आई जहांबाज आहे तर कोणाची आजी कजाग आहे. हे आणि असंच; आणि आता मित्राचा मुलगा म्हटल्यावर कसलीही चौकशी न करता दादांनी सर्व ठरवून टाकलं.

'बडोदा तसं काही लांब नाही. रात्री इथे गाडीत बसलं की, पहाटे चहा घ्यायला बडोद्याला....' असं ते जातायेता ताईला आणि आजीला सांगू लागले आणि दादांनी माझं लग्न ठरवण्याची घाई केली, असं नातेवाईक म्हणू लागले.

बघताबघता साखरपुड्याचा दिवस येऊन ठेपला. घरातले सर्व उत्साहाने तयारीला लागले. बडोद्याहून बरंच वऱ्हाड साखरपुड्याला आलं. लग्न ठरलं तरी, त्या दाखवण्याच्या कार्यक्रमानंतर दोन महिन्यांनी आम्ही प्रथमच एकमेकांना भेटलो. भेटलो तेही, सर्व नातेवाइकांच्या घोळक्यात. साखरपुडा झाला. भाई चित्रे या लहानपणापासून कानी पडलेल्या नावाशी माझं नातं जोडलं जाणार, यावर शिक्कामोर्तब झालं. हे जुने मित्र एकमेकांना या नव्या नात्यानं अहो-जाहो संबोधू लागले. भाई चित्रे यांना वडिलांचे मित्र म्हणून आणि घरी मुलं म्हणतात म्हणून मीही 'काका' म्हणू लागले आणि याच्या आईला 'आई' म्हणू लागले.

दोन दिवस अगदी गडबडीत गेले. सारखं भटकणं चालू होतं. अर्थात, आमच्या बरोबर याचा भाऊ, मावस-मामे भावंडं, इतर नातेवाईक असा हाऽऽ भलामोठा घोळका कायम. घरी सगळ्यांनी मला चिडवून हैराण केलं की, हा सारख 'घेरा डालो', प्रकार काय चाललाय म्हणून.

सकाळी लवकर जाग आली. आज रात्री हा आणि साखरपुड्याला आलेली सर्वच मंडळी बडोद्याला परतणार. परत कधी भेट? एकदम वाईट वाटलं. काल-परवापर्यंत, लग्न ठरलेलं असूनही, दिलीप चित्रे या व्यक्तीविषयी, त्या नावाविषयी तशा कुठल्याच भावना निर्माण झाल्या नव्हत्या. 'मग आत्ताच हे असं काहीतरी वेगळं का वाटावं? अशी हुरहूर कशी लागली? घरात सगळ्यांची गडबड उडाली होती. दुपारी जेवायला सगळी मंडळी आमच्याकडे येणार होती. जेवणं झाली, सगळेच सुस्तावले. मी आईंना म्हटलं, "आम्ही महालक्ष्मीला जाऊन येतो."

"कोण कोण जातंय?" आईंनी विचारलं. मला भीती वाटली, आता परत सगळे आपल्याबरोबर येणार अशी.

"कोण कोण काय विचारतेस? ते दोघंच जातील." काका हसून म्हणाले.

आम्ही बाहेर पडणार एवढ्यात काकांनी याला थांबवलं. त्या दोघांचं थोडं बोलणं झालं आणि आम्ही घरून निघालो. बाहेर पडल्यावर मी याला विचारलं, "काय म्हणत होते काका?"

हा हसायलाच लागला. "अगं, काकांना काळजी ही की, मी तुला घेऊन बाहेर पडतोय खरा, पण पुरेसे पैसे आहेत नं माझ्याजवळ. मला म्हणाले टॅक्सीनं जा. सावकाश संध्याकाळपर्यंत परत या."

महालक्ष्मीची ती संध्याकाळ नितांत सुंदर ठरली. मावळतीचा सूर्य, उफाळलेला समुद्र, प्रथमच मिळालेला एकांत. हा बोलत होता, मी नुसतं ऐकत होते. कळलं की, याला वाचायची आवड आहे, कविताही करतो. यानं त्याच्या काही कविता म्हणून दाखवल्या. मी भान हरपून त्या ऐकल्या.

त्याच रात्री हे सर्व बडोद्याला परतले. पुढील महिन्यात गणपतीसाठी मला बडोद्याला पाठवायचं दादांकडून सर्वांनी कबूल करून घेतलं.

बडोद्याला परतल्यावर याचं पत्र आलं. पहिलंवहिलं प्रेमपत्र, त्या पत्रात आमच्या पहिल्या भेटीवर, महालक्ष्मीच्या 'त्या' संध्याकाळवर केलेली कविता...

> 'केतकीबनात शहारणाऱ्या गंधासारखी
> अपरिचित संध्याकाळ. तिच्यासमवेत.
> (तशी पहिलीच.)....'

मी पुन्हा पुन्हा कविता वाचत होते. शिवाय यानं लिहिलं होतं, 'तुला सारख्या उचक्या लागत असतील नं? पण गैरसमज करून घेऊ नकोस. मी काही तुझी आठवण सतत काढत नाही. पण ताई-काका मात्र सारखी तुझी आठवण काढत असतात. त्यांना बोलायला दुसरा विषयच नाही. साखरपुडा झाल्यापासून साला आमचा भाव घरात एकदम डाऊन झालाय. काका तर, घरी येणाऱ्याजाणाऱ्या प्रत्येकाला, त्यांचे मित्र चिंतोबा प्रधान आणि त्यांची मुलगी या विषयावर बोलूनबोलून बोअर करत असतात.'

पाठोपाठ काकांचं पत्र आलं, सुवाच्य अक्षरातलं, सविस्तर. साखरपुड्याचा समारंभ चांगला पार पडल्याचं त्यांनी लिहिलं होतं. तसंच, जुन्या मैत्रीला असा उजाळा मिळाला, ती मैत्री आता नात्यानं दृढ होणार याचा त्यांना झालेला आनंदही त्यांनी व्यक्त केला होता. शिवाय, मला गणपतीला बडोद्याला पाठवण्यासाठीही त्यांनी लिहिलं होतं.

ऑफिसमध्ये रजेसाठी अर्ज केला. सगळ्या जणींनी चिडवायला सुरुवात केली. कोणीतरी म्हणालं, "बडोद्याला उतरणार कोणाकडे?"

"कोणाकडे म्हणजे काय? याच्याच घरी. आमचं बडोद्याला कोणीच नाही." मी म्हणाले.

दुसरीनं विचारलं, "तुझे आईवडील तयार आहेत याला?"

"प्रश्न कुठे आला? सगळ्यांच्या संमतीनं आणि विचारविनिमयानंच ठरलं आहे हे."

"बघ बाई, इतक्यात वर्ष-दोन वर्षं त्यांची लग्न करायची तयारी नाही म्हणतेस. तू तिथे त्यांच्याचकडे जाणार... राहणार. उद्या काही कारणानं जर लग्न फिसकटलं तर लोक काय म्हणतील?"

कदाचित हा मुद्दा चुकीचा नसेलही. पण आमच्या कोणाच्या डोक्यात मात्र तो आला नाही आणि आला असता तरी तो तेवढा महत्त्वाचाही वाटला नसता. मी बडोद्याला जाण्याच्या तयारीला लागले.

***

मुंबईहून निघाले. भल्या पहाटे पाच वाजता गाडी बडोदे स्टेशनात शिरली. मला घ्यायला हा, याचा भाऊ संदीप आणि इतर काही मंडळी आली होती. स्टेशनमधून आम्ही बाहेर पडलो. पहाटेच्या त्या धूसर वातावरणात गाव विलक्षण सुंदर भासलं. टांग्यात बसून आम्ही घराकडे निघालो. या गावाचं कौतुक अनेकांकडून पूर्वी ऐकलेलं. हे आता माझं गाव होणार. रस्त्यावर अजून वर्दळ सुरू झाली नव्हती. आमचा टांगा पुढेपुढे जात होता. हा माहिती सांगत होता. गायकवाडीच्या खुणा या गावावर दिसत होत्या. कमाठीबागेवरून टांगा पुढे निघाला. आम्ही 'जेल रोड'ला लागलो. दुतर्फा वडाची प्रचंड मोठी झाडं, त्यांची रस्त्यावर उंच अशी एक सलग कमान झालेली. लोंबणाऱ्या पारंब्या आणि काळ्याभोर गुळगुळीत रस्त्यावरून धावणाऱ्या घोड्यांच्या टापांचा त्या पहाटेच्या वातावरणात घुमणारा लयबद्ध आवाज. तिथून पुढे टांगा दांडिया बाजारकडे वळला. कादवेकर वाडा आला. वाड्याच्या बाहेर टांगा थांबला. एका बोळवजा गल्लीतून आम्ही आतमध्ये प्रवेश केला.

हा कादवेकर वाडा. मध्ये भरपूर मोकळी जागा, सभोवती बिऱ्हाडं. एकमजली–दुमजली अशा दोन-तीन जीर्ण इमारती, एकमेकींच्या गळ्यात पडल्यासारख्या. मधल्या मोकळ्या जागेत चार-सहा गायी शांतपणे पहुडलेल्या. आमची चाहूल लागताच, त्यातल्या एकीनं जऽऽरा डोळे किलकिले केले आणि अजून उठायची वेळ झालेली नाही, हे लक्षात घेऊन पटकन मिटूनही घेतले. बाजूनं दोन-चार कुत्री एकदम धावून आली. मी श्वास रोखला. पण, सर्वसाधारणपणे समोर दिसणारा प्रत्येक माणूस चोरच आहे असं समजून कुत्री जो स्वतःच्या जीवाचा आकांत करतात, तसं या बापड्यांनी काही केलं नाही. माझ्या बरोबरीची मंडळी परिचित

वाटली असल्यानं त्यांनी फक्त 'काय कसं काय', अशा काहीशा सुरात माझं स्वागत करून परत आपली जागा गाठली.

नुकतंच कुठं उजाडत होतं. पण वाडा मात्र टक्क जागा. कुठे फरफरणाऱ्या स्टोव्हचा आवाज, कुठे पाणी भरण्याचा. कुणी दारात दात घासत उभे, तर कुणी हाती टमरेल घेऊन निघालेले. लोक दारादारातून मला बघायला उभे, वरच्या गॅलरीतसुद्धा. काहीतर आमच्या मागोमाग घरातही शिरले.

मी घरात प्रवेश केला. आई, काका आमची वाटच पाहत होते. पहिली खोली बैठकीची, लहानशी. टेबल, चार खुर्च्या मांडलेल्या. कोपऱ्यात एक काचेचं कपाट. त्यात खेळणी मांडलेली, मातीची रंगीत फळं, सुबकशा कपबशा.

टेबलावर विणलेला टेबलक्लॉथ. त्यावर ठेवलेल्या पंख्याला भरतकाम केलेलं कव्हर घातलेलं. आई शिवण-भरतकामाच्या शिक्षिका. त्यांची कलाकुसर ठिकठिकाणी दिसत होती.

मग मधल्या खोलीत आम्ही आलो. ही खोली मुळात प्रशस्त असावी, पण प्रचंड सामानानं व्यापलेली. खोलीच्या मधोमध झोपाळा टांगलेला. मला त्याची गंमत वाटली. उजव्या हाताला डायनिंग टेबल, फिकट निळ्या रंगाचा सनमायका लावलेलं, काळेभोर शिसवी पाय. मला या घराची मजा वाटली. जुनं-नवं सगळं इथे सहज सामावलं आहे. खोलीच्या डाव्या बाजूला कुणाच्या अध्यातमध्यात नसल्यासारखा एक आरसा भिंतीवर लटकावलेला, त्याचा पाराही उडून गेलेला. माझ्या चेहऱ्यावरचे आश्चर्याचे भाव पाहून काका मिश्किलपणे म्हणाले, "या आरशाबद्दल काही बोलू नकोस हांऽऽऽ! हा हिच्या माहेराहून लग्नात आलेला आहे."

याच खोलीत एका कोनाड्यात देव मांडलेले. मागील बाजूचं दार पडवीकडे जाणारं. उजव्या हाताचं दार स्वयंपाकघराकडे जाणारं.

मी स्वयंपाकघरात गेले. गच्च अंधार असलेली अरुंद पण लांब खोली. या खोलीच्या डाव्या हाताला टेबलावर गॅस ठेवलेला. खोलीच्या टोकाला मोरी, त्यात पाण्याचं पिंप. तसंच मोरीच्या बांधावर माठ, तपेल्या, कळशा पाण्यानं भरलेल्या. मोरीच्या मागील बाजूला दार - बाथरूममध्ये जाणारं.

काका म्हणाले, "शोभा, डोलात गरम पाणी आहे. हात, पाय धुऊन घे."

मला 'डोल' या शब्दानं हसूच आलं.

आई म्हणाल्या, "अगं, ह्यांना सारखं गावड्या गावात फिरायला लागतं नं त्यामुळे यांची भाषा अशी."

या वेळी मी, हा आणि संदीप असे तिघंही हसलो.

मी हातपाय धुतले. देवाला नमस्कार केला. आई-काकांना नमस्कार केला.

"नमस्कार राहू दे. एवढी प्रवासाहून आलीस. आधी गरमागरम चहा घे."

काकांनी चहाचा कप माझ्या हातात ठेवला.

मला एकदम दादांची आठवण आली. आमच्याकडे सकाळचा पहिला चहा दादा करतात. रोज चहाचा कप माझ्या हातात देतात.

झोपाळ्यावर बसून चहा घेताना मला मज्जाच वाटली. एकदम कुणीतरी म्हणालं, ''बा आल्या, बा आल्या....''

'बा' या शब्दानं माझ्या डोळ्यांसमोर फार पूर्वी दादरला आमच्या शेजारी राहणाऱ्या, गोऱ्या रंगाच्या, काळ्या साडीत वावरणाऱ्या, सतत डोकं झाकून घेणाऱ्या गुजराती बा उभ्या राहिल्या.

बघितलं तर एक कमी उंचीच्या आजीबाई. नऊवारी साडीतल्या, साडीचा बोंगा झालेला. केस पिकलेले. समोरचे दात पुढे धावलेले, बाजूचे बेपत्ता झालेले. त्यामुळे तोंडाचं बोळकं झालेलं. मी पटकन त्यांना वाकून नमस्कार केला. त्यांनी मला प्रेमानं जवळ घेतलं.

''अगं, बा होत्या म्हणून माझी नोकरी झाली. दिलीप-संदीप यांच्याकडेच वाढले. बांनी खूप केलं मुलांचं. अजूनसुद्धा मुलं वाड्यात शिरली की, आधी या गडकऱ्यांच्या घरात डोकावतात. मग घरी येतात.'' आईंनी माहिती पुरवली.

''कमूताई, चांगली आहे हो पोरगी.'' बा कौतुकानं म्हणाल्या.

बा आईंना कमूताई म्हणाल्या, त्यावरून त्या आईंना लग्नाआधीपासून ओळखत असाव्यात, हे माझ्या लक्षात आलं.

काका पटकन म्हणाले, ''मुलगी चांगली आहे म्हणजे काय, प्रश्नच नाही. चिंतूची मुलगी आहे ती. शोभा, तुझे दादा अगदी प्रेमळ, साधे आहेत. कुणालाही मदत करायला त्यांचा हात पुढे असतो. अगं, मी मॅट्रिक झाल्यावर महाड सोडून इकडे बडोद्याला यायला निघालो; त्याच वेळी हे मुंबईला यायला निघाले. आमची दोघांची त्या वेळी परिस्थिती ती काय! जेमतेम गाडीभाड्यापुरते पैसे जवळ होते. मी महाडहून निघायच्या वेळी तुझे दादा मला भेटायला आले. म्हणाले की, मी तर इथे जवळच मुंबईला जातोय, पण तुझा पल्ला दूरचा आहे. परका मुलूख, माझ्यापेक्षा तुला पैशाची जास्त जरूर आहे. हे पाच रुपये घे.''

आज ही आठवण सांगताना काकांच्या डोळ्यांत पाणी आलं.

क्षणभर थांबून मग हसून ते म्हणाले, ''पण त्यांनी कधी ते पैसे माझ्याकडून परत घेतले नाहीत. मीही दिले नाहीत.''

''काका, हे बँकेतले लोक पक्के व्यवहारी. त्यांनी मुद्दामच तुमच्याकडून ते पैसे परत घेतले नाहीत. गेल्या तीस–पस्तीस वर्षांत त्यावर एवढं व्याज चढलंय की, ते फेडणं काही आपल्याला शक्य नाही. म्हणून तर आपल्याला त्यांची मुलगी करून घ्यायला लागते आहे.'' हा साळसूदपणे म्हणाला.

काका वैतागले, ''दिलीपा, पुरे तुझा वाह्यातपणा.''

''वहिनी, आमचा दादा म्हणजे ग्रेटच. सारखा सगळ्यांना असं सतावत असतो. मुंबईहून आम्ही साखरपुड्याहून परत आलो तर, ताई सारखी मागे लागली त्याच्या की, अरे, शोभाला पत्र लिही म्हणून. तर हा म्हणतो, काकांनी लिहिलंय दादांना, मग मी कशाला लगेच लिहायला हवं? लिहीन सावकाश. शेवटी ताईला सांगितलं की, मी कार्ड टाकलंय शोभाला. मग ताई एवढी चिडली दादावर! एवढं कसं कळत नाही? कार्ड कसलं टाकलंस? तिच्या घरचे काय म्हणतील? मग जेव्हा तिला समजलं की, गंमत केली दादानं तेव्हा तर ती आणखीनच चिडली त्याच्यावर.''

संदीपनं हे सांगताच आम्ही सगळेच हसलो.

माझ्या मनावरचं दडपण कमी झालं. इथं येताना किती घाबरायला झालं होतं. परका गाव... परकी माणसं. याचे एवढे नातेवाईक, एवढा गोतावळा. सगळेच वेगळ्या नजरेनं आपल्याकडे बघणार... आपल्याला जोखण्याचा प्रयत्न करणार. नुसती मुंबईची मुलगी म्हटल्यावर दुसऱ्या गावातल्या लोकांचा बघण्याचा दृष्टिकोन वेगळा असतो. आमचं लग्न ठरल्याचं कळताच याच्या नातेवाइकांत चर्चा झाली म्हणे. सगळ्यांचा सूर एकच की, यानं लग्न ठरवण्याची घाई केली म्हणून. पाहिलेली पहिलीच मुलगी पसंत केली, काय हा वेडेपणा! चार मुली बघायच्या... सावकाश होकार, नकार कळवायचा. हा एवढ्यात लग्न ठरवेल याचा कुणाला पत्ता नव्हता, खुद्द यालाही.

याच्या घरातलं वातावरण बघितलं आणि मला हायसं झालं. अगदी उत्साही वातावरण. सगळे जण स्वभावानं बोलके, मोकळे. काकांचा स्वभाव दादांनी सांगितल्याप्रमाणे शांत, हसतमुख. सतत काहीतरी गमतीदार बोलणार, थट्टामस्करी करणार. त्यामुळे ते सासरे असूनही त्यांची भीती वाटली नाही.

नाहीतर आमच्याकडे दादांचा धाक, दरारा. घरात मोठे भाऊ, धाकटे भाऊ. नुसती पुरुषसत्ताक राज्यपद्धती. इथं तसं नाही.

''दिलीपा, आता तुम्ही दोघं तयार होऊन बाहेर फिरून या. शोभाला गाव दाखव. मात्र आधी फणसे वाड्यात जाऊन या होऽऽऽ!,'' आईंनी याला सांगितलं. पुढे त्या मला म्हणाल्या,

''शोभा, माझे काका राहतात तिथे, जुनी माणसं. तुम्ही दोघांनी सगळ्यांना खाली वाकून नमस्कार करा. अगं, आम्ही फणसे म्हणजे सरदार. आमच्या घराण्याचे मूळ पुरुष काकासाहेब फणसे एवढे श्रीमंत होते म्हणतेस की, ते त्या वेळी गायकवाडांचे सावकार होते, गायकवाडांना ते कर्ज पुरवायचे. कोणीतरी गायकवाडांचे कान फुंकले. आपल्या सावकाराचं एवढं वैभव त्यांना सहन झालं नाही आणि त्यांनी

काकासाहेब फणशांना पकडायला माणसं पाठवली. त्यांची संपत्ती जप्त करायला सैन्य पाठवलं. काकासाहेबांना बातमी कळताच त्यांनी माणसं बसवली जात्यावर आणि हिरे-माणकं दळून टाकली. स्वत: हिरकणी गिळली. काही मिळालं नाही गायकवाडांना.''

एखाद्या अद्‌भुत कथेसारखी आईंच्या तोंडून मी ही हकिगत ऐकली. एखादी गोष्ट रंगवून सांगण्याचं आईंचं कसबही न्यारंच. बारीकसारीक तपशील आणि आवाजातले चढउतार अन् हावभाव यातून एखादा प्रसंग समोर घडल्यासारखा त्या उभा करतात. मग कधी एकदा तो प्रसिद्ध फणसे वाडा मी बघते, असं मला झालं.

बारीक जरीची काडी असलेली साडी मी नेसले. मला तयार झालेली पाहून आईंनी खुशीनं मान डोलावली. काकांनी एक टपोरं गुलाबाचं फूल मला केसांत माळायला दिलं. संदीपनं आमचा दोघांचा फोटो काढला.

कादवेकर वाड्यातून आम्ही बाहेर पडलो. रस्त्यावर सगळेच याच्या ओळखीचे. मग प्रत्येकाशी थांबून माझी ओळख करून देणं सुरू झालं. मला तर लाज वाटत होती.

एक चढण चढून आम्ही वर पोहचलो. घरापासून तसं पाच मिनिटांच्या अंतरावरच आणि हा म्हणाला, ''हा फणसे वाडा.''

''हा फणसे वाडा?'' माझा विश्वासच बसेना.

आईंच्या तोंडून फणसे वाड्याचं एवढं वर्णन ऐकून डोळ्यांपुढं एक चित्र उभं राहिलं होतं. अर्थात, पूर्वीचं वैभव जरी नसलं तरी तो वाडा अशा अवस्थेला आलेला असेल, हे खरंच वाटेना.

सगळं कसं रखरखीत, उदास. मध्ये मोकळी जागा आणि आजूबाजूला एकेक दोन-दोन खोल्यांतून थाटलेले संसार. कुठे आजूबाजूला हिरवा रंग नाही. एखादं रानटी फूलही नाही. एकेका बिऱ्हाडात जाऊन आम्ही आईंच्या एकेक काकांना भेटून आलो. वाढत्या वयानं ढासळलेली माणसं. कोणाला नीट ऐकू येत नाही, कोणाला धड दिसत नाही. पूर्वी याच काकांनी ब्रिटिश आमदानीत रेल्वेत नोकऱ्या केल्या. मोठेमोठे बंगले, नोकरचाकर सगळं वैभव भोगलं. सेवानिवृत्त होऊन एकेक जण बडोद्याला परतले ते या जुन्या वाड्याकडे. स्वत:चा या जागेवरचा हक्क टिकवण्यासाठी या खोल्या-दोन खोल्यांत संसार मांडून बसले.

आईंना सहा काका आणि दोन आत्या. त्यांची मुलं... परत त्या मुलांची मुलं. कुटुंबाचा विस्तार मोठा. प्रत्येकाला आशा एकच की, काकासाहेब फणशांची एवढी संपत्ती होती, त्यातली काहीतरी आपल्या हाती लागेल. वाड्यात पुरलेले धनाचे हंडे कधीतरी आपल्याला सापडतील.

वाड्यातून आम्ही बाहेर पडलो. या गल्लीतून, त्या बोळातून फिरवत यानं मला

एका बंगल्यासमोर उभं केलं.

''इथं काय आहे?''

''माझं ऑफिस.'' यानं वरती बोट दाखवलं. तिसऱ्या मजल्याच्या गॅलरीशी 'रचना आर्किटेक्ट्स' हा बोर्ड झळकत होता.

हा म्हणाला, ''हा कर्नल चव्हाणांचा बंगला. बंगल्याची वरची जागा मी भाड्यानं घेतलेली आहे. तिथं माझं ऑफिस आहे. वरती जायच्या आधी आपण कर्नल चव्हाणांना आणि काकूंना भेटूया. दोघं खूप प्रेमळ आहेत.''

आम्ही आत गेलो. यानं ओळख करून दिली, ''या कर्नल काकू आणि हे कर्नल काका.'' - मला हसूच आलं. मी दोघांना नमस्कार केला.

काकूंनी माझी चौकशी केली. म्हणाल्या, ''मी वाटच बघत होते. जा वरती जाऊन या. मी चहा ठेवते. दिलीप, तुमच्या आवडीच्या चकल्याही केल्यात.''

आम्ही वरती गेलो. ऑफिस अगदी हवेशीर, भरपूर प्रकाश असलेलं, नीटनेटकं लावलेलं. दोन-तीन विद्यार्थी तिथे काम करत होते. खोलीत मध्ये स्टॅन्ड, त्यावर एका बाजूला ह्याच्या विषयाची— आर्किटेक्चरवरची पुस्तकं अन् दुसऱ्या बाजूला मराठी ललित साहित्याची पुस्तकं.

''एवढी पुस्तकं तुझी?'' मी आश्चर्यानं विचारलं अन् पुस्तकंच बघत राहिले.

''आता पुस्तकं राहू दे. खाली काकू वाट बघत असतील. अजून दोन-तीन ठिकाणी जायचंय आपल्याला.''

आम्ही तिथून बाहेर पडलो.

पुढचे चार दिवस कसे कुठे गेले, कळलंच नाही. घरात गौरी-गणपतीची गडबड. आमचं बाहेर भटकणं. एवढे नातेवाईक, स्नेही, सोबती. कितीतरी माणसं भेटली. नावं तरी कोणाकोणाची लक्षात ठेवायची?

या काळात इथं वावरताना मी पुढील आयुष्याचा सूर शोधण्याचा प्रयत्न करत होते. या घरातल्या चालीरीती, व्यवहार टिपत होते. घरातल्यांच्या स्वभावाचा अंदाज घेत होते.

आईंना सर्व गोष्टींची प्रचंड हौस, अतिउत्साह. बोलताना आवाजाची पट्टी मात्र कायम वरची आणि साध्या बोलण्यातही जबरी हुकूमत. पूजेला यायला भटजींनी खूप उशीर केल्याबद्दल आईंनी त्यांना खड्या आवाजात असा काही दम भरला की, मीच घाबरले.

संदीप, याचा एकच भाऊ. वयानं याच्याहून खूप लहान. अगदी बंगाली कादंबऱ्यांत असतो तसा हा दीर. प्रेमळ, मोकळा, वहिनीच्या आगेमागे करणारा.

माझी सुट्टी संपली. मी मुंबईला यायला निघाले. सगळ्यांनी मला लवकर परत येण्याचा आग्रह केला.

गाडीत बसले. गाडी सुटली आणि माझे डोळे पाणावले. साखरपुड्यानंतर महिन्याच्या आतच झालेली भेट. मनीची हुरहूर अधिकच वाढवणारी. परत आता याची भेट कधी होणार? एक हळवी वेदना उरात बाळगून माझा प्रवास सुरू झाला. याच्या सहवासात एवढा काळ कसा अगदी क्षणासारखा हातून निसटून गेला. वेळ अपुरा पडला. कितीतरी गोष्टी बोलायच्या राहूनच गेल्या. काही वेळा शब्दच मुके झाले. हे असं कसं झालं? कालपर्यंत एकमेकांना अपरिचित असलेले दोघं आज जन्मोजन्मीच्या नात्यानं कसे जोडले गेलो? इतकं अचानक सगळं घडलं, खरंच वाटत नाही.

डोळ्यांवर झोपेचं झापड आलंय. गेल्या चार दिवसांत रोजची जागरणं. मला रात्री इतक्या उशिरा झोपायची सवय नाही. खूप थकायला झालंय.

हा म्हणाला होता, "असं थकून कसं चालेल? तुला रात्रीच्या जागरणाची सवय करायला हवी. आम्ही निशाचर माणसं. आम्हाला झोपच कमी."

'नुसती जागरणाचीच काय, कितीतरी गोष्टींची आता सवय करून घ्यायला हवी.'

याच्याकडे जेवण किती तिखट असतं. आई एकेक पदार्थ मस्त करतात. खिम्याचे पॅटीस... बाकरवड्या... रुमालीवड्या. गौरी जेवायच्या दिवशी केलेलं मटणवड्याचं जेवणही असलं काही झणझणीत, मला तर पाण्याच्या घोटाबरोबरच प्रत्येक घास खावा लागला. मग सगळ्यांनी मला चिडवलं. जीभ चांगलीच चरचरली ते तिखट खाऊन.

"आम्हाला नाही ते मोळं खायला आवडत. सगळं कसं झमझमीत पाहिजे." आईंनी सांगून टाकलं होतं.

याला तर इतकं तिखट जेवण असतानासुद्धा पानात हिरवी मिरची हवीच. 'पण इतकं तिखट खाणारी माणसं स्वभावानंही तिखट तर नसतील नं?'

अर्धवट झोप... अर्धवट गुंगी....

...मखरात बसलेली गणरायाची सुबक मूर्ती. यानं आणि संदीपनं मिळून केलेली आरास, मागे फिरतं चक्र. उघडझाप करणाऱ्या दिव्यांच्या माळा, फुलांची आरास. टाळ-मृदुंगाच्या गजरात होणाऱ्या आरत्या. आरत्यांना होणारी गर्दी, यंदा तर जास्तच. पितांबर नेसून पूजेला उभा राहणारा हा....

आईंनी समजावून सांगितलेल्या एकेक पद्धती. गौरीची गणपतीसारखीच मूर्ती पाहून मला आश्चर्य वाटलं. आमच्याकडे तेरडा पूजतात. गौर तेरड्याची. तेरड्याला साडी गुंडाळून, कागदाचे हात लावायचे, मुखवटा लावायचा. गौरीची अशी मूर्ती मी नव्हती पाहिली कधी.

आई म्हणाल्या, "आपल्या चित्र्यांकडे गौरीची मूर्ती असते. अगं, खूप जुनी

गोष्ट, मला माझ्या सासूबाईंनी सांगितलेली, त्यांनी त्यांच्या सासूबाईंकडून ऐकलेली. त्या वर्षी म्हणे पोलादपूरला गणपती आले, गौर आली. तेरड्याची गौर सजवली. वडेमटणाचा नैवेद्य झाला, गौर जेवली. सवाष्णी जेवल्या. सगळं कसं यथासांग पार पडलं. पण त्याच रात्री म्हणे वाघानं येऊन ती तेरड्याची गौर पळवली. तेव्हापासून गौरीची मूर्ती आणायची प्रथा आपल्याकडे सुरू झाली. तरी, या तेरड्याच्या गौरीचा मान खराच. तेरड्याची गौर सुपलीत घेऊन नाचवायची. तिला आपलं वैभव दाखवायचं.''

मग सुपलीत तेरडा घेऊन नाचवलेली गौर. त्या जुन्या, अंधाऱ्या, ओल आलेल्या घरात तिथल्या तिथे गौर नाचवत असताना मी गौरीला उलगडून दाखवलेलं माझ्याच आयुष्याचं स्वप्न... मोकळं घर, काव्य-शास्त्र-विनोदात रंगलेलं... पुस्तकांच्या वासानंही धुंद होणारं... हसणारं, हसवणारं.

मग गौरीच्या मूर्तीला नखशिखान्त नटवलं होतं. आईंकडे सगळे छोटेछोटे दागिने आहेत गौरीचे. काय तेज आलं होतं गौरीला!

मी आईंना विचारलं होतं, ''आई, दादासाहेब म्हणजे आपल्या काकांचे मोठे भाऊ. मग गौर-गणपती आपल्याकडे कसे येतात?''

''अगं, त्याचं काय झालं, लग्न करून आम्ही या वाड्यात राहायला आलो. नंतर मला नेहमी एकच स्वप्न पडायचं. स्वप्नात कुणी सवाशीण दिसायची. आपल्याकडे यायची, पाटावर बसायची. मोठं कुंकू, हिरव्या बांगड्या, हिरवी साडी. मला कळेचना या स्वप्नाचा अर्थ. मग माझ्या सासूबाई राहायला आल्या इकडे. तेव्हा त्यांना एकदा मी बोलले या स्वप्नाबद्दल, तर त्यांना एकदम रडूच आलं. म्हणाल्या, 'काय सांगू, आपल्याकडे पूर्वी गौरी-गणपती येत असत. मोठा उत्सव होई. खूप मंडळी जमत. पण हळूहळू परिस्थिती पालटली. डामडौल मोठा आणि हाती नाही पैका. बसल्या जागेवरून न हालणारे पुरुष. कसं पुरं पडणार. किती पुरं पडणार? घरात खायची मारामार अशी पाळी आली. मग कसले देवधर्म करणार? इतक्या वर्षांत घरात गौरगणपती आले नाहीत. म्हणून तुझ्या स्वप्नात ती गौर येत असावी.'

मी त्यांना सांगितलं, तुम्ही काळजी करू नका. आम्हाला होईल तसं आम्ही करू. पण यापुढे घरात गौर येईल, गणपती येईल. तेव्हापासून आम्ही गौर-गणपती आणणं सुरू केलं. मग मात्र मला कधी ते स्वप्न पडलं नाही.''

''आई, तुम्हाला भीती नाही वाटली त्या स्वप्नाची?'' मी विचारलं.

''त्यात कसली भीती? स्वप्नात चांगली सवाशीण दिसत होती!''

आमच्या गोष्टी ऐकत बसलेला संदीप म्हणाला, ''आमची ताई म्हणजे काय आहे, याची कल्पना नाही तुम्हाला वहिनी. ती कसली कोणाला घाबरते? देवसुद्धा

तिला टरकतील; लोकांचं सोडाच. ताई, त्या गंगूबाईंची गोष्ट सांग नं वहिनींना.''

गंगूबाईची गोष्ट म्हटल्यावर आई खुलल्या, ''अगं, काय एकेक बायका असतात. मी जबरी, माझ्यापुढे नाही कोणाचं कधी काही चालायचं. भुताखेताला घाबरणारी बाई नाही मी. इथं, वाड्यात आम्ही राहायला आलो तेव्हासुद्धा काहीबाही सांगितलं होतं लोकांनी मला. या जागेत म्हणे रात्रीचे कसकसले आवाज येतात, बांगड्या वाजतात. मी म्हटलं, बघू या तरी. पण मला नाही कधी काही दिसलं अन् कसले आवाज आले.''

आईंनी अशी सुरुवात केल्यावर माझी उत्कंठा शिगेला पोहचली.

''त्या गंगूबाई तिकडे लहेरीपुऱ्यात राहायच्या, वाड्यात अधूनमधून यायच्या. कळकट चेहरा, मिचमिचे डोळे. वातेरं नुसतं. सगळे म्हणायचे, ही बाई करण्या करते. हिला घरात घेत जाऊ नका. पण मी नाही कोणाचं ऐकलं. अगदी करकरीत तिन्ही सांजेला अवेळीच आपल्याकडे यायच्या. येऊन एखादं तरी पांढरं फूल मागायच्या. कितीदा तरी त्यांना बजावलं की, अशा भलत्या वेळी भलती गोष्ट मागायला येत जाऊ नका म्हणून. तर एकदा अमावास्येच्या दिवशी करकरीत तिन्ही सांजेला या दारात हजर. तोंड वेंगाडत आल्या थोडं विरजण मागायला. सगळा गाव सोडून बऱ्या आल्या इथं आपल्याकडेच. मी चिडले, खूप बोलले त्यांना. मग मलाच वाईट वाटलं. वाटलं, 'यांनी काय वाकडं केलंय आपलं? एवढ्या लांबून आल्यात; द्यावं झालं थोडं विरजण त्यांना.' म्हणून मी उठून आत गेले. दिलीप तेव्हा तान्हा होता. तो झोळीत खेळत होता. हे आखाड्यात गेले होते. एकदम दिलीप किंचाळायला लागला म्हणून मी धावत बाहेर आले, तर या गंगूबाई पळण्याच्या तयारीतच. मी दिलीपकडे धावायच्या आधी पटकन जाऊन गंगूबाईंना घट्ट पकडलं आणि दुसऱ्या हातानं दिलीपला झोळीतून बाहेर काढला. बघते तर त्याच्या अंगाखाली टाचण्या टोचलेलं लिंबू, त्यावर गुलाल टाकलेला. मी ते सगळं त्यांच्याच तोंडावर फेकलं. चांगली खरडपट्टी काढली त्यांची. म्हटलं, 'तुमचं हे चेटूकबिटूक मला नका सांगू. माझं काही वाकडं होणार नाही. उलट, माझ्यावर जर कोणी चेटूक केलं तर ते करणाऱ्या माणसावरच उलटतं; अशी विद्या आहे माझ्याजवळ. चला, चालत्या व्हा इथून. ही कसली तुमची बुद्धी दुसऱ्याचं वाईट करायची?' मग त्या फारच घाबरल्या आणि ज्या पळून गेल्या त्या पुन्हा कधी इकडे फिरकल्याच नाहीत.''

आईंच्या तोंडून चोवीस-पंचवीस वर्षांपूर्वीची ही हकिगत ऐकताना माझ्या अंगावर काटाच आला. तिन्हीसांजेची वेळ, बाहेर अंधार, घरात मिणमिणते दिवे. आई घरात एकट्याच. अशा वेळी ही कोण बाई येते काय आणि तान्ह्या बाळाच्या अंगाखाली लिंबू-टाचण्या ठेवते काय! आईंच्या धारिष्ट्याची तरी कमालच म्हणायची.

...कुठलं तरी स्टेशन आलं. गाडी थांबली. माझ्या डोक्यात बडोद्याचेच विचार.

वाटलं, 'या घरात नव्याजुन्याचं एक मजेदार मिश्रण आहे, ते फक्त घरातल्या वस्तूंमध्येच नाही तर या सगळ्यांच्या आचारविचारातही. नाहीतर, जुन्या कर्मठ वातावरणात गुजराथेतल्या खेड्यात आयुष्य घालवलेल्या आईंनी शिक्षण नसताना नोकरी करण्याचा विचार कसा मनात आणला असेल? नुसता विचार मनात आणून त्या थांबल्या नाहीत; त्यांनी तो तडीसही नेला. आजूबाजूला सगळेच खोट्या प्रतिष्ठेत वावरणारे. बायकांनी नोकऱ्या करणं अजून अजून संमत नव्हतं. मग आईंना त्या काळात किती त्रास झाला असेल? पण आई सगळ्यांना पुरून उरल्या. त्यांनी नोकरी चालू ठेवली.

आईंनी कितीतरी गोष्टी मला सांगितल्या होत्या, त्यांच्या माहेरच्या. त्यांची आजी, त्यांचे एकेक काका. सगळ्यांनी किती कसं त्यांचं कौतुक-लाड केले ते. आई अगदी वर्षा-दोन वर्षांच्या असताना त्यांचे वडील गेले. पण या आजीनं मोठ्या मुलाच्या विधवेचा आणि तिच्या तीन लहान मुलांचा प्रेमानं सांभाळ केला. आईंच्या सगळ्या काकांनी आपल्या मुलांपेक्षा मोठ्या भावाच्या या मुलांवर जास्त प्रेम केलं. मग लग्न झाल्यावर कधीतरी सासरच्या कोणाकडून तरी आईंना कळलं की, ज्या आजीनं, काकांनी आपल्याला एवढी माया दिली ती आजी आणि ते सर्व काका सावत्र आहेत म्हणून. त्यांचा यावर विश्वासही बसेना. सावत्रपणाचा जाच मुलांना करण्याचा तो काळ, विधवांना छळण्याचा काळ. त्या काळात या आजींनी सावत्र मुलाच्या विधवेला आणि तिच्या मुलांना नुसता आश्रयच दिला नाही तर मोठी सून, मोठ्या मुलाची मुलं म्हणून या सर्वांचा मान घरात आलेल्या इतर सुनांकडून सांभाळला जातोय की नाही, यावर करडी नजर ठेवली. मग आईंना अशा या कुटुंबाचा अभिमान वाटला नसता तरच नवल!'

हे झालं आईंचं.

तर काकांचा अभिमानबिंदू म्हणजे बडोद्याचे व्यायामाचार्य माणिकराव. बडोद्याला माणिकरावांचा आखाडा आहे, हे फक्त ऐकून मला माहीत होतं.

इथे आल्यावर, पुढल्या बैठकीच्या खोलीत एखाद्या राजपुरुषाचा असावा तसा फोटो मी बघितला. रुबाबदार व्यक्तिमत्त्व, भरघोस पांढऱ्या मिशा, तेजस्वी नजर, डोक्याला फेटा, गळ्यात पदकांचा हार आणि छातीवर कर्तृत्वाच्या खुणा दर्शवणारे असंख्य बिल्ले.

मी विचारलं, "हा कोणाचा फोटो?"

"अगं, हे माणिकराव, ह्यांचे सख्खे आतेभाऊ. भाऊच म्हणत सगळे त्यांना." आई म्हणाल्या.

मग येताजाता काका मला भाऊंबद्दल सांगत होते. ते ऐकूनच मी भारावून गेले.

स्वातंत्र्यापूर्वीचा तो काळ. भाऊंनी तरुणांमध्ये व्यायामाची आवड निर्माण केली.

त्यांना निर्भर, निडर बनवलं. राजकीय चळवळीत बिनबोभाट काम केलं. क्रांतिकारकांना आखाड्यात आश्रय दिला. त्यांना मदत केली. आपल्या अस्थिसंधनाच्या कौशल्याचा लाभ सर्वांना करून दिला. सार्वजनिक, सामाजिक, राजकीय अशा सर्व क्षेत्रांत मोठीच कामगिरी केली. राजेरजवाड्यांपासून गरिबापर्यंत सर्वांना त्यांच्या कार्याचा आणि ज्ञानाचा लाभ मिळाला. गायकवाड संस्थानात एवढे उच्च कार्य करूनही कधी राजाश्रय मागितला नाही, घेतला नाही. मग भाऊंच्या एकंदर कामगिरीवर खूश होऊन सयाजीराव गायकवाड यांनी भाऊंना 'राजरत्न' हा किताब दिला. अशी कितीतरी माहिती मला काकांकडून मिळाली.

बैठकीच्या खोलीत भिंतीवर लटकावलेली मखमली म्यानातली एक तलवार दिसली. काका म्हणाले, "ही तलवार भाऊंनी दिलीपला तो लहान असताना दिलेली आहे. दिलीप भाऊंचा फार लाडका. बाकीची मुलं त्यांच्यासमोर जायला घाबरायची; पण हा एवढासा जाऊन त्यांच्याशी मोठमोठ्या गोष्टी करायचा."

काकांच्या डोळ्यांसमोर भाऊंचा आदर्श.

आज सकाळीच हा मला गायकवाडांचं शस्त्रागार दाखवायला बडोद्याच्या सुप्रसिद्ध लक्ष्मीविलास राजवाड्यात घेऊन गेला. हा सांगत होता,

"प्रतापसिंह गायकवाड महाराजांना वेगवेगळी शस्त्रास्त्रं जमवण्याचा छंद होता. त्यांच्याकडे असलेली असंख्य नानाविध शस्त्रास्त्रं एकत्र करून त्यांना एक मोठं शस्त्रागार उभारायचं होतं. भाऊंचं शस्त्राविषयीचं ज्ञान प्रचंड होतं. त्यामुळे अर्थातच महाराजांनी हे शस्त्रागार उभारण्याची कामगिरी भाऊंवर टाकली. भाऊंना या कामात कोणीतरी विश्वासू, मेहनती, जबाबदार मदतनीस हवा होता. त्यांनी काकांना विचारलं. काकांनी ते आनंदानं कबूल केलं. ताई-काकांचं त्या वेळी नुकतंच लग्न झालं होतं. पण हे काम करताना दुसरा कसलाही विचार न करता पुढची दोन-तीन वर्षं काकांनी सतत मानेवर खडा ठेवून, रात्रंदिवस खपून शस्त्रागाराच्या या कामात भाऊंना मदत केली. रोज कामावरून आलं की, लगेच भाऊंबरोबर राजवाड्यात जायचं. वेगवेगळ्या शस्त्रांची माहिती काढायची, त्यांची वर्गवारी करायची, टिपणं करायची. एक पैशाचा मोबदला न घेता काकांनी हे काम केलं. भाऊंनी आपल्यावर विश्वास टाकला, गायकवाडांसाठी आपल्यालाही काही करता आलं, याचाच काकांना खूप आनंद होता. प्रतापसिंह महाराजांचा शस्त्रागार म्हणून तो 'प्रतापशस्त्रागार'. आजही प्रसिद्ध आहे. राजवाड्यातल्या एका प्रचंड दालनात त्याचं सुंदर म्युझियम केलेलं आहे. ती सगळी आकर्षक रचना, मांडणी, माहितीपत्रकं, शस्त्रांवरील आलेख, टीपा हे सगळं काकांनी भाऊंच्या साहाय्यानं केलेलं आहे."

हा पुढे म्हणाला, "अगं, शस्त्रागाराचं काम पुरं झाल्यानंतर गायकवाडांकडे अनेक बडीबडी पाहुणेमंडळी हा शस्त्रागार बघायला येत असत. आलेल्या पाहुण्यांना

महाराज स्वत: तो शस्त्रागार दाखवत. अत्यंत दुर्मिळ अन् ऐतिहासिक मूल्यं असलेली ती शस्त्रं. त्या प्रत्येकाची माहिती महाराज स्वत: आलेल्या पाहुण्यांना सांगत. मग कधीकधी एखादं विशिष्ट शस्त्र कुठे ठेवलंय, ते त्यांच्या लक्षात यायचं नाही. मग गायकवाड आमच्याकडे माणूस पाठवायचे काकांना बोलवायला. पण काका स्वत: न जाता बसल्या जागेवरून ते शस्त्र नेमकं कुठे आहे, कुठल्या भिंतीवर - कशाच्या शेजारी आहे ते अचूक सांगत. इतका जीव काकांनी त्या कामात ओतला होता. शिवाय त्यांची स्मरणशक्ती एवढी तीक्ष्ण की, आम्हालाही या गोष्टीचं आश्चर्य वाटायचं.''

याच्याकडून हे सर्व ऐकल्यावर प्रत्यक्ष शस्त्रागार बघताना, प्रत्येक शस्त्रास्त्राची नावं, त्यांची माहिती ही काकांच्याच टपटपीत, स्वच्छ, वळणदार हस्ताक्षरात लिहिलेली बघून तर मला या शस्त्रागाराविषयी जास्तच आपलेपणा वाटला.

शस्त्रागार पाहून परतल्यावरही कितीतरी वेळ काका माझ्याशी भाऊंविषयीच बोलत राहिले होते.

आणि याचा आदर्श म्हणजे माधव आचवल.

मी जेव्हा याच्या ऑफिसमधली पुस्तकं चाळत होते तेव्हा लक्षात आलं की, बरीचशी कवितांची पुस्तकं याला भेट मिळालेली आहेत. प्रत्येक पुस्तकावर भेट देणाऱ्याची एकच सही होती - 'अण्णा.' मी आश्चर्यानं विचारलं, ''हे अण्णा कोण? एवढी कोणी तुझी कवितांची आवड लक्षात घेऊन ही पुस्तकं तुला दिली?''

''अगं, हे अण्णा म्हणजे माधव आचवल.'' हा म्हणाला.

''म्हणजे बडोद्याचे ते प्रसिद्ध माधव आचवल म्हणतात ते हे?'' यानं काही बोलायच्या आधीच मी याला प्रश्न विचारला.

''हो. तेच हे.''

''तुझी कशी रे एवढी ओळख?'' मी आश्चर्यानं विचारलं.

''कॉलेजात आम्हाला शिकवायला होते. आमच्या आर्किटेक्चर डिपार्टमेंटचे प्रमुख, माझे गुरुजी, मराठीतले सुप्रसिद्ध साहित्यिक, समीक्षक. त्यांचा लेखनिक म्हणून मी काम करतो.''

मी डोळे विस्फारले.

मग हा म्हणाला होता, ''आपल्याला इथून आता त्यांच्याकडे जायचंय.''

रस्ताभर हा मला आण्णांच्या गोष्टी ऐकवत होता, ''बघशील तू आता, मूर्ती लहान पण दरारा मोठा. कॉलेजमध्ये मुलं अगदी टरकून असतात. किती लहान वयात त्यांना ही 'डिपार्टमेंट हेड'ची पोस्ट मिळाली. त्यांचा कामाचा सपाटा विलक्षण आहे. ते म्हणजे अगदी ग्रेट आहेत. स्थापत्यशास्त्रात, मराठी साहित्यात - सगळ्यातच. समीक्षा लिहावी ती त्यांनीच. तू त्यांची काही पुस्तकं वाचलीत

का? काय सुंदर लिहितात! त्यांच्याबरोबर काम करायला फार मजा येते.''

हे सगळं ऐकताना मला मात्र वाटत होतं की, एवढ्या मोठ्या माणसाकडे जाऊन आपण बोलणार तरी काय? मलाच दडपण आलं.

आम्ही आचवलांच्या घरी पोहचलो. साधं घर, मोकळं. तसं जुनंच, पण स्वत:चं म्हणून काही व्यक्तिमत्त्व असलेलं. आचवल काकूंनी आमचं स्वागत केलं. पाठोपाठ आण्णा आलेच. त्यांची बोलण्याची लगबग, तुरूतुरू चालणं, उत्साह, डोळ्यांतला खट्याळपणा सगळंच मजेशीर वाटलं. त्यांनी माझी विचारपूस केली आणि मग याला, शोभाला घेऊन भेळ खायला अमुक ठिकाणी जा, पाणीपुरी खायला तमुक ठिकाणी जा, आईस्क्रीम खायला कुठे जायचं अशा अनेक प्रकारच्या टिप्स दिल्या. आम्ही तिथून उठलो. हा परत आण्णांविषयीच बोलत होता.

गेल्या चार दिवसांतले असे एकेक प्रसंग डोळ्यांपुढे येत होते. त्या प्रत्येक प्रसंगात दिसलेला हा आणि घरातली इतर मंडळी.

यानं पहिल्याच पत्रात मला लिहिलं होतं, 'प्रेम हे फक्त दोघांनी एकमेकांवर करायचं नसतं. ते दोघांनी मिळून घरातील वडिलधाऱ्यांवर, कनिष्ठांवर, आप्तेष्टांवर, स्नेह्यांवर, समाजावर आणि मग आपापल्या आवडीनिवडी, सुखदु:खं यांवर करायचं असतं.'

याच्या शब्दांचा अर्थ हळूहळू उलगडतोय.

या घरात मी येणार ती बायको म्हणून, सून म्हणून, वहिनी म्हणून. आणखी कितीतरी नाती. हा, आई-काका आणि संदीप. प्रत्येकाच्या माझ्याबद्दलच्या कल्पना वेगळ्या, स्वप्नं वेगळी.

घरात मुलगी नाही. आई-काकांना मुलीची खूप आवड. चार दिवस किती कोडकौतुक केलं सर्वांनी. पण असं उत्सवमूर्ती म्हणून येणं वेगळं आणि लग्न करून या घरात येणं वेगळं. तरीही, माझ्या पुढील आयुष्याचा सूर मला सापडलाय, असं वाटतंय.

आईंना तर भावी सुनेशी किती बोलू - काय सांगू असं होऊन गेलं होतं. त्या मला घरात होणारे सगळे सणवार-कुळाचार, सगळ्यांच्या खाण्यापिण्याच्या आवडीनिवडी, एकेक पद्धती समजावून सांगत होत्या. मी नुसती हो, हो करत होते. लक्षात तरी कायकाय ठेवायचं?

शेवटी काका म्हणाले, ''शैला, आत्ताच सगळं सांगून टाकू नकोस. उद्या शोभा लग्न करून आल्यावर तिला सांगायला काही शिल्लक ठेव.''

''शोभा, तुला कल्पना आहे का, की तुला सासवा किती आहेत ते? अगं,

हिच्या बहिणी - चुलत, आते, मामे, मावस - भावजया मिळून निदान तीस-चाळीस नक्कीच असतील. सासवा कसल्या, पिसव्या ह्या. सांभाळून राहा हं.''

मग पुन्हा आईंना ते म्हणाले, ''तू अजून फणशांचा सगळा कुलवृत्तान्त सांगितला नाहीस शोभाला. काकासाहेबांकडे किती रांजण भरून हिरे-माणकं होती. काहीतरी त्या फणसे वाड्यात नक्कीच पुरलेलं असणार बघ! रात्रीचे जमिनीखालून हंडे सरकल्याचे आवाज येतात नं? उद्या जर एखादा हंडाबिंडा सापडला त्या फणसे वाड्यात तर जावई म्हणून माझ्याही वाट्याला निदान मूठभर मोहोरा जरी आल्या तरी पुष्कळ.''

मला तर काकांच्या या असल्या बोलण्यानं हसूच आवरत नाही.

काकांच्या आणि आईंच्या बोलण्यात किती गुजराती शब्द. त्या मानाने हा आणि संदीप शुद्ध मराठी बोलतात. याच्या बाकीच्या नातेवाइकांचं मराठी ऐकण्यासारखं. वाक्यात एखादाच शब्द मराठी, बाकी सगळं गुजराती. अंदाजाअंदाजानं त्यांच्या बोलण्याचा अर्थ लावायचा.

या गुजरातीनं माझी चांगलीच विकेट घेतली. विशेषत: आई-काकांच्या मराठी बोलण्यात गुजराती शब्द इतके चपखल बसलेत की, ते गुजराती आहेत हेच पटकन कळत नाही.

मी बडोद्याला गेले त्या दिवशी आईंना कामात मदत करायला गेले तर त्या म्हणाल्या, ''हे मी बघते. पण तुम्ही तिघं मिळून बाहेरच्या खोलीत सगळं गोठवून टाका.''

'गोठवून टाका म्हणजे?' मी बघतच राहिले. नागपूरला थंडीत खोबरेल तेल गोठायचं. पण एखादी गोष्ट गोठवून टाकायची म्हणजे नेमकं काय करायचं?

माझा उडालेला गोंधळ पाहून संदीपनं मला गोठवणं हा शब्द वेगवेगळ्या गुजराती वाक्यात कशा प्रकारे वापरतात हे एखाद्या शिक्षकासारखं समजावून दिलं, ''इथे, गोठवणे या शब्दाचा अर्थ मांडणे. आपल्याला गणपतीची आरास मांडायची आहे नं, ते सांगितलं ताईंनी.''

संदीपनं माझा पाठ घेतला. संदीपचं ते शाळू मास्तरासारखं बोलणं, समजावून सांगणं, तो अविर्भाव वगैरे बघून मला हसूच येत होतं.

परवा काकांनी संदीपला सांगितलं, ''मला थोडं परचूरण असलं तर दे.''

माझं लक्ष तेवढ्यात स्टँडवर गेलं. तिथे तीन-चार अगदी लहान चपट्या पुड्या पांढऱ्या दोऱ्यानं बांधलेल्या होत्या, वैद्याकडच्या औषधाच्या असाव्यात. मला वाटलं, 'काकांना हेच काही चूर्ण-बीर्ण हवंय.' मी अगदी तत्परतेनं त्या पुड्या काकांसमोर आणून ठेवल्या. म्हटलं, ''काका, हे घ्या तुमचं परचूर्ण.''

सगळे जोरजोरानं हसायला लागले. मी पार गोंधळून गेले.

"अगं, परचूर्ण नाही; परचूरण. परचूरण म्हणजे सुटे पैसे. मोड.'' यानं सांगितलं. मग माझ्यासह सगळे पुन्हा एकदा हसले. पण तरी, मला थोडं लाजल्यासारखं झालंच.

या लोकांच्या अंगातच गायकवाडी मुरलेली, बोलण्यात अदब. प्रत्येकाचा उल्लेख 'अहो-जाहो'नं करणार, कुणाला एकदम 'अरे-तुरे' किंवा एकेरी संबोधायचं नाही. मी तर माझ्या मोठ्या वहिनीलासुद्धा अहो-जाहो जाऊ द्या - सरळ शैला म्हणून नावानंच हाक मारते आणि इथे शेजारच्या, मोठ्या वयाच्या बायकाही मला 'अहो वहिनी' म्हणतात. मग मीही सगळ्यांशी त्याच भाषेत बोलायला लागले. एवढ्याशा चिंट्या-चिंट्या मुलांना मीही राजूभाऊजी, आशिषभाऊजी म्हणायला सुरुवात केली. पोरं सगळी खूश.

बडोदा केव्हाच मागे पडलं. गाडी मुंबईच्या दिशेनं धावू लागली. एकदम हवेतला, वातावरणातला फरक जाणवला. एवढ्या पहाटेही गजबजलेली उपनगरातली स्टेशनं, ही गडबड, गर्दी, प्रवासानं शिणलेलं शरीर.

मी दादरला उतरले, ती असंख्य आठवणी सोबतीला घेऊन.

लक्षात आलं की, मी फक्त याच्याच प्रेमात पडले नाही, तर त्या घराच्या, घरातल्या सर्व माणसांच्या, शेजाऱ्यापाजाऱ्यांच्या, स्नेह्यांसोबत्यांच्या, गावाच्या, सगळ्या सगळ्यांच्याच....

***

मुंबईला आले. नोकरीचं चक्र पुन्हा सुरू झालं. याला पत्र लिहिणं आणि याच्या पत्राची वाट पाहणं यातच दिवस पळू लागले. मनात पिंगा घालणाऱ्या असंख्य आठवणी, मन सैरभैर करणाऱ्या. याचीही अवस्था तिकडे तशीच. केवळ याचीच नाही तर, आई-काकांनाही म्हणे मी निघून आल्यावर घर एकदम सुनंसुनं वाटलं. काकांनी दादांना पत्र लिहिलं, 'सगळी मंडळी खूप खूश आहेत शोभावर. मात्र शोभानं इथे जास्त राहायला हवं होतं. चार दिवस अगदीच गडबडीत गेले.'

आजी म्हणाली, "एवढं आहे तर लग्न लवकर उरकून टाका म्हणावं, मग तुमचीच झाली.''

थोड्याच दिवसांत काकांचं दुसरं पत्र आलं की, दिलीपचा लंडनला जाण्याचा विचार आहे. त्याचं आणि शोभाचं बोलणं झालंय त्यासंबंधी असं मला वाटतं. मग आता नुसतं लग्न ठरवून ठेवण्यात अर्थ नाही. ह्या उन्हाळ्यात लग्न उरकू या.

घरी सगळ्यांनी माझ्याभोवती गलका केला, "तू परत आल्यापासून आम्ही

सारखं विचारतोय बडोदा कसं आहे? काय काय झालं तिकडे, कसं वाटलं? तर तू आपली सारखी नुसती पत्रं लिहिण्यात गुंग. एवढा लंडनला जाण्याचा विचार आहे, हेसुद्धा तू बोलू नयेस?''

लंडन हा शब्द तसा माझ्या डोक्यातूनच गेला होता. सगळं सहज बोलणं झालं होतं. आम्ही दोघं लालबागेत गेलो होतो फिरायला. आकाश ढगाळलं, एकदम पावसाची सर आली. थोडा वेळ आम्ही एका झाडाखाली थांबलो. मी म्हटलं, ''किती छान वाटतं नाही? ढगाळलेलं आकाश... अधूनमधून येणारी पावसाची सर... इंग्लडंला म्हणे अशीच हवा असते सारखी. कित्ती मज्जा असेल नाही?''

''तुला इंग्लंडची हवा बघायची आहे? जाऊया आपण. माझा विचार आहे तिकडे जायचा....''

हा पुढे काही बोलणार तेवढ्यात याचा कोणी मित्र तिथे टपकला. विषय तसाच राहिला.

लग्न बडोद्याला करायचं नक्की झालं. आई-काकांनी लग्नाची सगळी जबाबदारी घेण्याचं कबूल केलं. लग्नाची जागा ठरली, प्रो. माणिकरावांचा आखाडा. लग्न आणि आखाड्यात! हा मोठाच विनोद. उद्या ऑफिसमध्ये सगळ्यांना कसं सांगू? आखाड्यातल्या आजन्म ब्रह्मचारी बजरंगबलीच्या साक्षीनं याच्या गळ्यात माळ घालायची? आता सगळे किती चिडवतील! पण आखाड्यात लग्न करण्यामागे यांच्या भावना वेगळ्या आहेत. शिवाय, आखाडा म्हणजे तो काही नुसता लाल मातीचा हौदा नाही. ती प्रचंड संस्था आहे. खूप मोठं मैदान, व्यायामाचा आखाडा, कुस्तीचा हौदा, मारुती मंदिर, लाठ्या, भाले, शस्त्रं, बंदुका हे सगळं तर आहेच. पण खूप मोठं सभागृह आहे, जिथे अनेक सांस्कृतिक कार्यक्रम, भाषणं, परिसंवाद होतात. वाचनालय आहे, अस्थिसंधनालय आहे, स्विमिंग पूल आहे, शिवाजी मंदिर आहे. मागच्या बाजूला पुन्हा भरपूर जागा, पलीकडे लग्नकार्यात उपयोगी यावं म्हणून मोठं स्वयंपाकघर, भांडीकुंडी आहेत. नागचाफ्याचे मंडप आहेत, वडाची, कवठाची, जांभळाची, पेरूची झाडं बागांमधून दाटी करून आहेत. इमारतीवर पुढल्या बाजूने बोगनवेलींचे गुच्छ लपेटलेले आहेत. मी बडोद्याला गेले तेव्हाच आखाड्याचं हे वैभव बघितलं होतं.

त्या वास्तूविषयी, आखाड्याविषयी या चित्रे मंडळींना प्रचंड आदर, अपार प्रेम. इथे लग्न होणं हा त्यांच्या प्रतिष्ठेचा भाग. हाही लहानपणापासून आखाड्यातच वाढलाय म्हणतो. पण आखाड्याशी इतका घनिष्ठ संबंध येऊनही तब्येत मात्र बघण्यासारखीच! दादांना प्रत्येक गोष्ट मजबूत, वजनदार, ठोकळ्यासारखी लागते. मग जावई बघताना त्याचं वजन कसं नाही पाहिलं? माझा हा विचार मी याला बोलून

दाखवला तर म्हणतो, ''नाही कसं? त्यांनी ते जरूर पाहिलं. पण शारीरिक नव्हे; सामाजिक.'' बोलण्यात हा हार जाणारा नाही.

एकदा एका नाटकाला गेले. मध्यंतरात नागपूरची रेवती भेटली. कोणीतरी नागपूरचं भेटलं, याचाच मला खूप आनंद झाला. रेवतीनं नेहमीच्या शिष्टपणानं गप्पा सुरू केल्या. नुकतंच लग्न होऊन ती मुंबईला आली होती. नवऱ्याचं कौतुक झालं. ते कित्ती बिझी असतात, नाटकं-सिनेमे असले प्रकार त्यांना कसे आवडत नाहीत, याचंही कौतुक मी निमूट ऐकलं. शेवटी नवऱ्याबद्दल सांगण्यासारखं काही न उरल्यानं तिनं माझ्याकडे मोर्चा वळवला. मग मी माझं लग्न ठरल्याचं सांगितलं, भावी नवऱ्याचं नाव सांगितलं आणि शिक्षण, व्यवसाय वगैरे सांगायच्या आधी मी म्हणून गेले, 'काय टॉप कविता करतो!' त्याच दिवशी याचं पत्र आलं होतं, त्यातली कविता मनात घोळत होती.

झालं! लगेच म्हणते कशी, 'म्हणजे तो अश्लील लिहिणारा दिलीप चित्रे गाठलास तू?'

अस्सा संताप आला बयाचा! म्हणजे हिचा गोरा रंग आणि विषारी जीभ यावरून मी कॉलेजमध्ये हिला 'पांढरी पाल' हे नाव ठेवलं होतं, ते किती सार्थ होतं, त्याचा पुन्हा प्रत्यय आला.

मी शांतपणे म्हणाले, ''तू म्हणतेस ते दिलीप पुरुषोत्तम चित्रे. वयानं आणि लेखक-कवी म्हणूनही सर्वच बाबतीत ते मोठे. तू म्हणतेस तसं ते अश्लील लिहितात, असं मला वाटत नाही आणि तू तरी त्यांचं काय काय वाचलंस? माझा होणारा नवरा हा दिलीप विष्णू चित्रे. व्यवसायानं स्थापत्यशास्त्रज्ञ आहे, स्वतंत्र व्यवसाय करतो. आज तरी तो कवी म्हणून तेवढा मोठा नाही. पण त्याला आणि मलाही तू म्हणतेस त्या दिलीप चित्र्यांच्या कविता आवडतात.''

माझं हे अनपेक्षित उत्तर ऐकून तिचा आवाजच बंद झाला.

दादा-ताई लग्नाची तारीख ठरवायला बडोद्याला गेले. लग्नाची तारीख तीस एप्रिल ही ठरली. ते चार दिवस चित्रे मंडळींचा गायकवाडी पाहुणचार घेऊन ताई-दादा अगदी खुशीत परतले. ताई म्हणाली, ''काय सुगरण आहेत तुझ्या सासूबाई! अगं, मटण पुलावा... खिम्याचे पॅटीस... रुमाली वड्या... झिंगे - काय एकेक खटपटीचे प्रकार केले. दिलीपरावांनाही चमचमीत खाण्याची खूप आवड दिसते. तुला सगळं शिकायला हवं.''

याच भेटीत दादांनी आई-काकांना नाताळच्या सुट्टीत कार्ल्याला जाऊन एकवीरा देवीला लग्नाचं आमंत्रण देण्याचा आपला विचार सांगितला. काका-आईंनाही तो आवडला. सगळ्यांनी मिळून कार्ल्याला जायचं ठरलं. हा नेमका त्याच वेळी त्याच्या कामाच्या गडबडीत होता. ताई-दादांनी खूप आग्रह करूनही यानं त्याला यायला

जमणार नसल्याचं सांगितलं. ताईनं मला याचा हा निरोप दिला. माझी खूप निराशा झाली. मी बडोद्याहून परतल्यापासून आमची भेट झाली नव्हती. मी मनातल्या मनात वैतागले.

आज सकाळच्या गाडीनं ही मंडळी येणार होती. ते दादरला याच्या मामाकडे उतरणार होते. उद्या पहाटे आम्ही सर्व कार्ल्याला जायला निघणार होतो. एकेक करता बरीच मंडळी झाली. माझे मामा, काका, याचे मामा आणि या सर्वांचे परिवार. घरातही सर्वांची गडबड उडाली होती. मला याची खूप आठवण येत होती. 'काय झालं असतं निदान दोन दिवस आला असता तर?'

मी ऑफिसला जाण्याच्या गडबडीत होते. प्रकाशनं एकदम भसाड्या आवाजात 'सबेरेवाले गाडीसे चले आये है।' गायला सुरुवात केली. अलका म्हणाली, "बाई, दिलीपराव आले." मला कळेचना काय यांची चेष्टा चालली ते. एवढ्यात दाराची बेल वाजली. बघते तर समोर हा उभा. अत्यानंदानं काय बोलावं तेच मला कळेना.

हा म्हणाला, "दादा, तुम्ही एवढं एकवीरेला जायचं काढलंत. मग मला चैन पडेना. एकवीरेचं दर्शन कसं चुकवायचं? शेवटी रात्ररात्र जागून कामं पुरी केली आणि आलो."

याच्या या एकवीराभक्तीने वडिलधारी मंडळी खूश झाली.

परत वाट्याला आलेले चार दिवस. घरच्यांसमवेत केलेली कार्ल्याची ट्रीप. लेण्यांमधला गडद-गहिरा अंधार आणि याचा निकट सहवास. हा बडोद्याला परतला आणि याच्या सहवासात असताना वेगाने धावणाऱ्या काळाची गती पुन्हा थांबली.

आमची ओळख... भेट आता आत्ताच झाली नं? मग एकमेकांची इतकी जबरदस्त ओढ कशी लागली? खूप जुनी ओळख असल्यासारखं का वाटतंय? जे विचार माझ्या मनात येतात, तेच ह्याच्या पत्रातून नेमक्या शब्दात कसे व्यक्त होतात?

हा लिहितो, 'आयुष्यातला वसंत नेहमीच फुललेला असावा लागतो. त्या वसंताचा आनंद फक्त आपल्यापुरता मर्यादित असून चालत नाही. आजूबाजूचा सगळा परिसर त्याच्या अतीव सुगंधाने बहरून जायला हवा. मोहरून जायला हवा.'

हा पुढे म्हणतो, 'कोमल भावनांच्या, प्रीतीच्या नाजूक धाग्यांबरोबरच काही ठिकाणी तुला पीळदार सुंभाचे दोरही दिसतील. ते आहेत आपल्यावरील जबाबदारीच्या आणि कर्तव्याच्या जाणिवेचे सूचक. ह्या भावनांच्या नाजूक धाग्यांबरोबर आपण कर्तव्याच्या प्रचंड दोरखंडाने बांधलेले आहोत, याची जाणीव आपल्याला सदैव राहावी.'

मी पुढील आयुष्याचा विचार करते आणि घाबरायला होतं. वाटतं, 'कसं निभावून जायचं? आत्तापर्यंतचं आयुष्य अगदी वेगळं गेलं. मुलगी म्हणून बंधनं

आहेत, पण मुलगी म्हणून भरपूर लाडही झाले. कधी जबाबदारीनं कुठलंही काम करावं लागलं नाही, अगदी कपभर चहासुद्धा. घरची श्रीमंती नसली तरी कुठं काही कमी पडलं नाही. काहा मिळवण्यासाठी धडपडावं लागलं नाही, कष्टावं लागलं नाही.

याचं आयुष्य अगदी उलट गेलंय. यानं खूप धडपडून, कष्ट करून कसंबसं स्वत:चं शिक्षण पूर्ण केलं. मनातल्या इच्छा, आकांक्षा पूर्ण करण्यासाठी भरपूर श्रम घेतलेत. त्यातूनच याच्या स्वभावाची जडणघडण झाली. 'एकमेकांना जास्तीत जास्त जाणून घेणं जमेल का? त्या घरात मी बायको म्हणून, सून म्हणून, वहिनी म्हणून जाणार. प्रत्येक नातं वेगवेगळं. प्रत्येक नात्याला न्याय देणं मला जमेल? मी कुठे कमी तर पडणार नाही?'

पण असले विचार जेव्हा मला घाबरवून सोडतात तेव्हा याचं पत्र येतं. त्यात माझ्या भेटीसाठी व्याकूळ झालेलं याचं हळूवार मन मला दिसतं. मला मोहवणारं, फुलवणारं रसिक मनही दिसतं. त्याचबरोबर, पुढील आयुष्यात मला साथ देणारं, सांभाळून घेणारं खंबीर मनही दिसतं. मग विचारांचं मळभ दूर होऊन माझं मन उत्सुकतेनं पुन्हा पुढील भेटीच्या तयारीला लागतं.

* * *

बघताबघता लग्न दोन आठवड्यांवर येऊन ठेपलं. घरात लगीनघाई उडाली. तरी बरं, इतक्या आधीपासून तयारीला सुरुवात केली होती. ठसठशीत दागिने तयार झालेत. दादांनी चांदीची भांडी अगदी मजबूत करून घेतलीत. दादांनी स्वत: कधी आयुष्यात गंधाचा टिळा लावला नाही. पण परदेशी जाण्याची स्वप्नं बघणाऱ्या जावयासाठी मात्र चांदीची गंधाची तबकडी, साखळी सगळं तयार ठेवलंय. शिवाय लग्नानंतर पहिल्या वर्षभरातल्या प्रत्येक सणाला आम्हाला कायकाय द्यायचं, तेही ठरवून ठेवलंय.

घरात प्रत्येकाची आपल्या परीनं धावपळ चालू आहे. पण माझ्या मनात मात्र भलत्याच गोष्टीची भीती आता घर करून राहिली आहे. मला नाव घ्यायला एकही उखाणा पाठ नाही. त्याचा विचारच कसा केला नाही? आता काय करायचं?

मग शैलानं मला तिच्याकडचे उखाणे दिले.

''एवढेसे कसे पुरणार?'' मी म्हणाले.

सुभाष म्हणाला, ''मी सांगतो.

चांदीच्या सायकलीला सोन्याच्या तार
राव जिकडून जातील तिकडून....''

''चल रे, काहीतरी वात्रटपणा काय!'' मी वैतागते.

''मी तुला चांगला सांगतो बघ....'' रत्ना म्हणतो.

"महाराष्ट्र सरकारने खुली केली बिअर
रावांच्या गाडीला आता नको गिअर...."

मग प्रकाशसुद्धा त्याच्या प्रतिभाशक्तीला ताण देऊन पाहतो.

'समोरच्या कोनाड्यात उभी हिंदमाता....' च्या स्टाईलवर सगळी भावंडं वाट्टेल ते उखाणे तयार करून सांगताहेत. माझ्या छातीत धडकीच भरलीये. बडोद्याला प्रत्येक जण उखाण्यात नाव घ्यायला सांगणार आणि माझे धडसे पाठही झाले नाहीत.

शिवाय, कालच भरायला घेतलेली चादर मला लवकर पुरी करायला हवी. तरी बरं, लग्न ठरल्यापासून एकेक भरायला सुरुवात केली. टेबलक्लॉथ, उशांचे अभ्रे, पडदे - कितीतरी. पेंट केलेली चादर मनासारखी जमली नाही. पण ही रशियन टाक्यानं, एकाच रंगाने भरायला घेतलेली चादर पुरी झाल्यावर अगदी टॉप दिसेल. डिझाईन कित्ती छान आहे.

आजी जवळ येऊन माझ्या पाठीवरून हात फिरवत म्हणाली, "पोरगी लांब चालली. कधी नदरं पडणार?" तिचे डोळे पाणावले, म्हणाली, "तुझं भरतकाम बाजूला सार. जरा खाली वाकून नमस्कार करायची सवे कर. पोरीची जात आणि लववाक नाही शरीराला. लग्नात सारखं खाली वाकूनवाकून कंबरडं मोडेल." तिची काळजी निराळीच होती. ती पुढे म्हणाली, "ही काशाची वाटी आहे. तिला तूप लावून रोज रात्री झोपण्यापूर्वी दिलीपरावांच्या तळपायांना चोळत जा. काशाची वाटी सगळी उष्णता शोषून घेते अंगातली. मग पुरुषांचं डोकं कसं शांत राहतं."

"आणि सकाळी उठल्यावर एरंडाचं पानपण थापत जा दिलीपरावांच्या डोक्यावर. मग तर डोकं आणखीनच शांत राहील." सुभाषनं मला चिडवून घेतलं.

"प्रभेऽऽ, डिंकाचे लाडू कधी करायचेत?" आजीनं ताईला विचारलं.

"लग्नात एवढे प्रकार होणार खाण्याचे, त्यात डिंकाचे लाडू कशाला? लग्न आटोपल्यावर मग तुम्हाला करायला काहीतरी पाहिजे तेव्हा करा डिंकाचे लाडू सावकाश." रत्नानं सांगितलं.

ताईचे डिंकाचे लाडू अगदी मस्त असतात.

"डिंकाचे लाडू काय तुम्हाला खायला करायचेत? ते आत्ताच करायला हवेत. लग्नात लागतील ते तोंड धुण्यावर विहिणीला द्यायला." आजीनं ठणकावलं.

"बडोद्याच्या लोकांना तोंड धुण्यावर दातण द्यायला हवं." सुभाषनं आजीला डिवचलं.

"आपण बिनाका टुथपेस्ट, टुथब्रश, वाटलं तर चांदीचा ब्रश देऊ या." ही प्रकाशची आयडिया.

"फाजीलपणा काय तुमचा! एकेक पद्धती असतात तसं सगळं व्हायला हवं.

विहिणीला सगळा बाळंतविडा द्यायचा असतो. डिंकाचे लाडू, सुंठीच्या वड्या, मसाल्याची सुपारी....'' आजी म्हणाली.

''विहिणीला कसला बाळंतविडा? काहीतरीच काय?'' भरतकाम करताकरता मी आजीला विचारलं.

''अगं, विहीण त्या काळात बाळंत झाली. तिला मुलगा झाला म्हणून आज आपल्याला जावई मिळतोय नं? तो विहिणीचा मान आहे बाई!''

शैला म्हणाली, ''कोणी म्हणतात, पूर्वी लहान वयातच लग्न होत असे. त्यामुळे मुलाच्या लग्नात त्याच्या आईचंही बाळंतपण असायचं; म्हणून म्हणे ही विहिणीला बाळंतविडा द्यायची पद्धत सुरू झाली.''

''कसल्या काहीतरीच पद्धती. पूर्वी एक ठीक होतं. आता कशाला असल्या पद्धती चालू ठेवायच्या?'' मी बोलून घेतलं.

ताई म्हणाली, ''बोलायला बरं असतं. पण रीतीप्रमाणे केलं नाही तर लोक नावं ठेवतील. शिवाय, नुसता बाळंतविडा नाही, बरोबर चहा-साखरेचे डबे, सगळे सौभाग्यालंकारही द्यायचे असतात. विहिणीला कुंकवाचा करंडा, बांगड्या, जोडवी, आरसा, फणी, एखादा दागिना आणि मुहूर्तमणीही द्यायचा असतो तोंड धुण्यावर.''

ताईनं आईसाठी तोंड धुण्यावर द्यायला ठसठशीत कर्णभूषणं करून घेतलीत.

''शैला, ती लवंगांची डबी आठवणीनं घ्या. नाहीतर विसराल इथेच.'' आजीनं आठवण करून दिली.

लग्न लागल्यानंतर जेवणं आटोपली की, विहिणीला आणि इतर मानकरणींना चांदीच्या लवंगा द्यायच्या असतात. त्या लवंगा आणल्यात सराफाकडून. फक्त ती एवढीशी डबी बरोबर घ्यायची आठवण राहणार नाही कोणाला एवढ्या गोंधळात, ही आजीची काळजी.

शिवाय एवढ्या लांबून इथून उठून जायचं तिकडे बडोद्याला. त्यामुळे आठवणी-आठवणीनं एकेक गोष्ट घेतली जाते आहे की नाही, याकडे आजीचं बारीक लक्ष आहे.

''गाडीतून एवढं रुखवताचं कसं हो न्यायचं बडोद्याला? सगळं नाजूक काम. कुठे काही मोडता फुटता कामा नये. आवडेल नं आपण केलेलं फराळाचं, रुखवताचं सगळ्यांना? बडोद्याच्या बायका भारी सुगरणी. नावं ठेवायच्या नाहीतर!'' ही ताईची काळजी.

दादांची काळजी वेगळीच. ''आपण लग्न थाटात करू, कुठे कमी पडणार नाही. मध्ये बडोद्याला झालेल्या दोन-तीन लग्नांत बरीच भांडणं झाली. अगदी मारामाऱ्यांपर्यंत पाळी आली म्हणे. दोन कुटुंबांचे जन्माचे संबंध जोडायचे तिथे माणसं अशी वागतात. आपल्या कार्यात असे प्रकार नकोत. भाई आपला आहे,

कशासाठी अडून बसणारा नाही तो. पण आजूबाजूला एवढे नातेवाईक, आपण उठून तिकडे जाणार. काही अधिकउणं व्हायला नको. भाई आपल्याला सांभाळून घेईल म्हणा! हे लग्न इतकं आनंदात, खेळीमेळीत पार पडेल की, सगळे त्याची नेहमी आठवण काढतील.'' आपली काळजी लपवत दादांनी ठामपणे सगळ्यांना सांगितलं.

अलकानं विचारलं, ''बाई, तुझं नाव काय ठेवणार? दिलीपराव कवी. काहीतरी मॉडर्न नाव ठेवतील नं? दिशा, दीपश्री, दीपाली - की आणखी काही?''

मी गप्पच बसले. साखरपुड्यानंतर यानं मला अनेकदा सांगितलंय की, हा माझं नाव 'गोदावरी' ठेवणार आहे म्हणून, ''पसंत नसेल गोदावरी हे नाव तर आत्ताच सांग. जिला हे नाव पसंत असेल तिच्याशीच मी लग्न करीन.'' हेही वर यानं मला ऐकवलं होतं.

एकदम मला आठवण झाली, परवाच ऑफिसमध्ये शरयूनं एका वहीत काही पाककृती लिहून दिल्यात याची. बोकडाच्या मेंदूची भजी, गटगट्यांचे कबाब, मटण चॉप्स वगैरे. ती वही आठवणीनं सामानात ठेवली पाहिजे. मी शैलाला म्हटलं, ''तूही कोलंबीचं लोणचं. बांगड्याचं भुजणं कसं करायचं ते या वहीत लिहून दे.''

''वहिनी, चहा कसा करायचा तेही लिहून दे तिला त्याच वहीत.'' हा प्रकाशचा खवचटपणा.

या सगळ्या लगीनघाईत सुनील हिरमुसला होऊन बसलाय. सुनील सर्वांत धाकटा. यंदा चौथीत आहे. सगळ्यांचा लाडका, सतत माझ्या मागेमागे असणारा. आमचा साखरपुडा झाला आणि त्याच्या लक्षात आलं की, कुठेतरी काहीतरी बदललंय. बाई आता पूर्वीसारखी आपल्या वाट्याला येत नाही. आपले लाड करत नाही. बघावं तेव्हा तिचं आपलं पत्रं लिहिणं. दिलीपराव इथे आले तर दिवसदिवस त्यांच्याबरोबरच फिरणं. त्याला या सगळ्याचा अर्थ धडसा कळत नाही. त्याला याचा रागच आलाय. त्यानं परत एकदा दादांना सांगून पाहिलं, ''बाईचं कशाला लग्न करायचं, या अलकीचं करून टाका. सारखी माझ्याशी भांडत असते. तिला जाऊ दे दुसरीकडे.''

अशा या सर्व गडबडीत मुंबईहून बडोद्याला जायला निघायची वेळ येऊन ठेपलीये. घरात सगळं वऱ्हाड जमलंय. काका, मामा... सगळ्यांची मुलं. आता थोड्याच वेळात सगळ्या सामानासुमानासह वऱ्हाड घरून निघणार.

एवढ्यात बेल वाजली. कुणीतरी दार उघडलं. दारात तारवाला उभा. बडोद्याची तार आली, अशी बातमी कळली. तार माझ्या नावाची. सगळेच घाबरले. दादांनी तार माझ्या हातात ठेवली. मी मटकन खालीच बसले. ती तार उघडून बघण्याचं धैर्यच मला होईना. सगळं त्राणच निघून गेलं. मग कोणीतरी माझ्या हातातून ती घेऊन उघडली, वाचली. तर यानं मला पाठवलेली ती अभिनंदनाची तार होती.

मग सगळ्यांमध्ये पुन्हा उत्साह संचारला. सामानसुमान जिने उतरवून खाली नेण्याची गडबड सुरू झाली.

गाडी बॉम्बे सेन्ट्रलहून निघाली. आमची पन्नास-साठ माणसं, स्पेशल डबा. गाणी-बजावणी, गप्पा, श्रीखंडपुरीचं जेवण. नुसती धमाल उडाली होती. आम्ही बडोद्याला पोहचलो. आम्हाला घ्यायला याच्याकडची बरीच मंडळी आली होती. स्टेशनवरून आम्ही निघालो ते थेट आखाड्यात गेलो. आखाड्यात आम्हा सर्व मंडळींना उतरण्याची आई-काकांनी जय्यत तयारी केली होती. सर्व व्यवस्था उत्तम ठेवली होती.

मग पुढील दोन दिवस जेवणावळी, हा मुहूर्त, तो मुहूर्त, सीमांतपूजन, आणखी काहीकाही चालूच. दादा-ताई कादवेकर वाड्यात जाऊन आई-काकांना आपल्या लेकीच्या लग्नाचं, जेवणावळीचं खास आमंत्रण देऊन आले. मला तर हसूच आलं. मुलाकडच्यांना कसलं आमंत्रण द्यायचं? तशीच पद्धत असते म्हणे. मग दादा-ताई फणसे वाड्यात गेले. तिथल्या सर्व मंडळींना लग्नाचं आमंत्रण दिलं. गावातल्या याच्या इतर नातेवाइकांकडेही जाऊन आले आमंत्रण द्यायला. सगळ्या बायका नटूनथटून गणपतीच्या देवळात जाऊन गणपतीला आमंत्रण देऊन आल्या, महादेवाला आमंत्रण देऊन आल्या. या सगळ्या गडबडीत हा अधूनमधून मला नुसता दिसत होता. तो त्याच्या नातेवाइकांच्या घोळक्यात. इतके दिवस मी याच्याबरोबर हिंडले, फिरले. एवढा पत्रव्यवहार झाला. पण आता एवढ्या नातेवाइकांच्या गराड्यातून पुढे जाऊन, या लगीनघाईत याच्याशी बोलायला जीभच रेटेना, शब्दच सुचेनात.

लग्नाचा दिवस उजाडला. धामधूम सुरू झाली, गडबड उडाली. सकाळचा मुहूर्त. आखाड्यात चांदीची मंडपी उभारली. आपल्याच मुलीचं लग्न असल्यासारखी आई-काकांची धावपळ चालू होती.

मी तयार होऊन गौरीहार पूजायला आले. मुंडावळ्या बांधल्या होत्या. या मुंडावळ्या आईंनी स्वत: तयार केलेल्या आहेत. किती सुंदर आहेत! अतिशय नाजूक, झिकाच्या आहेत. सोनेरी तीनतीन सर; थोड्याथोड्या अंतरावर लाल मणी घालून एकत्र केलेले, मागे लाल गोंडा. मी पाटावर बसले.

शैला म्हणाली, ''मन एकाग्र करून प्रार्थना करायची. 'गौरी, गौरी सौभाग्य दे. दारी आलेल्या पाहुण्याला आयुष्य दे.' असं म्हणायचं''

मी गौरीहार पूजत होते. डोळ्यांसमोर साखरपुड्यापासूनचे एकेक प्रसंग तरळत होते. पत्रलेखन... ते वाट पाहणं... याचा सहवास... दोघांनी मिळून रंगवलेली भावी आयुष्याची स्वप्नं, 'आज रात्री सर्वार्थानं मी याची होणार. माझं मीपण गळून पडणार. एका परिचित घरी मी प्रवेश करणार; एका अपरिचित नात्यानं. प्रियकर-प्रेयसीच्या

नात्यापेक्षा हे नातं वेगळं असेल का? मी याला सुखी करीन नं? आणि हा मला? संसारात कुणी एकटा कसा सुखी होईल?'

मी पूजा करत होते. देवीला सांगत होते, "गौरी, गौरी सौभाग्य दे. दारी आलेल्या पाहुण्याला सुखाचं आयुष्य दे."

लग्नघटिका भरत आली. मला बोहल्यावर नेण्यासाठी मोठा मामा आला. हातात वरमाला घेऊन मी लग्नाला उभी राहिले. मध्ये अंतरपाट, पलीकडे हा. माझ्यामागे प्रकाश हातात दोन खऱ्याखुऱ्या वजनदार तलवारी घेऊन उभा. याच्यामागे याचा मामेभाऊ, त्याच्याही हातात दोन तलवारी. दोघांनीही आमच्या डोक्यामागे त्या इंग्रजी 'X' सारख्या दोन्ही हात उंचावून धरलेल्या. दोघांच्या मागे करवल्या आणि वऱ्हाडी मंडळी. मंगलाष्टकं सुरू झाली, ती म्हणायची जणू स्पर्धाच लागली. अंतरपाट दूर झाला, 'वाजवा रे वाजवा'चा घोष झाला. आम्ही एकमेकांच्या गळ्यात हार घातले.

मग दिवसभर एकेक विधी होतच राहिले. व्याहीभेट झाली. अत्यानंदाने या दोन मित्रांनी एकमेकांना कडकडून मिठी मारली. दोघांनीही डोळे पुसले. ताई-दादांनी जुन्या चालीरीतीप्रमाणे सर्व पार पाडलं.

अतिशय आनंदात, खेळीमेळीच्या वातावरणात गेले दोन दिवस चाललेला हा लग्नसोहळा आटोपला.

रात्री अकरा वाजता सभामंडपातून आम्ही निघालो. आमची वरात वाजतगाजत कादवेकर वाड्याकडे आली. उंबरठ्यावरचं माप ओलांडून मी गृहप्रवेश केला; लक्ष्मीच्या पावलांनी. लक्ष्मीपूजन झालं. चांदीच्या ताम्हनात ठेवलेल्या तांदळावर यानं बोटातली अंगठी काढून माझं नाव लिहायला घेतलं, माझ्याकडे पाहत क्षणभर थांबला. सगळ्यांनाच उत्सुकता लागलेली. यानं नाव लिहिलं, 'शोभा'. मला एकदम मोकळं मोकळं वाटलं.

त्यानंतर साखर वाटण्याचा समारंभ. वाड्यात मोठा मांडव घातलेला, मांडवभर माणसंच माणसं. प्रत्येकाला हातातल्या साखरेनं भरलेल्या तबकातून चांदीच्या वाटीनं साखर द्यायची. नाव घ्यायचं, खाली वाकून नमस्कार करायचा. आता रात्रीचे बारा वाजून गेलेत. कधी आटोपणार सर्व? झोप अनावर झाल्ये. खूप दमायला झालंय.' ह्याच्या डोळ्यांत अधीरता. हे सर्व कधी एकदा संपणार याची घाई. हा हळूच सांगतो, "आटप लवकर. आणखी उशीर नको."

मघाशीच याचा कुणी एक मित्र येऊन याला गुपचूप सांगून गेला, "तुमची रात्रीची सोय झाली. नवीन पलंग तुझ्या ऑफिसमध्ये ठेवलाय. तिथलं बाकी सगळं सामान हालवलं. मस्त सजवलाय पलंग."

मला खूप लाज वाटली हे ऐकून.

आणि आता इथे याची घाई चाललीये.

पाठ केलेले सर्व उखाणे एकदम डोळ्यांसमोर नाचतात. मी काकांपुढे उभी राहते. त्यांच्या हाती साखरेची वाटी देते. वाटी हातात तशीच ठेवून काका थांबून राहतात. मग मी नाव घेते.

''मामंजींचा मान मोठा देते पहिली साखर
दिलीपरावांचं नाव घेते घाला मायेची पाखर....''

मग आम्ही त्यांना वाकून नमस्कार केला. काकांनी मला आशीर्वाद दिला, 'जन्मसावित्री भव. सुखी राहा.'

साखर काढून घेऊन हातातल्या चांदीच्या वाटीत पैसे घालून वाटी माझ्या हातात देत त्यांनी विचारलं, ''किती घालू मायेची पाखर, एवढी वाटीभर पुरेला का जास्त हवी?'' यावर मांडवातले सगळेच हसले.

याची मागे घाई. गेलं वर्षभर ज्या क्षणाची वाट पाहिली तो क्षण जवळ येऊन ठेपलाय. आणखी वाट पाहणं याला नको वाटतं. मला मात्र तो क्षण जवळ यावासा वाटतोय आणि येऊ नयेसंही वाटतंय, छातीत धडधडतंय.

सगळ्यांना साखर वाटण्याचा कार्यक्रम आटोपला, मंडळी उठली. आमच्याकडील सर्व रात्रीच्या मुक्कामासाठी आखाड्यात परत जायला निघाले. परत जायला निघाले खरे, पण मला सोडून जाताना सगळ्यांचीच पावलं जड झाली.

आई आणि काका मिळून ताई-दादांची समजूत घालत होते. काका म्हणाले, ''तुम्ही शोभाची मुळीच काळजी करू नका. जशी तुम्ही तिला वाढवलीत, सांभाळलीत तशीच ती इथे वाढेल. आम्हाला मुलगी नाही, आमची मुलगीच समजू आम्ही शोभाला.''

मला मात्र स्वत:ला आवरणं कठीण होत होतं.

घरच्यांना निरोप देऊन आम्ही परत फिरलो. एकदम मला एकटंएकटं वाटलं. 'एवढी माणसं आजूबाजूला आहेत. पण यात माहेरचं कोणीच नाही.' मग वाटलं, 'हीसुद्धा सगळी आपलीच माणसं झाली आता. एक नातं आज जोडलं गेलं. आणि या नात्यानं आणखी कितीतरी नाती, स्नेही, सोबती सगळं मिळवून दिलंय.'

मग या सर्व गराड्यात वर्ष कसं, कुठे गेलं ते कळलंच नाही. लग्नाचा पहिला वाढदिवस बडोद्याला आणि मुंबईला, दोन्ही घरी साजरा करून यानं परदेशचा रस्ता धरला आणि त्याच्या पाठोपाठ थोड्याच दिवसांत मीही.

***

मला जाग आली. डोकं जड झालंय, कसेबसे डोळे उघडून मी आजूबाजूला पाहते. मी कुठे आहे? बडोदा, पार्ला, नागपूर की सायन? थोडा वेळ काहीही कळत

नाही. आत्ता आपल्या बाजूला घरचे सर्व होते, ते गेले तरी कुठे? परत मी सगळीकडे बघते, झोप उडते. मग लक्षात येतं, माझी सगळी गावं सोडून मी फार दूर येऊन पोहचले. लंडनला आले आणि या क्षणी इथं एकटीच आहे. लांबचं सासर हवं असं घोकणारी मी एवढ्या लांब आले. आता फक्त स्वप्नंच बघायची आपल्या माणसांची.

परत मी विचारात पडले, स्वप्न कुठलं? मी आधी पाहिलं ते की, आता पाहते आहे ते. मी लंडनला आले? माझ्या तर हे स्वप्नातही नव्हतं.

चार दिवसांपूर्वीच मी इथे आले.

आयुष्यातला पहिलाच विमानप्रवास. मी किती घाबरले होते. साधी बसही मला लागते, उलट्या होतात. मग विमानप्रवास, तोही एवढ्या लांबचा, म्हणजे बघायलाच नको. मी विमानात अगदी जीव मुठीत घेऊन बसले होते. तिथं काही खाणं-पिणंही मला सुचेना. शिवाय विमानतळावर उतरल्यावर एकेक सोपस्कार नीट पार पडतील नं? सामान सापडेल नं? हा भेटेल नं? एक ना अनेक शंका. त्यामुळे मी अगदी अवघडून बसले होते. पण विमानात कसलाही त्रास न होता हा प्रवास पार पडला.

विमानतळावर उतरले, हवेतला फरक एकदम जाणवला. सकाळी साडेअकराचा सुमार, पण हवा ढगाळलेली, धुकं पसरलेलं. अगदी नुकती पहाट होतेय, असंच वाटत होतं. एक सुखद शिरशिरी अंगभर धावली आणि समोर हा उभाच. चार महिन्यांनी झालेली भेट. धावत हा पुढे आला. माझ्याभोवती हात टाकत यानं मला जवळ ओढलं, एक परिचित गंध मला जाणवला.

''कोणी बघेल नं!'' म्हणत मी दूर झाले.

मला आणखी जवळ घेत हा म्हणाला, ''आपण काही दांडियाबाजारात नाही आहोत. अगं, तू लंडनला आलीस.''

याच्या तब्येतीत फरक झाला होता. वागणं, बोलणं बदललेलं वाटलं. विशेषत: बडोद्याला वावरताना सतत ओढलेला शिष्टाचाराचा बुरखा दूर टाकून हा मोकळेपणानं वागत होता. विमानतळावरून आम्ही टॅक्सीनं निघालो. मी डोळे विस्फारून लंडनचं रूप बघत होते.

सुरेख, स्वच्छ, मोठे रस्ते. कुठेही गडबड नाही, गोंगाट नाही. टुमदार घरं, आजूबाजूला नेटक्या बागा. सगळं कसं प्रसन्न होतं. टॅक्सी एका लहानशा गल्लीत शिरली. वळतवळत गेलेला हा छोटासाच रस्ता. '62 BROOKSIDE ROAD' या घरासमोर यानं टॅक्सी थांबवली.

''हे आपलं घर.'' हा म्हणाला. गेले चार महिने हा या घरात राहत होता.

यानं आम्हाला पत्रातून कळवलं होतं, ''माझी जेवणाची, राहायची फार चांगली सोय झाली. तीही एका मराठी कुटुंबात. आजीबाई बनारसे या फार वर्षांपूर्वी इथे आल्या. शिक्षणाचा गंध नसताना हिमतीने खानावळीचा व्यवसाय त्यांनी सुरू केला.

तो नावारूपाला आणला. त्यांच्याच मुलीच्या घरी माझी सोय झालीये. शोभा, मुलगी म्हटल्यावर तू अशी दचकू नकोस. या मुलीला नातवंडंही आहेत. आम्ही त्यांना मावशी म्हणतो.''

खानावळ या शब्दानं माझ्या डोळ्यांसमोर एक वेगळंच चित्र उभं राहिलं होतं. इथे तर एखाद्या चित्रासारखं सुबक घर समोर होतं. टॅक्सीतून उतरून क्षणभर मी सगळं न्याहाळत राहिले. एवढ्यात, दाराशी टॅक्सी थांबलेली पाहून एक अघळपघळ व्यक्तिमत्त्व सामोरी आलं.

''या मावशी भुसाटे,'' यानं ओळख करून दिली.

''या, या, तुमची वाटच पाहतोय आम्ही.'' मावशींनी हसून माझं स्वागत केलं, अगत्यानं माझी विचारपूस केली. म्हणाल्या, ''जा, वरती जाऊन आराम करा थोडा. थकला असला. तीनपर्यंत जेवायला या खाली.''

आम्ही सामान घेऊन घरात प्रवेश केला. समोर पॅसेज आणि उजव्या हाताला वरती जाणारा जिना. घरात सगळीकडे कार्पेट, भिंतीला वॉलपेपर. सगळं कसं स्वच्छ, चकचकीत. मी बावरून सगळं बघत होते.

आम्ही वरती आमच्या खोलीत गेलो. खोलीचा आकार चांगलाच मोठा. खोलीतल्या भिंतीचा वॉलपेपर फिक्या रंगाचा, नाजूक डिझाईनचा. जमिनीवर कार्पेट. मोठा पलंग, ड्रेसिंग टेबल. खोलीच्या दोन खिडक्या रस्त्याच्या बाजूला उघडणाऱ्या आणि त्यांना जमिनीपर्यंत रूळणारे पडदे. यानं खोली अगदी नेटकी ठेवली होती. खोलीला एक वेगळाच गंध होता आणि हवाहवासा वाटणारा गारवाही. यानं खोलीचं दार लावलं, पडदे सरकावले. नंतर कितीतरी वेळ आम्ही सुखात नहात होतो, मला कधी झोप लागली, तेही कळलं नाही.

थोड्या वेळानं यानं मला उठवलं. म्हणाला, ''चल, तयार हो. खाली जेवायला जाऊ.''

आम्ही खाली गेलो. मावशींनी आग्रह करून जेवायला वाढलं. बटाट्याची भाजी, पातळ भाजी, आंब्याचा रस आणि गरमागरम फुलके. मी मावशींच्या जेवणाला दाद दिली. हा म्हणाला, ''आज शनिवार म्हणून दुपारी उशिरा जेवण. शिवाय, शनिवारच्या जेवणात एखादं पक्वान्नही असतंच. आता संध्याकाळच्या जेवणाला सुट्टी. तेव्हा चल, आपण कुठेतरी फिरायला जाऊ.''

मग आम्ही लगेच बाहेर पडलो.

हा मला एकेक दुकानं, रस्ते यांची माहिती सांगत होता. शनिवार संध्याकाळ असल्यामुळे रस्त्यावर रहदारी होती, पण आपल्यासारखी गर्दी मात्र नव्हती.

''या भागाला गोल्डर्स ग्रीन म्हणतात. माझे बरेचसे मित्र आणि अनेक भारतीय या भागात राहतात. हिंदू कॉलनी म्हणतो आम्ही या भागाला.'' हा म्हणाला.

रस्त्यात कोणी ना कोणी भेटत होतंच. पहिल्याच दिवशी आपली एवढी माणसं भेटली, हे बघून मी खूश झाले.

यानं मघाशी विचारलेला प्रश्न मला पुन्हा विचारला, "ताई कशी आहे?"

मी उत्तर दिलं, "सगळे मजेत आहेत तिकडे." निघताना झालेली माझी धावपळ, धांदल मी याला सांगत होते.

"अरे, वीस किलोत सगळं सामान बसवताना एवढी पंचाईत! त्यात बडोद्याला आईंनी एवढी ढीगभर भांडी काढून ठेवली होती. नुसती स्टीलचीच नाही; पितळेची सुद्धा. म्हणाल्या, 'तुमचा नवीन संसार, सगळंच लागणार. स्वयंपाक काय स्टीलच्या पातेल्यात करणार आहेस तू? शिवाय, लग्नात एवढी भांडी आलीत. घेऊन जा सगळी. छान सगळा संसार मांडा. इथे ठेवून काय करायची ती भांडी?' वीस किलोत भांडी कशी आणणार? मी निघताना त्यांनी साड्या तर एवढ्या घेतल्या की, विचारू नकोस! एका दुकानात आम्ही गेलो. यांनी कौतुकानं दुकानदाराला सांगितलं, 'सून लंडनला जायला निघाली आहे ते.' तो दुकानदार कसला वस्ताद!

'लंडनला जाताय तुम्ही?' त्यानं मला विचारलं, 'अहो, मग या साड्या घ्या. आमच्या कॉटनच्या साड्या तिथे फार प्रसिद्ध.'

लंडनला बायका कॉटनच्याच साड्या किती वापरतात आणि आपल्या दुकानातून तिकडे याच साड्या कशा जातात, हे त्यानं रंगवून आईंना सांगितलं. भाराभर साड्या आमच्या गळ्यात मारल्या. आईंना काय, दुसऱ्या कोणी काहीही सांगितलं तरी ते खरं वाटतं. त्यात तू पुस्तकांची यादी पाठवलीस. सोडे, सुकट, वाल या गोष्टीही भरपूर आणायला सांगितल्यास. काय काय आणणार? वीस किलोपेक्षा जास्त सामान आणून त्याचे अव्वाच्या सव्वा पैसे भरण्यात काय अर्थ?"

गेल्या चार महिन्यांतल्या एकेक हकीकती मी याला सांगत होते, ह्याच्या ऐकत होते. पुढचे दोन दिवस यानं सुट्टी घेतली होती. त्यामुळे आम्ही मनमुराद भटकलो.

याची सुट्टी संपली. नंतर, गेले दोन दिवस मी एकटीच आजूबाजूला फिरत होते. बसची, ट्रेनची माहिती करून घेत होते. तसं सगळंच सोपं, ट्रेनचं जाळं सगळीकडे विणलेलं. या अंडरग्राऊंड गाड्यांची गंमत वाटली. स्टेशन आल्यावर भराभर दारं उघडतात, बंद होतात. आपल्या लोकलची गर्दी, चेंगराचेंगरी आठवली.

सोमवारी एका बँकेत मुलाखतीसाठी जायचंय. नोकरी लवकर मिळाली तर बरं. उगीच दिवसभर घरात एकटं बसून काय करायचं? पैशाची जरुरी तर आहेच आहे.

गेले चार दिवस याच्याबरोबर फिरताना, याच्याशी बोलताना, मजा करताना मनात दडवून ठेवलेली एक काळजी मला पुन्हा पुन्हा पोखरत होती. याच्यापासून काही लपवायची सवय नसल्याने तर मला अधिकच त्रास होत होता.

आज सकाळीच दादांचं आणि काकांचं अशी दोन्ही पत्रं एकदमच आली. मी

अधीरतेनं या पत्रांची वाट पाहत होते. यानं काकांचं पत्र वाचायला सुरुवात केली आणि एकदम ओरडला,

"शोभा, याचा अर्थ काय? मी सतरा वेळा तुला विचारलं, ताई कशी आहे, ताई कशी आहे म्हणून. तू मला सांगितलं का नाहीस ती आजारी असल्याचं? माझ्यापासून का लपवलंस?"

"आधी तू पत्र संपूर्ण वाच. मी मग सांगते. बऱ्या आहेत नं आई आता?

मी तिथून निघताना आईंचं उत्साहाने खरेदी करणं चाललं होतं. 'हे घेऊन जा, तिकडे ते मिळणार नाही.' असं म्हणून त्या वस्तू घेतच होत्या. बडोद्याहून आम्ही मुंबईला आलो. मुंबईलासुद्धा आईंची पावसात भिजतचिंबत खरेदी चालूच. मग एकदम त्यांना खूप सर्दी झाली, ताप आला. ताप बराच चढला. ताप उतरण्यासाठी डॉक्टरनं कडक औषधं दिली. पण त्यावर पोटात काही जायला नको का? आईंचे श्रावण महिन्यातले रोजचे उपवास. सांगायचं कोणी आणि ऐकायचं कोणी? आईंना एवढा ताप भरलेला; मलाही सुचेना काय करावं ते. मी निघायच्या आदल्या दिवशी त्यांचा ताप उतरला. पण पोटात काही नसल्यानं अशक्तपणा खूप आलेला.

निघायच्या दिवशी पहाटे अंघोळ आटोपून मी बाहेर आले. आईही तोंड धुवायला, तयार व्हायला म्हणून उठल्या. बेसिनजवळ आल्या आणि एकदम त्यांना चक्कर आली. नशीब, आजूबाजूला सगळे होते. पटकन सुभाषनं आणि काकांनी त्यांना धरलं. माझ्या तर काळजाचं पाणी झालं बघ. सगळ्यांनी मला तिथून बाजूला केलं. काका म्हणाले, 'तू काळजी करू नकोस. अशक्तपणामुळं तिला चक्कर आली, दुसरं काही नाही. तू ठरल्याप्रमाणे जा. आता बरं वाटेल शैलाला. दिलीपला मात्र मुळीच सांगू नकोस हिच्या आजारपणाचं. उगीच काळजी करत बसेल तो. आम्ही आहोत सगळे इथे. आता तापही उतरलाय. मी लगेच पत्र लिहून कळवतो तुम्हाला.'

त्याच मन:स्थितीत मी घरून निघाले बघ. दोन दिवस आधीपासून पावसाचं नुसतं थैमान चालू होतं. पहाटे विमानतळावर जायला टॅक्सी मिळेना. आदल्या दिवशी रत्ना दोन टॅक्सीवाल्यांना सांगून आला होता. कोणाचाच पत्ता नाही. शेवटी, महा मिनतवारीनं एक टॅक्सी मिळाली. दादा-ताई आणि सर्व जण सायन सोडून आता पार्ल्याला राहायला आलेत म्हणून बरं. निदान मी वेळेवर विमानतळावर पोहचू शकले. मी विमानतळावर आले त्यावेळी घरी आई-काकांजवळ सुभाष आणि शैला थांबले." मी याला सर्व खुलासा केला.

तिकडून निघताना हा भेटणार, परदेशात जायचं या गोष्टींचा आनंद होता. पण त्याच वेळी, एकटीनं करायचा एवढ्या लांबचा विमानप्रवास, वीस किलोत सामान बसवताना झालेली पुरेवाट, सगळ्यांना सोडून जाण्याचं मनावर आलेलं दडपण...

आणि कितीतरी. घरून निघताना स्वत:ला आवरणं किती कठीण झालं होतं. शेवटी काहीही न बोलता, निमूटपणे मी टॅक्सीत जाऊन बसले. लक्ष घरी होतं. मी जायला निघाले, हे बरोबर केलं की चूक? आजचा बेत बदलला असता, थोडा पुढे ढकलला असता तर? मग हा तिकडे काळजीत पडला असता.

मला गेल्या आठवड्यातला प्रसंग आठवला. बडोद्याहून निघताना मी याचा गुजराती मित्र दोशी याच्या घरी जाऊन आले होते. महेश दोशी लंडनला याच्या घराजवळ राहतो. मी घरी गेले तर महेशची आई आजारी होती. ब्लडप्रेशर वाढलं होतं. त्याच्या भावानं महेशसाठी सामान दिलं. पण प्रत्येकानं मला पुन्हा पुन्हा बजावलं की, महेशला सांगू नकोस बा आजारी असल्याचं. आम्ही मजेत आहोत, असंच सांग.

मी तिथून बाहेर पडले तेव्हा माझं मन गलबललं. उद्या जेव्हा परदेशात कोणी मला माझ्या आई-वडिलांची, सासू-सासऱ्यांची खुशाली सांगतील ती खुशालीच असेल का? त्यावर मी विश्वास ठेवायचा?

आज माझ्या आजारी सासूबाईंना सोडून मी निघाले. याला काय वाटेल? तो माझ्यावर चिडेल? मी इथं राहायला हवं होतं का? पण मी आता विमानात होते आणि विमान लंडनच्या दिशेनं झेपावत होतं.

मला पाहिल्यावर याचा पहिला प्रश्न आला, "ताई, कशी आहे?" याला आईचं फार वेड. प्रश्न टाळून मी म्हणाले, "सगळे मजेत आहेत." मग, पावसाने कसा धुमाकूळ घातला, माझं सामान कसं वाढलं, शेवटी काकांनी आणि दादांनी माझ्या बॅगा कशा लावल्या, हे मात्र मी वर्णन करून सांगितलं.

"ताईनं कशी नाही बॅगा भरायला मदत केली?" यानं आश्चर्यानं विचारलं.

बोलण्याच्या नादात मी केलेला घोटाळा माझ्या लक्षात आला. मी लगेच सावरून घेत म्हटलं, "अरे, तुला कल्पना नाही आईंनी किती सामान माझ्याबरोबर द्यायला काढलं होतं ते. चांगलं पन्नास-साठ किलो तरी असेल. तुला आवडतं म्हणून मेतकूट, चकलीचं भाजणं, थालीपिठाचं भाजणं, लोणची, मसाले काही विचारू नकोस. शेवटी काकांनी आणि दादांनी ठरवलं, आता आईंना बाजूला करायचं आणि वीस किलोत बसेल एवढंच सामान भरायचं."

गेले चार दिवस माझ्या डोक्यात आईंच्या तब्येतीचे विचार सारखे येत होते. एक मन सांगत होतं की, त्यांना चक्कर आली ती पोटात काही नसल्याने आणि तापात घेतलेल्या कडक औषधाच्या परिणामानेच असेल. गंभीर स्वरूपाचं काही नसेल. आता त्या नक्की बऱ्या झाल्या असतील. पण दुसरं मन म्हणायचं, 'त्यांची तब्येत जास्तच बिघडली असली तर?'

चला, आज पत्रं तर आली! माझ्या डोक्यावरचं ओझं उतरलं. काकांनी आधी

आम्हा दोघांना पत्र लिहून आईंच्या तब्येतीविषयी काळजी न करायला सांगून ती आता बरी असल्याबद्दल लिहिलं होतं. नंतर याला चार ओळींचं दुसरं पत्र लिहिलं होतं,

'दिलीपा, शोभा तिथे आलीये. आजूबाजूला आम्ही कोणी नाही. तुम्ही दोघं एकमेकांना सांभाळून राहा. शोभाला कामाची सवय नाही. तू जरा धीराने घेत जा. उतावळेपणा करत जाऊ नकोस. उगाच चिडून आरडाओरडा करू नकोस. ती फार हळवी आहे. तिला रडवू नकोस. तुम्ही दोघे आनंदात राहा.' हे वाचलं आणि मी हसतच सुटले.

हा वैतागून म्हणाला, "हे पत्र जर चुकून कोणी वाचलं तर वाचणाऱ्यांचा समज होईल, काय नवरा छळतो. किती जाच तुला! तुला रडायला काहीही कारण पुरतं त्याला मी तरी काय करणार? 'केवढा हा गरम चहा!' म्हटलं तरी तू रडशील आणि 'चहा थंड झालाय!' म्हटलं तरी तुझ्या डोळ्यांत पाणी येईल. मी मात्र निश्चय केलाय...."

"कसला रे?" मी विचारलं.

"वडिलांच्या मित्राच्या मुलीशी यापुढे चुकूनही लग्न करायचं नाही. हा ताप नको. काय जादू केलीस तू सगळ्यांवर? प्रत्येक जण तुला नावाजतो. माझं नाव मात्र उगाचच ब्लॅक-लीस्टवर. काकांनी मला मारे एवढा उपदेश केलाय. मग दादांनी कसं नाही लिहिलं तुला, नवऱ्याशी कसं वागावं ते? नवऱ्याची कशी सेवा करावी, त्याला चांगलंचुंगलं करून कसं खायला घालावं, हे त्यांनी तुला सांगायला हवं. म्हणजे बायकोनं कसंही वागलं तरी चालेल. गरीब बिचाऱ्या नवऱ्यानं सारखं तिला सांभाळून तिचं मन राखायचं; हे काय?"

"अरे, दादांनीही लिहिलंय. पण तुला ते दिसलं नाही. हे बघ, दादा म्हणतात, 'नवरा-बायको हे सर्वांत जवळचं, सर्वांत महत्त्वाचं नातं आहे, एवढंच लक्षात ठेव.' मला वाटतं, पानभर लिहून जे सांगता येणार नाही ते दादांनी फक्त एका वाक्यात सांगितलंय."

हा ऑफिसला निघून गेला. मी आलेली पत्रं परतपरत वाचत बसले होते. परदेशात आलेली पहिली पत्रं. काकांनी केवढ्या मायेनं लिहिलंय.

इथे येण्यापूर्वी जेव्हा बडोद्याहून मुंबईला यायला आम्ही निघालो तेव्हा काका म्हणाले होते, 'शोभा, या घरात मुलगी नव्हती. तू आलीस, गेलं वर्षभर तुझी सवय झाली. तुला हसायला काही कारण लागत नाही. छान, अशीच आनंदी राहा. दिलीपला सांभाळ, तो लहानपणापासून फार वांड, व्रात्य आहे. फारच मस्तीखोर, कायकाय एकेक उपद्व्याप करायचा....'

"हो तर! प्रत्येकाकडून एवढे किस्से ऐकलेत. त्यांचा लंकादहनाचा प्रसंग तर

अनेकांनी सांगितलाय.'' मी हसतहसत म्हणाले.

हा सहा-सात वर्षांचा असेल. त्या वेळी एकदा सुट्टीत ही सर्व मंडळी दादरला याच्या मामाकडे आली होती. मग सगळ्या पोराटोरांना घेऊन मामा गेले 'सीता-स्वयंवर' की कुठलासा सिनेमा बघायला. दुसऱ्या दिवशी मामा गेले कामावर. दुपारी आई आणि याच्या मामी कुठे बाहेर गेल्या. घरात आजी एकटीच आणि तिच्याजवळ ही घरातली तीन-चार मुलं. मग शेजारपाजारची आणखी काही मुलं जमली खेळायला. आता एवढी सगळी जमल्यावर काहीतरी चांगला खेळ हवाच. आदल्या दिवशीच सिनेमा पाहिलेला. त्यातल्या लंकादहनाची मज्जा वाटली होती. शेपटीला चूड लावून मारुती लंकेत एका ठिकाणाहून दुसरीकडे उड्या मारतोय. सगळीकडे आग पसरते आहे. धमालच. झालं, याच्या सुपीक डोक्यात आयडिया आली. लंकादहनाचा खेळ खेळायचं ठरलं. मग लगेच तयारी सुरू. हा झाला राम. कागदाचा मुकुट केला, तो डोक्यावर चढला. याची मामेबहीण झाली सीता, आईची साडी तिनं गुंडाळली. चाळीतल्या तळमजल्यावरील मामाच्या दारापुढल्या गॅलरीत सगळ्या मुलांचा खेळ चाललेला. मावसभावाला केला हनुमान. घरातल्या साड्या आणल्या, त्या लांब करून यानं एकमेकींला बांधल्या. एका बाजूचं टोक मावसभावाच्या चड्डीत मागच्या बाजूला खुपसलं आणि लांबच लांब शेपटी ओढून गॅलरीच्या दुसऱ्या टोकापर्यंत यानं नेली. हनुमानाला खिडकीच्या गजांना धरून उभा केला आणि काड्यापेटी आणून शेपटीचं टोक दिलं पेटवून. सगळ्या मुलांचा आरडाओरडा सुरू झाला. पण हा मात्र आता हनुमानाला कुठून कुठे, कशा उड्या मारायच्या, हे ओरडून सांगू लागला. सगळी मुलं घाबरली. पण हा त्यांना सांगत होता की, आग जवळ आली की फक्त हनुमानाच्या चड्डीतून त्याची शेपटी खेचून काढायची, त्यात काय एवढं? सगळ्यांच्या आरड्याओरड्यानं आजी जागी झाली. तिनं हनुमानाला खिडकीवरून खेचून काढला. शेपटी काढून बाजूला फेकली. पेटणाऱ्या साड्यांचा बोळा उचलून कठड्यापलीकडे रस्त्यावर फेकला आणि शूर प्रभू रामचंद्राच्या एक कानशिलात ठेवून दिली अन् घडणारा अनर्थ टाळल्याबद्दल आत जाऊन तसबिरीतल्या रामचंद्रापुढे हात जोडले. संध्याकाळी मामा ऑफिसातून परतल्यावर त्यांना हे प्रताप जेव्हा कळले तेव्हा त्यांनी त्या खेळातल्या प्रभू रामचंद्रांची केलेली अवस्था बघण्यासारखी होती म्हणे.

त्याही आधी, हा तीन-चार वर्षांचा असताना गुजराथेतल्या एका लहानशा खेड्यात त्याच्या काकांकडे गेला होता. याचे काका स्टेशनमास्तर होते. लहानसं गाव, स्टेशनही छोटंसंच. रेल्वे लायनीपलीकडे, स्टेशनचं फाटक संपल्यावर स्टेशनमास्तरचा बंगला. समोरच्या व्हरांड्यात बसल्याबसल्या स्टेशनवरची वर्दळ, येणाऱ्या-जाणाऱ्या गाड्या दिसायच्या. रेल्वे लाईन आणि बंगल्याचं फाटक यामधील

जागेत मुलं खेळत असायची. सिग्नल पडलेला दिसला, शिट्टी ऐकू आली की, याचे काका ओसरीवरून उठून स्टेशनात जाऊन बसायचे. गाव लहानसंच असल्यानं बहुतेक गाड्या तिथे थांबत नसत. दिवसभरात स्टेशनवर थांबणारी एखाद-दुसरीच गाडी. त्या वेळेला सगळी पोरंही धावायची स्टेशनावर दंगा करायला. ते लाल-हिरवे झेंडे दाखवून गाडी सुरू करणारे, थांबवणारे पोर्टर्स, गार्डाची शिट्टी, त्या वाफेच्या इंजिनाचा भसभसणारा आवाज हे सगळं रेल्वेचं विश्व यानं तेव्हा इतक्या जवळून प्रथमच पाहिलेलं आणि लाल झेंडा दाखवून गाडी थांबवण्यापेक्षा नुसत्या हातानं गाडी थांबवण्याच्या शौर्याची कल्पना सुचलेली. काय डोक्यात आलं असेल कुणास ठाऊक! पण गाडी येण्याची वेळ झाली तेव्हा काका उठून स्टेशनवर गेले. आई आणि काकी समोरच्या ओसरीवर बसून गप्पा मारतामारता अंगणात खेळणारी मुलं बघत होत्या. दुरून येणारी गाडी दिसू लागली आणि हातातला खेळ सोडून हा धावतधावत गेला आणि दोन रुळांच्या मध्ये पाय फाकून, हात लांब करून गाडीच्या दिशेने तोंड करून ती अडवण्यासाठी म्हणून उभा राहिला. गाडी धडधडत पुढे येत होती. कदाचित ड्रायव्हरनंही रुळाच्या मध्यभागी उभा राहिलेला मुलगा पाहिलेला असावा. इंजिनची एकसारखी कर्कश आवाजात शिट्टी चालूच राहिली आणि स्टेशनवरच्या माणसांचा 'छोकरो मरी गयो, छोकरो मरी गयो....' असा एकच ओरडा झाला. ओसरीतून हे दृश्य बघणाऱ्या आईंना भोवळच आली. पण कुठून कसा कोण जाणे, स्टेशनवरच्या गर्दीतला एक बोहरी इसम तीरासारखा धावला. त्यानं याच्या हाताला धरून खसकन ओढलं आणि गाडी धडधडत पुढे निघून गेली. पण यानं मात्र, गाडी अडवण्याची आपली संधी गेली म्हणून रडून आकांडतांडव केला होता म्हणे.

लहानपणापासून याच्या अशा अनेक लीलांनी आई-काकांना हैराण करून सोडलं होतं. कुठे जाईल, कुठे धडपडेल, कुणाची काय खोडी काढेल, कुणाला सतावेल कसलाच नेम नाही.

लग्न ठरल्यापासून अनेकांनी ऐकवलेल्या याच्या अनेक कथा.

काका पुढे म्हणाले, "शोभा, सांभाळ दिलीपला. त्याच्या असल्या व्रात्यपणामुळे कधी त्याला एकटा कुठे पाठवायलाही भीती वाटायची आम्हाला. एखादी गोष्ट मनाविरुद्ध झाली की संतापेल. राग अनावर होतो त्याला. पण मनात काही ठेवत नाही. एरवी, कोणाचीही चेष्टामस्करी करेल. पण एखादं काम हाती घेतलं की, मग त्यात मात्र त्याला लप्पनछप्पन चालणार नाही. झटून काम करेल. अगदी तहान-भूक, झोप-नीज विसरून काम करेल. खूप मेहनती आहे. मनात एखादी गोष्ट आली की, ती तो पुरी करणारच. त्याला माणसांची लागणीही फार आहे. सारखी माणसं हवीत जवळ. केवढे मित्र याला! पण लहानपणापासून याचे मित्र म्हणशील तर

बरेचसे त्याच्याहून वयानं कितीतरी मोठे, हा एवढासा होता, तेव्हा कोणाकोणाला मित्र म्हणून घरी घेऊन यायचा. मग कोणाकडून फोटोग्राफी शीक, कोणाकडून फ्रेटवर्क करायला शीक, कोणाकडून फर्निचर करायला शीक असे याचे उद्योग चालायचे. जे बघेल ते सगळं ह्याला यायला हवं, करायला हवं. हा मात्र खास शैलाचा गुण घेतलाय त्यानं.''

काका बोलत होते. मी ऐकत होते.

'दिलीप लंडनला गेल्यावर अजूनपर्यंत तू घरात होतीस त्यामुळे त्याचं जाणं एवढं जाणवलं नाही. पण आता तूही तिकडे गेलीस की, घर अगदी सुनंसुनं होईल. तुम्ही जा तिकडे, काही वर्षं राहा, पण लवकर परत या. आपली तारांगण सोसायटीत जागा आहे घेतलेली. आपल्याला घर बांधायचंय तिकडे, तुम्ही परत आल्यावर.' काकांचा स्वर बोलताबोलता दाटून आला होता.

हे सगळं आठवून मी कितीतरी वेळ नुसतीच बसून राहिले. मग हातातली पत्रं बाजूला ठेवून उठले, तयार झाले. विचार आला मनात-स्टेशनपर्यंत एक फेरफटका मारून यावं असा.

मी बाहेर पडले. सकाळी दहाची वेळ, रहदारी कमी. शांत रस्ते, पण आजूबाजूचं सगळं अनोळखी. मुलांना बाबागाडीत घालून फिरणाऱ्या बायका. झपाझप चालणारी माणसं. मी आपली रमतगमत चालले होते.

या जगात मी वावरत होते खरी, पण मन मात्र मागेच होतं. दादांनी किती थोड्या शब्दांत लिहिलंय नवरा-बायकोच्या नात्यासंबंधी. केवढा अर्थ आहे त्या वाक्यात. त्या दिवशी आईंच्या आजारपणामुळे ऐनवेळी धावपळ झाली. दादांनी लिहिलंय, 'निघताना तुला परत चहाचा घोटसुद्धा विचारला नाही, याची ताईला चुटपूट लागलीये. वेडी माया.' ताई म्हणाली होती, 'तू एवढ्या दूर निघालीस. आता आम्हाला लंडनच्या मानानं बडोदा किती जवळ होतं ते कळलं. कशाला म्हणायचीस गं; लांबचं सासर हवं, लांबचं सासर हवं म्हणून!'

कुणास ठाऊक, मला तरी कुठे कळत होतं? वाटलं, 'शैलाचं माहेर गावातच. तिला माहेरी जाऊन राहता येत नाही. गेली की संध्याकाळी परत. पण लांबचं सासर असलं की, माहेरी आल्यावर भरपूर राहता येईल.'

...चार दिवसांतच मला इथला कंटाळा आलाय. किती एकटं वाटतंय. कधी सवय नाही असं एकटं राहायची....

...निघताना आदल्या दिवशी ताईनं मुरडीचा कानवला केला होता. आजी म्हणाली, 'मुरडीचा कानवला खाऊन लवकर मुरडत परत ये होऽऽ!'

मी फिरून परत खोलीवर आले. करायला इथे तसा काही उद्योग नाही. आमची जागा असती तर सामान लावणं, स्वयंपाक करणं यात कसातरी वेळ गेला असता.

मला लग्नानंतरचे एकेक प्रसंग आठवू लागले.

...नुकतंच लग्न झालेलं. आईंच्या देखरेखीखाली मी स्वयंपाक करत होते. आई सांगायच्या, 'हिमटेपणा करू नकोस हं. आम्हा गुजराथेतल्या लोकांना सगळं कसं पुरतं लागतं. भाज्या-आमट्यांत पुरता गूळ हवा. स्वयंपाकात पुरतं तेल हवं. कारल्याची भाजी, परवराची भाजी केली की, तेलाचे रेळे गेले पाहिजेत पानात वाढल्यावर. कोकणातल्या लोकांसारखा हिमटेपणा नाही मला आवडत. त्यांना काय माहिती खाण्याची? नुसता भाताचा डोंगर आणि कालवणाची नदी असली पानात तरी तेवढ्यावरच खूश असतात कोकणातले लोक. जेवणं करावीत ती गुजराती लोकांनी.'

मी सगळं ऐकून घ्यायचे. दुसरं काय करणार? पण कोकणातले लोक म्हणजे कोण? काका का? आणि काका जर कोकणातले तर ताई-दादाही कोकणातलेच. मग मीही कोकणातली. कोकणातल्या लोकांचा स्वयंपाक काय चांगला नसतो? प्रत्येकाची पद्धत वेगळी असते एवढंच.

...कामाची सवय नसल्याने सुरुवातीला घाबरायलाच व्हायचं. कुठलाही पदार्थ मी केला की, संदीप आधी तो चाखून पाहण्याचं काम करायचा. सूचना द्यायचा, 'वहिनी, थोडं तिखट हवं. गूळसुद्धा चालेल.' मग मी त्याप्रमाणे थोडी डागडुजी करायची. पण कुठलीही गोष्ट चवदार व्हायची. आई-काका म्हणायचे, 'शोभाच्या हातच्या चहालाही चांगली चव आहे.'

एकदा काय झालं, आईंचा कसलासा उपवास होता. संदीपही कुठे बाहेर गेला होता. काका गावाला गेले होते, ते संध्याकाळी परत येणार होते. हा जेवायला लवकर घरी येणार होता. मग मी याच्या आवडीची शेपूची भाजी आणि खाटीडाळ केली होती. आई शाळेत निघून गेल्या. काका अचानक गावाहून आले. काकांना बघून मला आनंद झाला आणि आठवलं, आई म्हणाल्या होत्या, 'ह्यांच्या खाण्यापिण्याच्या बाबतीत कसल्याही आवडी-निवडी नाहीत. फक्त शेपूची भाजी तेवढी पानावरसुद्धा घेत नाहीत.'

काकांची अंघोळ होईपर्यंत मी बटाट्याची काचरा भाजी फोडणीला टाकली. हा येईपर्यंत ते जेवायला थांबणार होते. पण प्रवासाने ते थकून आले होते. मीच त्यांना आग्रहानं जेवायला वाढलं. खाटीडाळ, बटाट्याची भाजी दोन्ही, काकांनी आवडीनं खाल्लं. दोन-तीन दिवसांनी घरचं जेवण मिळाल्यावर ते चविष्ट न लागलं तर नवल. त्यात माझं कसब कसलं आलंय! पण काका मात्र स्वयंपाक नावाजत होते.

बारा वाजून गेले, एक वाजला तरी याचा पत्ताच नाही. शेवटी कंटाळून, नुसतं वाट बघत बसण्यापेक्षा, संध्याकाळी वालाचं बिरढं करायचं होतं म्हणून, मी वाल सोलायला घेतले. काकांशी गप्पा चालू होत्या. थोड्याच वेळात हा आला. माझे वालही सोलून

झाले. पटकन सगळा पसारा आवरून मी आमच्या जेवणाची तयारी केली.

काकांनी आश्चर्यानं विचारलं, ''सगळे वाल सोलून झाले इतक्यात? दिलीप, बघितलंस किती पटापट दोन-दोन हातांनी वाल सोलले शोभानं.''

मला लाजच वाटली, 'वाल पटकन सोलले तर नवल कसलं? कायस्थाची मुलगी आहे, इतर काही नसलं तर निदान एवढं तरी यायला हवं.'

हा लगेच म्हणाला, ''काका, तुम्ही हिला उगीच लाडावू नका. काही म्हणजे काही येत नाही शोभाला. मी आता क्लास काढून वेगवेगळ्या डाळी कशा ओळखायच्या याचं ट्रेनिंग देणार आहे तिला.''

परवा चूकच झाली.

डाळ दळायला द्यायची होती, फळीवरून डबा काढला. आतली पिवळी धमक डाळ बघितली. मोलकरणीकडे दळायला दिली. नेमकी पिठाची गिरणी बंद. परत डाळ डब्यात भरून ठेवणार तेवढ्यात हा तिथे आला. मी म्हटलं, ''कित्ती छान रंग आहे डाळीचा. स्वच्छ आणि चकचकीतही आहे केवढी!''

''एवढ्या तुरीच्या डाळीचं काय करायचंय?'' याचा प्रश्न.

''म्हणजे, ही चण्याची डाळ नाही?''

''याला तुरीची डाळ म्हणतात.''

''अरे, तुरीची डाळ इतकी छान दिसते?''

''ही तेल लावलेली डाळ आहे.''

'बापरे! हीच जर दळून आली असती तर?'

अगदीच फटफजिती झाली असती माझी. याला मात्र पुढे आयुष्यभर मला चिडवायला हा विषय झाला.

काका म्हणाले, ''शोभा स्वयंपाक मात्र झकास करते. आजची खाटीडाळ आणि बटाट्याची भाजी बघ, काय जमलीये!''

''काका, त्यात हिचं कसलं कौतुक करायचं? ताई सांगते तसं ही करते. हिनं केलेली प्रत्येक गोष्ट आधी संदीपनं चाखून बघायची. हिच्या हातचा प्रत्येक पदार्थ चाखूनचाखून त्याची बिचाऱ्याची तब्येत कशी झाली, ते बघितलंत का?''

मला याचा अगदी राग आलाय. का माझ्या मागे लागलाय असा? आज हा लवकर जेवायला येणार होता. मी सकाळपासून काहीही न खाता याची वाट बघत ताटकळत बसले. लग्नाच्या आधी सकाळी नऊ वाजता जेवून मी बाहेर पडत होते. जीव भुकेनं व्याकुळलाय आणि याला सुचते चेष्टा!

''काका, तुमची लाडकी सून तुम्ही आणलेला ओला लसूण बागेत लावायला निघाली होती नं, लसणाचं झाड आणलं म्हणून?''

आज याला काय झालंय? यानं एवढा उशीर केला म्हणून मीच चिडायला

पाहिजे, रागवायला पाहिजे. पण मला संधी न देता हाच मला चिडवतोय.

हा म्हणतोय तेही काही खोटं नाही. ओला लसूण हा प्रकारच मला माहीत नव्हता. प्रत्येक वेळी काका बाजारात जायला निघाले की मी सांगते, 'आलं, लसूण भरपूर आणा हं काका!'

'तुला स्वयंपाकात एवढा लसूण लागतो नं, थांब! मी एकदा लसणाचं झाडच आणतो तुझ्यासाठी.'

त्यानंतर ते हा लसूण घेऊन आले. मी त्या हिरव्यागार पाती आणि त्याखाली टपोरलेल्या कळीसारखा पांढरा शुभ्र लसूण बघितला आणि आनंदानं ओरडले, "अय्या! काकांनी माझ्यासाठी लसणाचं झाड आणलं."

मग सगळे खूप हसले. याला ओला लसूण म्हणतात हे तेव्हा कळलं.

मी पानं मांडली. आम्ही दोघं जेवायला बसलो. शेपूची भाजी पाहून हा खूश झाला. भाजीचा पहिला घास यानं घेतला मात्र आणि एकदम तोंड वेडंवाकडं केलं. मग ठसका काय लागला, डोळे काय फिरवले! मी पटकन उठले. याला पाणी दिलं. पाठीवरून हात फिरवला. 'बापरे! भाजीत मिरच्या जास्त झाल्या की मीठ दुप्पट झालं? नेमका आज घरात संदीपही नव्हता भाजी चाखून बघायला.' एक क्षण गेला आणि हा मग एकदम हसायला लागला. म्हणाला, "काय टॉप झाली आहे भाजी!"

माझ्या डोळ्यांत पाणी आलं. इतका वेळ सगळं साचलं होतं. आता काका चिडले, "दिलीपा, काय हा वाह्यातपणा? शोभतं का हे तुला?"

काकांनी असं ओरडून बोललं, चिडलेलं मी कधीच पाहिलं नव्हतं. मी कानकोंडी झाले, चूपचाप जेवायला सुरुवात केली.

एवढ्यात बाहेर कोणीतरी आलं म्हणून काका बाहेरच्या खोलीत गेले. मी गाल फुगवूनच जेवत होते. यानं बाहेरच्या खोलीत नजर टाकली आणि चटकन शेपूच्या भाजीचा घास माझ्यापुढे केला आणि डोळे मिचकावत गुणगुणू लागला.

"असुनी खास मालक घरचा...."

***

दार ठोकण्याचा आवाज आला. मी भानावर आले. दार उघडलं, समोर मावशी भुसाटे उभ्या.

"अहो, बारा वाजून गेले. जेवायचं नाही का?"

"इतके वाजले, कळलंच नाही. नाहीतर मीच खाली आले असते."

मी खाली गेले. जेवताना आमच्या गप्पा सुरू झाल्या. मावशींची याच्यावर माया, म्हणून माझ्यावरही. सकाळची न्याहारी पोटभर झालेली असायची. त्यामुळे दुपारी भूक नसायची. पण मावशी आग्रहानं मला थोडं तरी खायला लावायच्या.

मावशींकडे महिनोन् महिने राहणारे काही जण होते, विशेषत: विद्यार्थी. काही चार-आठ दिवसांसाठीच येणारे, पण बहुतेक पुरुषच. जोडप्यानं राहणारे फक्त आम्हीच तेवढे होतो. पुढच्याच महिन्यात आम्हीही दुसऱ्या भाड्याच्या स्वतंत्र जागेत राहायला जाणार. मावशींकडे नुसते जेवायला येणारेही काही लोक होते. मावशींचा कामाचा उरक दांडगा. एवढे लोक जेवायला असत. पण कुठे गडबड नाही, गोंधळ नाही, सगळं शिस्तशीर. बरोबर संध्याकाळी सात वाजता पंगती सुरू व्हायच्या. आठ, आठ जणांचं टेबल लागायचं. गरमगरम फुलके प्रत्येकाच्या पानात पडायचे. इथं येणारे, राहणारे लोक पैसे मोजत होते. त्या पैशाच्या मोबदल्यात मिळणारं जेवण आणि राहण्याची सोय एवढ्याच दृष्टीनं ते त्यांच्या येथील वास्तव्याकडे बघायचे. क्वचित कोणी जेवण नावाजायचा. पण सर्वसाधारणपणे, परक्या देशात घरच्यासारखं मिळणारं गरमागरम जेवण, चांगली जागा, येथील स्वच्छता हे सगळं करण्यासाठी कोणी राबतंय, याची जाणीव कोणाला असण्याचं कारण नव्हतं. पण हा इथे राहायला आला. मावशींचे सतत चालणारे कष्ट त्यानं बघितलं. मावशींच्या स्वयंपाकाला नावाजू लागला. कधी थकूनभागून बसलेल्या मावशींना आग्रहाने चहा करून देऊ लागला. त्यांची विचारपूस करू लागला. त्या अशिक्षित बाईला या गोष्टींचं फार अप्रूप वाटू लागलं.

बाकी मावशींची शिस्त आणि स्वच्छता हे वेगळंच प्रकरण. त्यांची हयात इथे लंडनला गेली. शिक्षण नसलं, बाहेरच्या जगाशी संबंध नसला तरी इंग्लिश संस्कार त्यांच्यावर झालेले. नवीन आलेल्या प्रत्येकाला त्या घराचे नियम समजावून सांगत. भारतातून आलेल्या लोकांना 'म्यानर' नसतात, हे त्यांचं ठाम मत. येणाऱ्या प्रत्येकाला त्या बाथरूम कशी वापरायची, कमोड कसं वापरायचं, अंघोळ झाल्यावर टब कसा चकचकीत ठेवायचा, हे पुन्हा पुन्हा सांगत. एखाद्याची चूक झालीच तर मग यांचा ओरडा सुरू होई. शिवाय जेवायला येताना, 'बरेकफास्ट'ला येताना टेबलाशी कोणी पायजमा घालून आला तर धडगत नसे त्याची. तसंच, संध्याकाळी घरी आल्यावर प्रत्येकाने आपापल्या खोल्यांचे सकाळी जाताना बाजूला सरकवलेले पडदे परत ओढून घेतले पाहिजेत, यावर त्यांचा कटाक्ष होता.

महिन्याभरातच आम्हाला जागा मिळाली, गोल्डर्स ग्रीन भागातच. मुख्य रस्त्यावरून आतमध्ये वळत जाणारी 'पॉविस गार्डन' म्हणून ओळखली जाणारी ती लहानशी गल्ली. या गल्लीच्या टोकाचं टुमदार घर. साठीच्या पुढे झुकलेल्या इंग्लिश जोडप्याचं. इतकं स्वच्छ घर मी आयुष्यात प्रथमच पाहिलं. घरमालक मॉरिस हा न बोलता पाईप ओढणारा आणि त्याची बायको निओमी ही थंड नजरेनं समोरच्याचा ठाव घेत मोजकं बोलणारी.

पहिल्याच भेटीत आम्ही या दोघांचं नामकरण केलं, 'मोरू' आणि 'बया' असं.

यांची दोन गुबगुबीत मांजरं, पिंकी आणि पर्की. बयाच्या आणि या मांजरांच्या डोळ्यांत विलक्षण साम्य, तोच थंडपणा.

घरात प्रवेश केल्यावर डाव्या हाताला एका चकचकीत टेबलावर ठेवलेला फोन. उजव्या हाताला लिव्हिंग रूम, डायनिंग रूम, स्टडी रूम आणि समोर किचन, या सगळ्या खोल्यांची दारं अर्थातच नेहमी लागलेली. पॅसेजच्या डाव्या हाताला वरती जाणारा जिना. जिन्याचा कठडाही इतका चकचकीत की, त्यात चेहरा दिसावा. वरच्या बाजूला चार खोल्या. उजवीकडच्या कोपऱ्यातली खोली ही बयाच्या सत्त्याण्णव वर्षांच्या आईची. त्या शेजारची खोली ही मोरू, बयाची बेडरूम. त्यानंतरच्या दोन खोल्या आम्हाला दिलेल्या. एका खोलीत सोफा, बेड, आरशाचं कपाट, दोन खुर्च्या, भिंतीला नाजूक डिझाईनचा वॉलपेपर आणि जमिनीवर फिकट निळ्या रंगाचा गालिचा. ही आमची लिव्हिंगरूम-कम-बेडरूम. दुसरी खोली म्हणजे किचन. एका कोपऱ्यात सिंक. समोरच्या बाजूला हॉट प्लेट. एक छोटं डायनिंग टेबल आणि चार खुर्च्या.

आम्ही इथं राहायला आलो, परक्या देशात संसार थाटला. संसार म्हणजे काय, तर दोघांनी मिळून भारतातून आणलेलं चाळीस किलो सामान. त्यात कपडे, पुस्तकं जास्त. शिवाय, वाल, सोडे, सुकट आणि गरम मसाला इत्यादी.

गेल्या महिन्यात केलेली अगदी किरकोळ खरेदी. नुकतीच जाऊन दोन पातेली आणली होती, भाजी, आमटी करायला. पण तीसुद्धा बिन झाकणांचीच. कारण भांड्यांच्या किमतीत झाकणं येत नव्हती आणि सध्या तरी झाकणं घेण्याइतके पैसे जवळ नव्हते. आईंनी माझ्याबरोबर देण्यासाठी काढून ठेवलेली लहानमोठी निरनिराळ्या घाटांची भांडी आठवली.

बयानं दोन प्लेट्स आम्हाला दिल्या. आम्ही दोन आणल्या. असा हा भातुकलीसारखा संसार मांडला.

हळूहळू पैसे साठले की, वस्तू कशा घ्यायच्या याचे माझे बेत सुरू झाले.

"...पहिला ब्लेंडर हवाच. आपला स्वयंपाक वाटणाघाटणाशिवाय कसा व्हायचा...?"

"इथे काही वाढवायचं नाही." यानं ठामपणानं सांगून टाकलं, "आपल्याला अमेरिकेत जायचंय. इथल्या इलेक्ट्रिकल वस्तू तिथे चालणार नाहीत."

"हे अमेरिकेचं काय काढलंस?"

"हा काय प्रश्न? मला अमेरिकेतच जायचं होतं. पण एकदम एवढा खर्च करून तिथे जाणं कसं शक्य होतं? म्हणून आधी लंडनला येऊन मग तिकडे जाण्याचं ठरवलं. इकडे आल्यावर लगेच अमेरिकन वकिलातीत जाऊन मी ग्रीनकार्डासाठी अर्जही केलाय."

"ते जाऊ दे. पण आपण भारतात परत कधी जायचं?" गेल्या महिन्याभरात वीस-पंचवीस वेळा विचारलेला प्रश्न मी पुन्हा विचारला.

"इथून अमेरिकेत. तिथून पुढे दोन-तीन वर्षांत भारतात परत."

एकदा संध्याकाळी फिरायला बाहेर पडलो. वाटेत याचा बडोद्याचा मित्र भेटला. तोही अमेरिकेत जाण्याच्या खटपटीत होता. मग काय, अमेरिकेच्या गप्पा सुरू झाल्या. त्यानं विचारलं, "दिलीप, तुम्ही दोघं बरोबर जाणार की, तू एकटाच पुढे जाणार अमेरिकेत?"

मी एकदम दचकले. गेले काही दिवस याच्या तोंडून अमेरिकेचा उल्लेख ऐकत होते, पण माझ्या डोक्यात हा विचारच आला नव्हता. हा इथे लंडनला आला. मी त्यानंतर चार महिन्यांनी आले, ती गोष्टच वेगळी. तिथे मी आपल्या माणसांत, आपल्या देशात होते. 'इथे कशी मी एकटी राहणार? हा बरोबर असतानासुद्धा तिथली इतकी आठवण येते. कधी तिकडे परत जाते, असं झालंय. याचं हे अमेरिका, अमेरिका काय चाललंय?'

रात्री मी याला म्हणाले, "तुझा विचार काय आहे ते मला माहीत नाही. पण मी मुळीच इथे एकटी राहणार नाही. आपण भारतात परत कधी जायचं ते सांग नं! मला नाही राहायचं इथे. ताई-दादांना बडोद्याला मुलगी देताना किती लांब देतोय, असं वाटत होतं. मग आता त्यांना कसं वाटत असेल? इथून अमेरिकेला जायचं म्हणजे एकदम दुसरं टोक. पण सांग तर खरं आपण कधी परत जायचं?"

मी रडायला सुरुवात केली, "मी एकटी राहणार नाही. तू जिकडे जाशील तिकडे मी येईन. पण एकटी नाही राहणार." मी रडतच होते.

हा एकदम चिडला, "मी काही तारीख ठरवून ठेवली नाही भारतात जाण्याची. इकडे येऊन अजून तुला धड एक महिना झाला नाही तर काय तुझा हा नाच! घरच्यांना सोडून दुसऱ्या बायका राहतातच ना इथे? आणि अमेरिकेत दोघांनी जायचं की, मी एकट्यानंच पुढे जायचं हे आत्ताच कसं सांगू? समजा, तुला इथे काही महिने एकटीला राहावं लागलं तर बिघडलं कुठे? तू काय लहान नाहीस. उगीच सगळ्यांनी नुसती लाडावून ठेवलीये तुला." यानं माझ्याकडे पाठ फिरवली. मी अजून मुसमुसतच होते.

परत हा चिडून म्हणाला, "पुरे आता, झोप मुकाट्यानं. मलाही झोपू दे, सकाळी लवकर उठायचं आहे."

नोकरीची मला सवय झाली, आजूबाजूच्या वातावरणाची सुद्धा. सुरुवातीला वाटणारा एकटेपणा आता कमी झाला. नोकरीमुळे वेळ भराभर जाऊ लागला. खूप मित्रमंडळी भोवती जमली. आमच्या गल्लीतून बाहेर पडलं की, शेजारीच 'सेंट

मायकेल चर्च'चा हॉल. तिथे महाराष्ट्र मंडळाचे कार्यक्रम नियमित होत. दिवस भराभर जात होते.

मध्येच कधीतरी अमेरिकेत जाण्याचा विषय मित्रमंडळीत निघायचा. मला तो नकोसा वाटायचा. इथे आम्ही चांगले रूळलो होतो. दोघांच्या नोकऱ्या होत्या. परत कुठे तिकडे जाऊन पहिल्यापासून सुरुवात करायची? ह्याचे लंडनमध्ये अनेक वर्षे स्थायिक झालेले मित्र अमेरिकेचं चित्र आमच्यापुढे रंगवायचे. तो अवाढव्य देश, धावतं आयुष्य, वाढती गुन्हेगारी... त्या सगळ्या जंजाळात अगदी हरवून गेल्यासारखं होणार, आम्हाला अजिबात करमणार नाही तिकडे, याची ह्या मित्रांना खात्री होती. मलाही तसंच वाटत होतं. पण याचा विचार पक्का होता.

मग, हाती खुळखुळा येणार याची चाहूल लागली. आनंद झाला आणि एकदम बयाची आठवण झाली. हे घर आम्हाला भाड्यानं देताना ती म्हणाली होती, 'या घरात तुम्ही दोघांनीच राहायचं. तिसरं माणूस मला इथे नको. लहान मूल नको.'

घरी बातमी कळवायच्या आधी मोरू-बयाला सांगितली, त्यांचा अंदाज घ्यायला. मोरू-बयाला काही ही बातमी आवडली नाही. बयाला काळजी एकच की, तिच्या वर्षानुवर्षं जपलेल्या, स्वच्छ ठेवलेल्या या घराची, लहान मूल आलं की, वाट लागणार, कार्पेटला डाग पडणार. भिंतीवर रेघोट्या मारल्या जाणार, जिन्याच्या चकचकीत कठड्याला चिकट हात लागणार. शिवाय, तिच्या दोन गलेलठ्ठ मांजरांना म्हणे लहान मुलांची सवय नाही, ती बिथरणार.

आम्हाला काही बयाचं हे बोलणं रूचलं नाही. दुसरीकडे जागा बघतो असं म्हणून आम्ही काढता पाय घेतला.

तशी ही जागा आम्हाला सर्व दृष्टीने सोयीची होती. ती सोडणं जिवावर आलं.

दोन दिवस मोरू-बयानं गंभीरपणे या परिस्थितीचा विचार केला आणि बेबी आल्यावर जास्त भाडं द्यावं लागेल, हे सांगून आम्हाला राहण्याची परवानगी दिली. बेबीच्या रडण्यामुळे त्यांना जर त्रास झाला आणि त्यांची मांजरं, पिंकी-पर्की, जर बिथरली तर मात्र आम्हाला जागा सोडावी लागेल, हेही त्यांनी ठासून सांगितलं.

दोन्ही घरी बातमी कळवली. दोन्हीकडचं पहिलंवहिलं नातवंड. या बातमीने घरी आनंदोत्सव झाला. पहिलंच बाळंतपण, जवळ कोणी नाही. त्यामुळे ताई-आईंचा जीव टांगणीवर होता. प्रत्येकाची पत्रं यायला सुरुवात. त्यात त्याच त्या सूचना.

आईंनी ह्याला लिहिलं, 'शोभाला जप. उगीच उचलसाचल करू देऊ नकोस. ह्या दिवसांत तिनं जडभारी काही उचलायला नको. रात्रीची जागरणं करू नका. आपल्या घरात इतक्या वर्षांनी लहान मूल येणार. आमचं सगळं लक्ष तिकडे लागलंय. शोभाची हातीपायी धड सुटका व्हावी म्हणून मी दांडियाबाजारातल्या

सिद्धिविनायकाला नवस बोलले आहे.'

ताईनं लिहिलं, "तुला डोहाळे खूप कडक लागलेत नं? पण आता बरं वाटेल. काळजी करू नकोस. सर्व व्यवस्थित होईल. छान आनंदात राहा. आपल्या देवीचं स्मरण करत जा, काही त्रास होणार नाही. अंडी, कोंबडी खाणं एकदम बंद कर. ते उष्ण पडेल, त्याचा त्रास होईल. उगीचच धावपळ करू नका. सारखं इकडे जा, तिकडे जा करू नका. प्रवासाची दगदग नको, तब्येतीला जपून राहा."

दादा-काकांची पत्रं यायची. त्यातही अनेक सूचना असायच्या. मला तर ही पत्रं वाचून हसूच यायचं. काय ही मोठी माणसं, बाळंतपणाचा केवढा बाऊ करतात! मला तर कसलीच भीती, धास्ती वाटत नव्हती. दर मिनिटाला जगात हजारो बायका बाळंत होतात. त्यातलीच मी एक. काळजी कसली? आम्ही मनमुराद भटकत होतो, प्रवास करत होतो, वाटेल ते खात-पीत होतो. कसलाच त्रास नव्हता.

एका संध्याकाळी याच्या एका मित्राचा फोन आला. तो दुसऱ्या दिवशी भारतात जाणार होता. त्याला सामान लावायला आमची मदत हवी होती. आम्ही काय, निघालो लगेच. कोणी भारतात जातंय म्हटल्यावर मला खूप वाईट वाटायचं. विशेषत: या अवस्थेत तर मी अधिकच हळवी झाले होते. आम्ही याच्या मित्राकडे पोहचलो. आणखीही मित्रमंडळी जमली होती. सामान लावलं, बॅगा भरल्या. मग गप्पांच्या नादात वेळ कसा गेला, कळलंच नाही. तिथून बाहेर पडलो तेव्हा लक्षात आलं की, रात्रीचे बारा वाजून गेलेत आणि आता बस बंद झाली आहे. आम्ही मजेत चालत निघालो, अर्ध्या-पाऊण तासाचा रस्ता. हवेत चांगलाच गारठा, रस्ता सुनासुना. घराजवळ आलो आणि आईंच्या पत्राची आठवण झाली.

त्यांनी लिहिलं होतं, 'आता तुझे दिवस भरत आलेत. रात्री-अपरात्री कुठे भटकू नका. तीस तारखेला सर्वपित्री अमावस्या आहे. त्या दिवशी कुठे बाहेर जाऊ नकोस.'

याला म्हटलं, "आज तीस तारीख नं? अरे, सर्वपित्री अमावस्या...."

"एक वाजायला आला, अमावस्या संपली. कसली अमावस्या आणि कसली पौर्णिमा? आपल्याला सगळेच दिवस चांगले."

त्यानंतर एकदा मावशी भुसाटे यांचा फोन आला, 'शनिवारी दसरा आहे. दसऱ्याला आमच्याकडे जेवायला या.'

"अहो, तेव्हा मी हॉस्पिटलमध्ये असेन."

"माझ्या हातची पुरणपोळी खाल्ल्याशिवाय तुम्ही जात नाही कुठे."

दसऱ्याच्या दिवशी दुपारी आम्ही मावशींकडे जेवायला गेलो. मावशींनी माझी ओटी भरली. मला हिरवी साडी दिली. मला भरून आलं. म्हटलं तर, आमचा

आणि मावशींचा संबंध काय? त्यांच्याकडे सतत राहायला येणारे एवढे लोक, त्यातलेच आम्ही. त्या एवढी माया का करतात? गेल्या वर्षी त्यांची जागा सोडून आम्ही या जागेत यायला निघालो, तेव्हाही त्यांनी मला भारी साडी दिली होती. मावशींनी आग्रह करकरून आम्हाला पुरणपोळ्या खायला घातल्या.

अगदी तुडुंब जेवण झालं. तिथून बाहेर पडलो. सहज स्टेशनपर्यंत चक्कर मारावी म्हणून चालत राहिलो. बघितलं तर स्टेशनच्या बाजूनं गुजराती लोकांचे थवेच्या थवे येत होते. बायका अगदी सजलेल्या, नटलेल्या. एवढे लोक कुठे चाललेत ते कळेना. शेवटी कोणाला तरी थांबवून यानं विचारलं. तर कळलं की, आमच्या घराशेजारच्या सेंट मायकेल चर्च हॉलमध्ये आज दसऱ्यानिमित्त गरबे आहेत म्हणून.

गेल्या वर्षी नवरात्रात मी बडोद्याला होते. ठिकठिकाणी गरब्यांची धमाल चालायची. वाड्यात तर केवढी गर्दी व्हायची गरब्यांसाठी. लहानांपासून मोठ्या बायकांपर्यंत सर्वच गरब्यांत सामील. मला खूप गंमत वाटली होती.

आता गरबे आहेत हे समजल्यावर आम्ही खूश झालो. घरी येऊन, तयार होऊन हॉलवर गेलो. हॉलवर प्रचंड गर्दी, गरबे रंगात आलेले. स्त्री-पुरुषांनी मिळून धरलेला फेर, खड्या सुरात गायले जाणारे गरबे. त्यावर, टिपऱ्यांच्या तालावर टाकली जाणारी तालबद्ध पावलं. सगळीकडे आनंदाला, उत्साहाला नुसतं उधाण आलं होतं. त्या तालावर नाचायला माझी पावलं शिवशिवत होती. पण यानं मला एका बाजूला उभं केलं.

"आज इथूनच पाहू या. एवढ्या गर्दीत आधी पोट सांभाळ तुझं. गरबे कसले करतेस?"

रात्री बारा वाजता तो सोहळा आटोपला. आम्ही घरी परतलो. दुपारच्या जेवणानं अजून मला जडजड वाटत होतं. दोन-तीन वाजेपर्यंत आम्ही गप्पाच मारत बसलो. सगळ्या तिकडच्या आठवणी. हा झोपला, मला मात्र झोपच येईना. दुपारी मी एवढी जेवले का? अजून कसं जड वाटतंय? माझी ऊठबस सुरू झाली. थोड्या वेळानं लक्षात आलं, हे जे काही वाटतंय ते काहीतरी वेगळंच आहे, एक कळ सर्वांगातून निघून गेली. हा नुकताच झोपला होता, याला इतक्यातच उठवायचं कसं? शेवटी सकाळी सात वाजता मी याला हाक मारली. आम्ही चहा घेतला. देवाला नमस्कार करून मी बाहेर पडले.

दुसऱ्या दिवशी सकाळी दोन्ही घरी यानं तारा केल्या, 'मुलगा झाला. बाळबाळंतीण खुशाल आहेत.'

मी दोन्हींकडे पत्रं लिहिली, 'रविवारी सकाळी मी हॉस्पिटलमध्ये आले. सोमवारी सकाळी बाळंत झाले. कसलाच त्रास झाला नाही. आम्ही दोघं मजेत

आहोत. काळजी नसावी.'

पाठोपाठ दोन्हीकडून अभिनंदनाच्या तारा आल्या. पत्रंही आली.

ताईनं लिहिलं, 'आमच्या समाधानासाठी तू जरी त्रास झाला नाही असं लिहिलंस तरी तो त्रास काय असतो, त्याची मला चांगली कल्पना आहे. एवढे चोवीस तास लागले बाळंत व्हायला ते काय त्रास झाल्याशिवाय असेल का? अशक्तपणा आला असेल. तुला आता स्वत:ला जपायला हवं. तू एवढी दूर आहेस की आमचा कोणाचाच तुला काही उपयोग नाही. तुझं तुलाच सगळं करायला हवं. जीव तुटतो बघ.'

दादांनी लिहिलं, 'गेले काही महिने मी खूप काळजीत होतो. तुझे ग्रह चांगले नव्हते. तुला खूप त्रास होईल, याची भीती वाटत होती. सगळ्यांना वाटत होतं की, दसऱ्याला तू बाळंत व्हावीस. मला मात्र वाटत होतं, दसरा टळावा. त्या वेळी तुझे ग्रह चांगले नव्हते. आता यापुढे तुझे ग्रह चांगले आहेत.'

दादांचं हे ज्योतिषशास्त्र हा वेगळाच विषय. सतत त्यांची आकडेमोड चालू असते. त्यांचा या विषयाचा थोडा अभ्यास आहे. निरनिराळ्या ज्योतिषांशी ते चर्चा करतात. मग कोणाची किती 'तयारी' आहे, ते आम्हाला ऐकवतात. सतत दुसऱ्याची काळजी करणं हा त्यांचा स्वभाव. त्यात आम्हाला कोणाला कधी शनी वक्री असतो तर कधी मंगळ कुठे असतो. त्यामुळे आम्हाला त्रास होणार, ही यांना नेहमी चिंता. मात्र सतत ज्योतिषावर बोलणाऱ्या दादांनी मुलाचं लग्न ठरवताना सुनेची पत्रिका पाहिली नाही. जावयाची पाहू नये म्हणून याचीही पाहिली नाही. आता लगेच बाळाच्या जन्मवेळेप्रमाणे कुंडली मांडून त्यांनी ती त्यांच्या एका चांगल्या ज्योतिषी मित्राकडून तपासून घेतली.

'उत्तम गुण आहेत. चांगला शिकेल.' हेही त्यांनी कळवलं.

एकवीस नोव्हेंबरला बाळाचा नामकरण विधी झाला. सेंट मायकेल चर्चचा हॉल घेतला होता, बरीच मंडळी जमली. पाळणा सजला, वरंवटाही मिळाला गोपा म्हणून नाचवायला. 'रोहित' हे नाव ठेवण्यात आलं. मोरू-बयाही आले बारशाच्या घुगऱ्या खायला. आदल्याच दिवशी भारतातून याचा एक मित्र आला. त्याच्याबरोबर ताईनं आणि आईनी बाळंतविडा पाठवला. डिंकाचे लाडू, सुंठीच्या वड्या आल्या.

रडणं माहीत नसलेलं हे बाळ सगळ्यांचं खेळणं बनलं. पिंकी-पर्की आनंदले. बयाच्या मैत्रिणी येऊन बघून जाऊ लागल्या. लहान मूल एवढं शांत असतं, यावर त्यांचा विश्वास बसेना.

आम्हाला अमेरिकन वकिलातीकडून ग्रीनकार्डासाठी बोलावणं आलं. मन परत सैरभैर झालं. अजूनपर्यंत फक्त दोघंच होतो. आता लहान मूलही, वाढती जबाबदारी. तिघांनी उठून तिथे जाऊन राहायचं कुठे, कोणाकडे? वेगळी जागा घेता येणार

नाही. गेल्याबरोबर नोकरी कोणी ठेवलीये याच्यासाठी? डॉलर्समधला खर्च कसा भागवायचा? अनेक विचार मनात थैमान घालत होते.

मनात आलं, 'हा जर एकटाच पुढे गेला तर दहा ठिकाणी, दहा गावांत नोकरीसाठी फिरणं सोपं होईल त्याला. माझी इथे नोकरी आहे. रोहितला घेऊन मी इथंच कुठे राहू शकते. म्हणजे याच्यावर आमची जबाबदारी नाही. शिवाय अलीकडे बरेच जण अमेरिकेत नोकरी न मिळाल्याने, तिकडे न आवडल्यामुळे परत आलेत. ऐकतोय की अमेरिकेची अर्थव्यवस्था फार ढासळलीये, बेकारी वाढलीये. परवा भेटलेले फडणीस सांगत होते अमेरिकेच्या भयकथा. हा एकटाच जर पुढे गेला आणि नाहीच जमलं काही, नाही आवडलं याला तर परत येईल. सगळंच गुंडाळून तिकडे गेल्यावर इथे परत येणंही कठीण होईल.' मी रोहितला घेऊन इथंच राहण्याची तयारी दर्शवली. पण यानं ठाम नकार दिला.

"असं काय करतोस? सगळ्यांना कसं जाता येईल? लहान मूल, त्याची दुखणी, औषधं, कसं परवडायचं तिथे? इथे काहीतरी व्यवस्था करूया. मावशींना विचारू का? त्यांच्याकडे रोहितला घेऊन मी राहीन."

ह्याच्या डोक्यात काही हे शिरेना. मी परतपरत याला सांगून पाहिलं, पण हा ऐकायला तयार होईना. लग्नाला तीन वर्षं झालीत. याच्या स्वभावाचा अंदाज येत नाही. कदाचित हाही हेच म्हणत असेल. अजूनपर्यंत इथे एकटी राहणार नाही म्हणून रडणारी मी एवढी कशी बदललीये, याचं यालाही आश्चर्य वाटत असेल. पण वय वाढतंय, वेगवेगळे अनुभव येत आहेत. आयुष्याचा थोडा अधिक विचार करावासा वाटतोय.

बऱ्याच विचारांती यानं तोडगा काढला. यानं एकट्यानं पुढे अमेरिकेला जायचं आणि मी रोहितला घेऊन भारतात जायचं. ज्या क्षणाची मी वाट पाहत होते, तो क्षण असा ध्यानीमनी नसताना समोर आला. मला तर अत्यानंदच झाला.

पण पहिला भर ओसरल्यावर वाटलं, हा विचार तितका व्यवहार्य नाही. मी जर इथे राहिले, तर माझी नोकरी आहे. फारशी मोठ्या पगाराची नसली तरी त्यातून मी आमचा दोघांचा अत्यावश्यक खर्च भागवू शकेन. भारतात गेले तर तिथे किती दिवस राहायचं, हे अनिश्चित. नोकरी कुणी ठेवलीये माझ्यासाठी? याला अमेरिकेत गेल्यावर लगेच काही तिथून आमच्या खर्चासाठी पैसे पाठवणं शक्य होणार नाही. काका लवकरच सेवानिवृत्त होणार. संदीप अजून शिकतोय. आम्हीच त्यांना जास्त मदत करण्याची आवश्यकता आहे. अशा स्थितीत, सासरी काय किंवा माहेरी काय, कोणाचं आर्थिक साहाय्य घेऊन राहणं मनाला पटणारं नाही.

शिवाय माझे सर्व कागदपत्र येथील अमेरिकन वकिलातीत दाखल केलेत. इथून ते भारतात पाठवण्यात वेळ जाणार. तिकडून मला अमेरिकेचं इमिग्रेशन

मिळायला किती महिने लागतील, हे सांगणं कठीण.

विचारांती मी लंडनलाच राहायचं ठरवलं. एका परिचित मराठी कुटुंबात माझी आणि रोहितची सोय झाली. याशिवाय दुसरा पर्याय नसल्यानं यानंही या गोष्टीला शेवटी मान्यता दिली.

घरी मात्र सगळ्यांची निराशा झाली. माझी तिकडे येण्याची निर्माण झालेली शक्यता मी आधीच पत्रानं कळवली होती. त्यामुळे रोहितला कधी बघतोय, असं सर्वांना झालं होतं.

ठरल्याप्रमाणे हा गेल्या महिन्यातच न्यूयॉर्कला गेलाय. न्यूजर्सीला एका मित्राकडे राहतोय. आठ दिवसांच्या पायपिटीनंतर एक नोकरी मिळवलीये.

'पुढील महिन्यात रोहितचा पहिला वाढदिवस. बघताबघता वर्षाचा होणार. याचं जाणं त्याला जाणवलंय. राहायची जागा बदलली. बेबीसीटर बदलली. हा जवळ नाही. त्याच्या दृष्टीनं हा केवढातरी बदल. पण काहीच त्रास नाही की रडणं नाही. नुसता टग्या झालाय. कोणाकडेही आनंदाने जातो. पुरुषांनी घेतलं की खूश होतो. याची आठवण येत असेल का?'

***

कालच काकांचं पत्र आलंय.

किती छान लिहिलंय. त्यांना सगळ्यांना माझी आणि रोहितची काळजी. एकदा मी अमेरिकेत गेले की, सर्वांची काळजी दूर होईल. कुणी सांगावं, दुसरीही कसली काळजी निर्माण होईल!

काकांना सविस्तर पत्र लिहायला हवं. आणखी दहा-पंधरा दिवसांनी ते सेवानिवृत्त होतील. त्यांनी आता आराम करायला हवा. खूप झालं, आयुष्यभर कष्ट उपसले, दगदग केली. आता विश्रांती हवी.

दादांच्या तोंडून काकांच्या लहानपणीच्या कितीतरी गोष्टी ऐकल्या होत्या. महाडला शाळेच्या निमित्ताने दूरच्या नातेवाइकांकडे राहिले. तिथे वाट्टेल ती कामं निमूट करत राहिले. लांबून पाणी भरणं, गोठ्याची, जनावरांची उस्तवार, घरातली कामं, लाकूडफाटा भरणं आणि कितीतरी. एवढं करून कधी कुणाचा प्रेमाचा शब्द नाही की पोटभर खायला नाही. शिवाय हे सगळं करत असताना चार पैसे मिळवण्यासाठी कुठं वह्या विक, कुठं आणखी कसला उद्योग कर, असं धडपडून ते मॅट्रिक झाले. मात्र काकांशी महाडच्या गोष्टी करताना, आपल्याला झालेला त्रास, घ्यावे लागलेले कष्ट याबद्दल चुकूनही काका कधी काही बोलले नाहीत, की कोणाबद्दलही त्यांनी कधी कडवट उद्गार काढले नाहीत.

पुढे काका बडोद्याला आले. इथे भाऊंचं छत्र होतं. आखाड्याची कामं जोरात चालली होती. स्वस्थ बसणं स्वभावात नसलेल्या काकांना इथे तर आवडीची कामं मिळाली. आखाड्यात दरवर्षी होणारे हनुमानजयंती, गुरुपौर्णिमा, शिवजयंती, गणेशोत्सव यासारखे सोहळे म्हणजे काकांचं व्यवस्थापन हवंच.

अर्थात काकांनी आखाड्यासाठी आपण काय काम केलं, कसे कष्ट घेतले, किती धडपडलो, शस्त्रागाराचं काम करताना किती त्रास झाला वगैरे कधीच मला काही सांगितलं नाही. ते सर्व मी इतरांकडून ऐकलं.

काका उत्तम टायपिंग करतात, हे किती जणांकडून ऐकलं. नुसतं इंग्लिशच नाही तर मराठीही. गायकवाडांच्या राज्यात काम केलेले लोक सांगतात, भाईरावांनी टाईप केलेला कागद वेगळा ओळखू येतो. सुंदर मांडणी, योग्य मार्जिन, व्यवस्थित परिच्छेद, कुठे खाडाखोड नाही, चुका नाहीत. कागद हाती आला की, तो वाचण्यापूर्वी नुसता बघत राहावासा वाटे.

किती लोकांना काकांनी काय वाटेल ते टाईप करून दिलंय. अगदी पुस्तकंच्या पुस्तकं मानेवर खडा ठेवून, रात्ररात्र जागून काकांनी लोकांना फुकट टाईप करून दिली होती.

आता काका सेवानिवृत्त झालेत हे कळल्यावर तर काय, लोक त्यांच्याकडून काहीही कामं करवून घेतील. काकांना कळवायला हवं, कुठलंही काम अंगावर ओढवून घेऊ नका, आराम करा. अर्थात सर्वांनी जरी त्यांना हे सांगितलं तरी त्यांना ते पटायला हवं नं?

***

खोलीला रंग लावण्याचं काम चालू आहे. हा रंग लावतोय, मी याच्या मदतीला, रोहितची पायात लुडबूड. पुढील महिन्यात आई-काका न्यूजर्सीला आमच्याकडे येणार आहेत, चार महिन्यांसाठी. त्यांच्या स्वागतासाठी आमची जोरात तयारी चाललीये. लग्न ठरल्यानंतर प्रथमच मी जेव्हा बडोद्याला गेले तेव्हा मी येणार म्हणून घराला रंग दिला, पडदे बदलले. आज आम्हीही तेच करतोय.

रंगाचा वास काय छान सुटलाय. सगळीकडे तोच वास भरून राहिलाय. सीलिंगला रंग लावण्याचं काम यानं सुरू केलं. तेवढ्यात याला चहाची हुक्की आली.

मी चहा केला. हातातलं काम थांबवून यानं चहाचा घोट घेतला.

'फर्स्ट क्लास.' हा म्हणाला.

मी चहाचा घोट घेतला आणि एकदम काहीतरीच झालं. परत मी बळेबळे आणखी एक घोट घेतला आणि एकदम बाथरूममध्ये धावले. मम्मीला उलटी झाली, ही बातमी रोहितनं डॅडींना दिली.

सीलिंगचं काम करण्यात गुंतलेल्या यानं सहज विचारलं, "काय झालं गं?"

"दुसरा खुळखुळा."

"खरंच? पण हे मध्येच कसं काढलंस तू? ताई-काका येतील. त्यांना हिंडवायचं, फिरवायचं, मजा करायची. आता पंचाईत होईल."

मला राग आला, 'याला आनंद होऊ नये? याला फक्त आपल्या आई-वडिलांची काळजी. त्यांना कुठे कमी पडता कामा नये हे कबूल! जसं रोहितच्या वेळी नऊ महिने मी घरात बसूनच काढले होते!'

गेले सहा महिने आई-काकांनी या उन्हाळ्यात इकडे यायचं, असं आम्ही घोकतोय. आम्हाला भारत सोडून चार वर्षं झाली, आम्ही तिकडे जायला हवं होतं. सगळ्यांनाच आम्हाला भेटायची उत्सुकता आहे. पण वाटलं, 'आई-काका जर इथे आले तर आम्हाला ते भेटतील. त्यांनाही हा देश बघता येईल. चार महिने राहतील. आम्ही तिकडे जायचं म्हटलं तर महिन्यांचीसुद्धा सुट्टी मिळणार नाही.'

मग, आई-काका येणार. त्यांना सगळीकडे हिंडवायचं, फिरवायचं तर हा म्हणाला, "आधी आपण गाडी घ्यायला हवी."

"गाडी घ्यायची? केवढ्याला मिळेल रे? कुठल्या रंगाची घेऊ या? काळीभोर छान दिसेल किंवा पांढरीशुभ्र? अरे, मी कॉलेजात असताना मला आणि माझ्या मैत्रिणींना एक गाडी खूप आवडायची. वरचा भाग पांढराशुभ्र आणि खालचा लालभडक असलेली. छोटीशी, पिटुकली, सुळकन निघून जायची. कुणाची होती कोणास ठाऊक! आम्ही तिचं नाव ठेवलं होतं, आवडी. तिचा नंबर होता १७६०. कुठे ही आवडी दिसली तर आम्हाला आनंद व्हायचा. शकू तर म्हणायची, आवडी दिसली की, पेपर्स छान जातात म्हणून!

इथल्या गाड्या तर केवढाल्या! किमतीही तशाच असतील नं? किती रे पैसे पडतील गाडी घ्यायला?"

"पडतील ते पडतील. थोडेसे भरू. बाकीचं कर्ज घेऊ."

"कर्ज नको रे बाबा. असलं काही नको हं. उगीच परक्या देशात येऊन कसले कर्जाचे डोंगर उभे करायचे? दादा नेहमी सांगतात, 'कुणाची उधारी ठेवायची नाही. आपली कुवत पाहून खर्च करायचा.' आपले पैसे साठू देत, मग गाडी घेऊया.'

"वेडी का खुळी तू? ते भारतातलं सगळं तिकडे सोडून दे. इथले नियम वेगळे आहेत. माणूस जेवढा जास्त कर्जबाजारी तेवढी त्याची बाजारात पत जास्त. हे कर्ज एकदा आपण घेतलं, त्याचे नियमित हप्ते भरले की, पुढे आणखी जास्त कर्ज काढणं सोपं जाईल."

या दुनियेतले हे हिशोब मला कळत नाहीत. ऋण काढून सण करायचे नाहीत, हे संस्कार असे चटकन विसरता येत नाहीत.

शेवटी, हो-ना करताकरता गाडी घेण्याचा विचार पक्का झाला. जुनी गाडी घ्यायचं ठरलं. जाहिराती बघायला सुरुवात केली. हा म्हणाला, "ताई-काका येणार म्हणून खास त्यांच्यासाठी ही गाडी घेतोय आपण. चांगली मोठी पाहिजे. त्यांना आरामात बसता आलं पाहिजे. ताई-काकांनी खूप कष्ट केलेत आयुष्यात. आपण त्यांना जास्तीत जास्त सुख दिलं पाहिजे."

मग अशा निरनिराळ्या गाड्या बघताना, एक आवडली. किंमत जास्त होती, पण गाडी मोठी, ऐसपैस. सोनेरी रंगाची, त्यात सर्व सोयी. बटण दाबलं की, खिडक्या उघडणार, बंद होणार. पॉवर स्टिअरिंग, पॉवर ब्रेक्स... आणि काय काय.

मात्र या गोष्टीसाठी दोन हजार डॉलर्सचं कर्ज बँकेकडून घेताना माझी छाती दडपली. करतोय ते बरोबर आहे का ते कळेना. एवढ्या पैशाचा व्यवहार पूर्वी केला नव्हता. शिवाय, आई-काकांना विचारून त्यांची परवानगीही घेतली नव्हती.

हा म्हणाला, "असं प्रत्येक बाबतीत घरी विचारता येणार नाही. आपले निर्णय आपल्याला घ्यायला हवेत. इथल्या जीवनाला योग्य काय आहे, ते तिथे बसून कोणाला कसं सांगता येणार?"

"पण एवढ्या कर्जाचं काय?" मला काळजीच पडली.

"कर्जाचं काय एवढं? यापेक्षा मोठमोठी कर्ज काढू आणि ती फेडूही." यानं सहज सांगून टाकलं.

गाडी घेऊन आम्ही घरी आलो. मी गाडीची पूजा केली. त्या दिवशी घरी श्रीखंडपुरीचा बेत केला. सर्व मित्रमंडळींना फोन केले. घरी पत्र लिहून बातमी कळवली. गाडीचे, गाडीबरोबर आमचे फोटो काढले.

रोहित तर एकदम खूश झाला. गाडीत मागील बाजूला त्याचं साम्राज्य. तो, त्याची खेळणी, पुस्तकं, त्याची आवडती उशी आणि ब्लँकेटही.

***

आई-काकांना इथे यायचं, ही कल्पना आवडली होती. ते खूश झाले. शिवाय त्यांनी लगेच कळवलंही, 'आम्ही तिथे येऊ, राहू आणि परत येताना रोहितला आमच्याबरोबर घेऊन येऊ. उगीच दिवसभर त्याला बेबीसीटरकडे ठेवण्यापेक्षा तो इथे राहील. किती वर्षांत घरात लहान मूल नाही.'

आईंना तर सारखी रोहितचीच स्वप्नं पडतात. हा पण म्हणाला, "उगीच आपण धावपळ करायची, सकाळी एवढ्या लवकर रोहितला उठवून बेबीसीटरकडे सोडायचा, थंडी-वाऱ्यात त्याला बाहेर काढायचा, त्यापेक्षा बडोद्याला राहिला तर ताई-काका बघणारे असल्यावर आपल्याला काळजी नको. मग पुढच्या दोन-चार वर्षांत आपण परत जाऊ."

मला आठवलं की, मी लंडनला यायला निघाले तेव्हा भेटायला लोक जमायचे त्या वेळी प्रत्येकाचा प्रश्न एकच, 'परत कधी येणार? नक्की येणार नं? तिथेच नाही नं राहणार?'

आई म्हणाल्या होत्या, "येणार म्हणजे काय, यायलाच हवं. दिलीपला कसं चैन पडेल माझ्याशिवाय? शिवाय माझ्याकडे एक तोडगा आहे, तोडगा."

मलाही कळेना कसला तोडगा आहे आईंकडे ते.

आई म्हणाल्या, "शोभा, तुम्ही दोघं खुशाल राहा तिकडे. हिंडा, फिरा, खूप मजा करा. मी आपली नातवंडांना माझ्याकडे ठेवीन."

मग बाकीच्या बायकांना उद्देशून त्या म्हणाल्या, "मुलंच इथे असली की, हे दोघं तरी किती दिवस राहणार तिकडे? परत येणारच."

मला आईंच्या तोडग्याची तेव्हा गंमतच वाटली.

आई-काका येण्याचे दिवस जवळजवळ येत चालले. इथे येण्याचा, अमेरिका बघण्याचा आनंद त्यांना वाटत होता. त्याहीपेक्षा, रोहितला आपल्याबरोबर न्यायचं, याचाच त्यांना जास्त आनंद आहे.

इकडे माझी अवस्था वेगळी आहे. आई-काका येण्याचा मला आनंद आहे. पण चार महिन्यांनी ते रोहितला घेऊन जाणार, ही कल्पना मनाला पटत नाही. 'इतक्या हजारो मैल दूर आपण आपल्या बछड्याला पाठवायचं? रोहित जाणार... माझ्यापासून दूर जाणार,' हा विचारच माझं काळीज आत्तापासून कुरतडतोय.

पण रोहितनं बडोद्याला जायचं, राहायचं हे आईंनी ठरवलंय, यानं ठरवलंय.

तसं त्यांचंही बरोबर आहे म्हणा. आजी-आजोबा एवढे लाड करायला, कोडकौतुक करायला असताना रोहितनं का कुठल्यातरी बेबीसीटरकडे वाढायचं? शिवाय बडोद्यालाही एवढ्या वर्षांत लहान मूल नाही.

आईंना घरात लहान मूल हवंय. दुडदुडणारी पावलं, चिमणे बोल. प्रेमाच्या वर्षावात न्हाऊ घालायला हवंय बाळ. मग रोहितनं तिकडे जायला हवं, असं नाही. आपल्याला दुसरं बाळ झालं की, रोहितऐवजी बाळाला तिकडे ठेवता येईल. रोहित आपल्याजवळ राहील.

हा विचार मनात कसा आला कळलं नाही. पण आला आणि त्यानं घर केलं. एका बेसावध क्षणी याला बोलूनही दाखवला. हा हसला, मीही हसले आणि आता हा म्हणतोय, 'हे मध्येच काय काढलंस!'

ठरल्याप्रमाणे आई-काका आले. चार वर्षांत त्यांच्या तब्येती उतरलेल्या दिसल्या. मला ताई-दादांची आठवण झाली. आई-काका भेटल्यावर प्रत्यक्ष ताई-दादाच भेटल्याचा आनंद झाला. तिथल्या सगळ्यांची खुशाली कळली. कोणाची

लग्न झाली? कोणाला मुलं झाली? सगळ्या बातम्या समजल्या.

"शोभा, त्या ठकू आत्याच्या मुलाचं - शशीचंही लग्न झालं हो. तो बघ जरा गांडा होता तो, आठवतो का तुला? त्याला दोन मुलंही झाली. तुमच्याबरोबर, तुमच्यामागून ज्यांची लग्नं झाली त्या सगळ्यांना दोन-दोन मुलं आहेत, बरं का?"

आम्ही दोघांनी एकमेकांकडे बघितलं.

आई-काका आमची गाडी, अपार्टमेंट, त्यातल्या एकेक वस्तू बघून सुखावले.

"अग बाई! केवढा हा फ्रीज! बडोद्याला त्या पाटणकरांकडे एवढासा फ्रीज आहे तर त्यांचा तोरा किती!"

"दिलीप, हा टी.व्ही. तुमचा? केवढ्याला घेतला?"

मग काका प्रत्येक वस्तूच्या किमती विचारू लागले. शिवाय त्यांना प्रश्न पडला की, आम्ही तिकडे परतल्यावर आमचं एवढं सामान बडोद्याच्या जागेत मावणार कसं?

परत दोन-चार दिवसांनी काका विचारायचे, "हे कार्पेट कोणाचं?"

"कोणाचं म्हणजे? आमचंच, आम्ही घेतलं. भाड्यानं फक्त जागा मिळाली. बाकी सगळंच आमचं."

काकांनी परत एकदा सगळ्या वस्तूंच्या किंमती विचारल्या. हा तर कंटाळला त्याच त्या प्रश्नांना तीच ती उत्तरं देऊन. मला वाटलं, 'काकांचं आयुष्य गरिबीत गेलं. त्यांनी त्या काळात परदेशाचं स्वप्न बघणं, हाही गुन्हा ठरला असता. त्या परिस्थितीतून ते वर आले. त्यांना स्वत:लाच खरं वाटत नसावं. एखादं स्वप्न बघत आहोत, असं त्यांना वाटत असेल. त्यामुळे खात्री करून घेण्यासाठी परतपरत तेच ते प्रश्न ते विचारत असावेत.'

आई-काका आले आणि त्यांनी अक्षरश: रोहितचा ताबा घेतला. काका तर दिवसभर त्याला कडेवर घेऊन फिरू लागले. घरातसुद्धा त्याला ते खाली सोडेनात.

"काका, अहो एवढे लाड करू नका त्याचे. रोहितला सवय नाही कडेवर बसायची. तो सुटा, मोकळा खेळत असतो. लहान असतानाही आम्ही त्याला कडेवर घेतला नाही कधी. आता तर मोठा झालाय चांगला अडीच-पावणेतीन वर्षांचा."

पण काका कसले ऐकतात. रोहित सुखावला. बेबीसीटरकडे जायला नको. आजी-आजोबा दिवसभर भोवती. कडेवरून खाली उतरायला नको. पण याच सुमारास त्याचा हट्टीपणा वाढला. दिवसभर आजी-आजोबांकडे राहणारा हा मुलगा, संध्याकाळी मी घरी आल्यावर मला चिकटायचा. माझ्याच मागे लागायचा कडेवर घेण्यासाठी. काही खायलाच तयार नसायचा. सारखा कशासाठी तरी याचा हट्ट चालूच राहायचा.

आई म्हणायच्या, "असा कसा हा हट्टी आणि तापट! एवढ्याशा मुलाचे

कसले चोचले? माझी मुलं नव्हती अशी हट्टी, आणि चिडतो किती? कोणासारखा झाला हा? शोभा, तुमच्याकडे असं तापट, हट्टी कोण आहे?''

मी हसून म्हणाले, ''आई, सगळ्यांचे चांगले गुण घ्यायचे सोडून रोहितनं नेमके माझेच गुण घेतले बघा.''

''दिवसभर आम्ही एवढं करतो याच्यासाठी. याला खायलाप्यायला घालायचं, सारख्या गोष्टी सांगायच्या. आमचा सगळा दिवस याच्या मागे जातो. पण तुला पाहिलं की, रोहित आम्हाला विसरून तुझ्याकडे का धावतो?'' आई बोलून दाखवायच्या.

रोहित आजी-आजोबांत रमला.

ते दिवसभर त्याला तिकडल्या गोष्टी सांगायचे. आपला कादवेकर वाडा, तिथे केवढी मुलं खेळायला. सायकल चालवायला मोकळी जागा. तुला पतंग उडवायला मिळेल तिकडे. रोहित अनेक नवनवीन गोष्टी आजी-आजोबांकडून ऐकत होता, खूश होत होता. किती मज्जा आहे तिकडे. इकडे फक्त डॅडी, ममी आणि बेबीसीटर. विमानात बसून जायचं, ही कल्पना त्या बालमनाला मोहवून टाकणारी. त्यामुळे कधी एकदा विमानात बसून तिकडे त्या जादूच्या नगरीत इंडियाला जातोय, असं त्याला होऊन गेलं.

आई-काका आल्यापासून रोहित बरंच मराठी बोलू लागला. अजूनपर्यंत त्याची बेबीसीटर पंजाबी होती. त्यामुळे तो जास्त हिंदी, थोडं इंग्लिश आणि फार थोडं मराठी बोलायचा. आमच्याशी बोलताना त्याच्या तोंडात हिंदी शब्दच जास्त यायचे.

आई मग तिथल्या लहानलहान मुलांच्या हुशारीच्या गोष्टी आम्हाला सांगत.

''अगं, तातेकाकांचा नातू रोहितएवढाच आहे, पण सगळी रामरक्षा म्हणतो तो. आमच्या शाळेतल्या ताराबाईंची नात दोन वर्षांची आहे. अश्शी बडबड करते सारखी. मी तर तिला बडोदा एक्सप्रेस म्हणते. शोभा, तुला त्या पार्वतीबाई माहीत आहेत नं, वाड्याच्या बाहेर राहतात त्या? त्यांच्या कुमीचा मुलगा तीन वर्षांचा आहे, ही कुमी नुसती ढप्प, मॅट्रिकपर्यंतही पोहचली नाही आणि मुलगा काय गाणी म्हणतो, काय गोष्टी सांगतो एकेक!''

हे असं सगळं ऐकलं की, आम्हाला वाटायचं, इथे बेबीसीटरकडे राहून रोहितचं नुकसान होतंय. संध्याकाळी थकूनभागून कामावरून आल्यावर आपल्याला त्याच्याबरोबर पुरेसा वेळही मिळत नाही. पण रोहित तिकडे गेला तर सगळ्यांमध्ये राहील, वाढेल, शिकेल. आजी-आजोबांकडून त्याच्यावर चांगले संस्कार होतील.

पण रोहितला आजी-आजोबांनी सांभाळायचा आणि लहान बाळाला इकडे बेबीसीटरच्या हवाली करायचं, हेही योग्य वाटेना. बऱ्याच विचारांती, दोन्ही मुलांना भारतात ठेवायचं आणि आम्ही दोघांनी पुढील दोन-चार वर्षांत नोकऱ्या करून पैसे

साठवून भारतात कायमचं परतायचं, या निर्णयावर आम्ही आलो.

मुलांना आपल्यापासून दूर ठेवायचं, ही कल्पना माझ्या मनाला तितकीशी पटत नव्हती. तरीही, प्रश्न फक्त दोन-चार वर्षांचा आहे अन् मुलांना तिकडे ठेवण्यात त्यांचंच हित आहे हे, मी मनाला समजावत होते.

***

आई-काकांना भेटण्यासाठी आमची बरीच मित्रमंडळी जमली. मोठी पार्टी केली, हा काकांना स्कॉच नाहीतर बिअर घेण्याचा आग्रह करू लागला.

"मी आयुष्यात असल्या गोष्टीला स्पर्श केला नाही आणि करणारही नाही." काकांनी ठासून सांगितलं.

इथे आलेत तर काही घ्यायला काय हरकत आहे? तिथे कोण येणार आहे आग्रह करायला? पण काकांना हे पटत नाही. आखाड्याचे संस्कार आहेत नं!

आईंना मात्र सर्व गोष्टींची मोठी हौस. प्रत्येक नवीन गोष्ट चाखून बघायची. जे जे मिळेल ते खायचं, प्यायचं, एन्जॉय करायचं.

काका पीत नाहीत किंवा त्यांना हा प्रकार आवडत नाही, हे बघितल्यावर याच्या काही वात्रट मित्रांनी त्यांना चाव्या मारल्या.

"तुम्ही अजिबात पीत नाही? मुळीच नाही? कधी चवसुद्धा नाही पाहिली? आश्चर्यच आहे! मग तुमचा मुलगा कसा असा? सतत प्यालेला असतो. पुष्कळदा तर रस्त्यावर पडलेला असतो. आम्हीच उचलून आणतो त्याला."

हे ऐकून आमची हसूनहसून पुरेवाट झाली. आमच्याबरोबर काकाही हसत होते. त्यांना त्यातली थट्टा कळत होती आणि नव्हतीही.

दुसऱ्या दिवशी आम्ही फिरायला बाहेर पडलो. काका चालता चालता माझ्याजवळ येऊन गंभीरपणे म्हणाले, "शोभा, दिलीप खरंच एवढी पितो का?"

"काका, अहो कालची ती सगळी चेष्टा होती, असं कसं पितील?"

"शोभा, सांभाळ दिलीपला. परका देश, आजूबाजूला कोणी लक्ष ठेवायला आपलं माणूस नाही. इथे कसली कसली व्यसनं लागायला वेळ किती लागणार? पुरे झालं. चला तुम्ही आता परत भारतात." काकांनी बोलून टाकलं.

बापाचं मन मला कळत होतं. मी हसून म्हटलं, "काका, तुम्ही तरी कमालच करता! लक्ष ठेवायला कोण कशाला पाहिजे? आम्ही काही आता लहान नाही आणि एक सांगते, आमचं रोजचं आयुष्य इतकं कष्टाचं, धावपळीचं आहे की, कुठल्याही मोहाच्या मागे जायला वेळच नाही. तुम्ही आलात, इथे राहताय तरीही तुमचं हे चार महिन्यांचं राहणं हे पाहुण्यासारखं. या काळात आम्ही तुम्हाला जास्तीत जास्त सुख देण्याचा प्रयत्न करतोय. आपण एवढं हिंडतो, फिरतो, शॉपिंग करतो; पण हे

म्हणजे आमचं रोजचं आयुष्य नाही.''

बोलताबोलता मी थांबले.

आमच्या त्रासाची, कष्टाची कल्पना यांना का द्यायची? शिवाय, हे म्हणतील, त्रास आहे नं इथे, मग चला परत. कशाला राहताय इथे?

अमेरिकेचं यांना दिसणारं चित्र अगदी वरवरचं. आम्ही तेच दाखवतोय त्यांना. डोळे दिपवणारी दुकानं. प्रचंड, गुळगुळीत रस्ते. त्यावरून सुसाट धावणाऱ्या गाड्या. दिव्यांचा झगझगाट.

आम्हाला दिसलेली अमेरिका यांना कशी दिसणार? आणि का दाखवायची?

***

चार महिने लंडनला रोहितला घेऊन काढल्यावर मी इथे आले. याच्या नोकरीचं पक्कं झालं होतं. यानं अपार्टमेंट घेतलं. मात्र लंडनचे माझे चार महिने फारच त्रासाचे गेले. कुठलंही काम मनासारखं होईना. पैशाचे व्यवहार, इन्कमटॅक्स, बँकेचे व्यवहार, माझे इकडे येण्यासाठी लागणारे कागदपत्र, ग्रीनकार्ड. मला भरपूर त्रास झाल्यावरच सगळ्या गोष्टी होत होत्या. एकटीनं सगळं जमवताना मी मेटाकुटीला आले. याच्या भेटीची अगदी तीव्र ओढ लागली. शेवटीशेवटी अशी शंकाही मनात आली की, यापुढे आपली आणि याची भेट नक्की होणार आहे का? विमानाच्या तिकिटाचा घोटाळा झाला. चार पैसे वाचवायला एका चार्टर्ड फ्लाईटची तिकिटं काढली. पण पैसे भरूनसुद्धा आयत्यावेळी हातात तिकीट नाही. ज्याला पैसे दिले तो एजंट भारतात निघून गेला. परत कधी येणार याचा पत्ता नाही. मला लंडनचा मुक्काम वाढवायचा नव्हता, नोकरी सोडली होती. ठरल्या दिवशी यायचं होतं. शेवटी, दोन दिवस आधी दुसऱ्या एजंटचे पाय धरून कशीबशी तिकिटं मिळवली. ती आधीच्यापेक्षा दुपटीने जास्त पैसे खर्चून. शिवाय, लंडन-न्यूयॉर्क अशी सरळ फ्लाईट न मिळता, लंडन-पॅरिस आणि पॅरिस-न्यूयॉर्क अशी फ्लाईट मिळाली. दुसरा इलाजच नव्हता. रोहितचं जरी दहा टक्के पैसे भरून तिकीट काढलं होतं, तरी सामान मात्र दोघांचं मिळून फक्त वीस किलोच आणता येणार होतं. बाकीचं बरंच सामान मी मोठ्या पेटाऱ्यात घालून आधीच बोटीनं न्यूयॉर्कला पाठवलं होतं. तरीसुद्धा रोहितच्या सामानसकट वीस किलोत उरलेलं सगळं बसवणं कठीणच होतं. लंडनहून निघताना प्रचंड धुकं पडलं होतं. त्यामुळे तीही काळजीच होती. हे विमान जर पॅरिसला आता उशिरा पोहचलं तर तिथून पुढच्या विमानाचं काय? एकटीनं प्रवास करायचा असता तर प्रश्न नव्हता. पण बरोबर लहान मूल. थंडीचे दिवस. सामानाच्या वजनाचा प्रश्न. त्यामुळे मी माझ्या अंगावर जास्तीत जास्त कपडे चढवलेले आणि रोहितच्या अंगावरही. विमान पॅरिसला वेळेवर पोहचलं. तिथून

न्यूयॉर्कपर्यंतचा प्रवास नीट पार पडला. विमानतळावर हा भेटला आणि क्षणात सर्व त्रास मी विसरले.

त्या वेळी याच्याकडे किंवा याच्या मित्रांपैकी कोणाकडेही गाडी नव्हती. त्यामुळे न्यूयॉर्कला केनेडी विमानतळावर उतरल्यावर न्यूजर्सीमधल्या 'जर्सी सीटी' या गावी बस, ट्रेन नंतर टॅक्सी अशी निरनिराळी वाहनं घेऊन आमचा उरलेला प्रवास सुरू झाला.

आम्ही अमेरिकेत येऊन पोहचलो, एका वैभवसंपन्न देशात. न्यूयॉर्कचा तो अफाट विमानतळ बघूनच मी हबकून गेले होते. ट्रेनमधून आमचा प्रवास सुरू झाला. मनात नुकताच मागे ठेवलेला देश होता. तिथली माणसं, त्यांच्या चालीरीती, पद्धती सगळंच वेगळं. ट्रेनमध्ये प्रत्येक जण वर्तमानपत्रात डोकं खुपसून असायचा. मोठ्यानं बोलणं, हसणं, खिदळणं काही नाही. जसे काही सगळे मेणाचे पुतळेच. पण लहानग्या रोहितला घेऊन, त्याच्या बाबागाडीसकट मी जेव्हा बस अथवा ट्रेनचा प्रवास करत असे, तेव्हा हेच लोक चटकन मदतीला पुढे येत. इंग्लिश लोकांच्या प्रामाणिकपणाचा अनुभव तर कितीदा घेतलेला. इथे अमेरिकन लोकांचं वागणं, बोलणं ट्रेनमध्ये बघत होते तर ते एकदमच निराळं. प्रत्येक जण आपापल्या घाईत, दुसऱ्याकडे बघायला सवड नाही कुणाला.

'३२० फेअरमाउंट ॲव्हेन्यू' या बिल्डिंगसमोर आमची टॅक्सी थांबली. हा म्हणाला, "ही आपली बिल्डिंग." मी दचकले. ही तर एक चाळवजा जुनाट बिल्डिंग होती. खडखडत्या लिफ्टमधून - ज्याला इथे एलिव्हेटर म्हणतात, आम्ही चौथ्या मजल्यावर गेलो. आमचं अपार्टमेंट टोकाचं. प्रथमदर्शनी माझी खूप निराशा झाली. डोळ्यांसमोर आमची लंडनची जागा होती. अमेरिकेत म्हणजे त्याहून सुंदर अपार्टमेंट असणार, अशा माझा कल्पना होती. मी भारतात असताना मुंबईला, नागपूरला यापेक्षा चांगल्या जागेत राहिले होते. अमेरिकेत येऊन या अशा जागेत राहायचं?

हा उत्साहाने जागा दाखवत होता. नुकतीच यानं ही जागा घेतली होती आणि अत्यावश्यक वस्तू घेऊन, नीट लावून, सजवून ठेवली होती. लंडनच्या तुलनेनं मोठी जागा, स्वतंत्र, चार खोल्या. पुरुषभर उंचीचा फ्रीज यानं सामानाने गच्च भरून ठेवला होता. रोहितसाठी बेड होता. आमचा बेड, सोफासेट. हा बोलत होता, सांगत होता, चार महिन्यांतल्या अनेक गोष्टी. आम्हाला परक्या देशात सोडून हा इथे आला. आम्ही इथे येईपर्यंत याच्या मनावर काय दडपण होतं, त्याची जाणीव आता मला झाली. इथे आल्यानंतर वणवण करून मिळवलेली नोकरी. त्यातून पैसे साठवून उभारलेला हा संसार. मग मला ती जागा खटकली नाही. उलट, सुंदरच वाटली.

***

आमचं अमेरिकेतील आयुष्य सुरू झालं.

डिसेंबरचे दिवस. टीव्हीवर कळायचं तपमान किती खाली घसरलं आहे ते. पण बाहेर पाहावं तर चक्क ऊन दिसायचं. लंडनच्या सदा ढगाळ हवेतून इथं आल्यावर तर ह्या उन्हामुळे फसगत व्हायची. थंडीचा अंदाज यायचा नाही. शिवाय घरात सेन्ट्रल हीटिंगची ऊब. त्यामुळे थंडी जराही जाणवायची नाही. लंडनला आमच्याकडे एक छोटा इलेक्ट्रिकचा हीटर होता. तो सतत चालू ठेवणं शक्य नसायचं. त्याची ऊब फक्त अगदी जवळपास बसणाऱ्यालाच लागायची. मग एक पॅराफिनचा हीटर आणला. त्याची ऊब जरा खोलीभर पसरायची. पण तोही चोवीस तास चालू ठेवणं योग्य नसायचं. त्यामुळे घरात वावरताना अंगात भरपूर कपडे घालावे लागायचे. पण इथे बाहेर बघावं तर जोरात वारा सुटलेला असायचा. रस्त्यानं जाणारे लोक मोठे कोट, हातमोजे, मफलर, टोप्या घातलेले आणि घरात मात्र चक्क उकडायचं.

आठ दिवसांनी हा म्हणाला, "उद्या सॅन्डविच देऊ नकोस. आम्ही सर्व मिळून लंचला बाहेर जाणार आहोत. माझ्याबरोबर काम करणारा बॉब म्हणून एक आहे, त्याच्या मुलीचा पहिला वाढदिवस आहे."

संध्याकाळी हा नेहमीप्रमाणे ऑफिसमधून घरी परत आला. आला तो गप्प गप्पच. रोजच्यासारखी रोहितबरोबर मस्ती नाही की माझ्याशी काही बोलणं नाही. मी याच्या कपाळाला हात लावून पाहिला. "तब्येत बरी आहे नं? डोकं जरा गरम वाटतंय." हा गप्पच. "अरे, आजचा लंच कसा झाला? काय काय खाल्लं? कुठे गेला होतात तुम्ही?"

"लंच झालाच नाही."

"म्हणजे?"

"आज आम्ही लंचला गेलो नाही. मी काही खाल्लंही नाही."

"बरं वाटत नाही म्हणून काही खाल्लं नाहीस का?" मला काही अर्थबोध होईना.

क्षणभर बोलावं की न बोलावं असा विचार पडून यानं सांगायला सुरुवात केली.

"नेहमीप्रमाणे सकाळी आठ वाजता सगळे ऑफिसमध्ये आले. कामाला सुरुवात झाली. बॉबनं सगळ्यांना दुपारी लंचला बाहेर जाण्याची आठवण करून दिली. बॉब भलताच खुशीत होता. आज त्याची मुलगी एक वर्षाची झाली. मला रोहितच्या पहिल्या वाढदिवसाची आठवण झाली. तुम्ही तिथे लंडनला तो साजरा केलात. त्या वेळी, मीही इथे पंधरा-वीस मित्रांना गोळा करून चांगली पार्टी केली होती. बॉबनं त्याच्या कुटुंबासाठी, मित्रांसाठी शनिवारी घरी पार्टी ठेवली आहे.

मुलीचा पहिला वाढदिवस हाच विषय होता सकाळी त्याला बोलायला.

सुमारे साडेदहाच्या सुमारास बॉबला साहेबानं आत बोलावलं. मी गमतीत म्हटलं, 'तुझ्या मुलीचा वाढदिवस आहे तर साहेब काहीतरी बोनस देईल तुला. त्यालाही विचार, तो आपल्याबरोबर लंचला येईल का?'

दहा-पंधरा मिनिटांतच बॉब बाहेर आला. त्याचा चेहरा एकदम पांढराफटक पडलेला. अगदी रडवेला झाला होता तो. न बोलता, भराभर त्यानं आपलं सामान आवरलं. मला कळेचना याचं काय चाललंय ते. शेवटी कसंबसं तो म्हणाला, 'आय हॅव बीन फायर्ड!'' पुढे तो काही बोलूच शकला नाही. त्याच्या बोलण्याचा अर्थ समजेपर्यंत तो झटकन निघूनही गेला. त्यानंतर मार्था, डेव्हिड या लोकांचे नंबर लागले. प्रत्येक जण बॉसच्या खोलीत जात होता. पाच मिनिटांत सगळं आवरून बाहेर पडत होता. माझे हातपाय गळाठले. आजूबाजूला घडणारा हा प्रकार मी बघत होतो आणि आता आपलाही नंबर लागणार, या कल्पनेनं पोटात गोळा उठला. इथलं जग 'हायर' आणि 'फायर' वर चालतं हे ऐकलं होतं. पण त्याचा हा असा अनुभव घेताना डोकं सुन्न झालं, धाबं दणाणलं. नोकरी गेली तर करायचं काय? ही नोकरी मिळवताना किती पायपीट केली होती. आठ दिवसांत नोकरी मिळाली होती खरी, पण त्या आठ दिवसांत पायांची चाळण होईपर्यंत मी दारोदार फिरत होतो. तू रोहितला घेऊन एकटी तिकडे आहेस, तुला लवकर आणलं पाहिजे, नोकरी लवकर मिळाली पाहिजे हेच डोक्यात होतं. नुकतीच तू आलीस, ही जागा घेतली. थोडंफार फर्निचरही घेतलं. बँकेत फार पैसे नाहीत. आता नोकरी गेली तर काय? मोठाच प्रश्न पडला. तेवढ्यात माझाही नंबर आला. बाकीचे सगळेच निघून गेले होते. साहेबानं मला बोलावलं.''

हा सांगत होता ते मी घाबरून ऐकत होते. मलाच घाम फुटला. हा काय बातमी देणार आता? काय देणार ते दिसतंय. कसं करायचं आता?

''मी साहेबाच्या खोलीत गेलो. तिथे त्याचे तीन पार्टनर्सही बसले होते. त्या चौघांनी मला सांगायला सुरुवात केली. नुकतेच दोन मोठे प्रॉजेक्ट्स हातातून गेलेत. एवढा स्टाफ ठेवणं आता शक्य नाही. बाहेर परिस्थिती किती वाईट आहे, त्याची माहिती हे चौघे मला देत होते. मला कळेचना यांना काय म्हणायचं आहे ते. काढून टाकायचंय तर सरळ सांगून का टाकत नाहीत? उगीच कंपनीची माहिती मला देत बसलेत. मग म्हणाले, 'बाकीच्या लोकांना नाइलाजानं काढून टाकावं लागलं. कंपनीकडे पैसे नाहीत लोकांचे पगार द्यायला. तरीही कंपनीकडे थोडी कामं आहेत, ती करायला हवीत. पैसे यायला हवेत. तुला आम्ही ठेवून घेतो आहोत. तुला अनुभव जास्त आहे. कामाची सवय आहे. तू कष्टाळू आहेस. ॲन्ड वी लाईक यू. बाकीचा हा व्याप तू एकटा सांभाळशील, याची आम्हाला खात्री आहे.'

मी एकदम मोकळा श्वास घेतला. साहेब पुढं म्हणाला, 'आणखी दोनेक महिन्यांत परिस्थिती सुधारेल कदाचित. मात्र तुझ्यावर आत्ता जास्त जबाबदारी असली तरी तुला जास्त पगार देणं आम्हाला शक्य नाही'.

याच्या तोंडून ही सगळी हकीकत मी ऐकली. याची नोकरी आहे याचा आनंद झाला, तरी खात्री वाटेना. बिचारा बॉब, काय झालं असेल त्याला? आज त्याच्या मुलीचा पहिला वाढदिवस आणि त्या आनंदात तो असताना त्याची नोकरी अशी अचानक जावी?

वर्तमानपत्रांतून रोजच कुठे कुठे किती लोकांना कामावरून काढलं, याचे आकडे मी वाचत होते. बेकारी वाढतच चाललीये. रोज हजारो लोकांच्या नोकऱ्या जात आहेत. चुकीच्या वेळी आम्ही इथं पोहचलो का? नोकऱ्या मिळणं कठीण आहे. त्या टिकवताना पंचाईत. व्हिएतनाम युद्धाची झळ या देशाला सर्वांगाकडून पोहचली आहे. प्रचंड आर्थिक मंदी आली आहे. त्याचे दुष्परिणाम सगळीकडे दिसत आहेत. असलं सगळं वाचून, टीव्हीवर पाहून घाबरायलाच व्हायचं.

काही दिवसांनी हा मला म्हणाला, "मला एक पार्टटाईम नोकरी मिळतेय."

"हो? कुठे? कधीपासून?"

मग यानं सांगितलं, "नोकरी एका कॉलेजच्या लायब्ररीत आहे. म्हटलं तर काम काहीच नाही. गणवेष चढवून दारावर बसायचं. येणाऱ्याजाणाऱ्या लोकांवर लक्ष ठेवायचं. आपल्या घरापासून पाच-दहा मिनिटांच्या अंतरावर सेंट पीटर्स कम्युनिटी कॉलेज आहे, त्यांच्या लायब्ररीत."

"काय? तू सिक्युरिटी गार्डचं काम करणार?" मी विचारलं. यानं पार्ट टाईम नोकरी मिळाली हे सांगितलं, तेव्हा माझ्या डोक्यात याच्याच क्षेत्रातलं काम असेल, असं आलं होतं.

"असं कसं काहीही काम करायचं शिकल्या सवरल्या लोकांनी?" मी माझा विचार याला बोलून दाखवला.

"ही दुनियाच वेगळी आहे. आपल्यासारख्या प्रतिष्ठेच्या कल्पना इथे नाहीत. कुठलंही काम इथे हलकं समजण्यात येत नाही. कितीतरी जण गॅस स्टेशनवर काम करतात. त्यापेक्षा, मला मिळालेलं काम चांगलं आहे, त्यात कष्ट नाहीत. मला माझ्या नोकरीचा भरवसा वाटत नाही. निदान चार पैसे तरी हातात असावेत अडचणीच्या वेळी, म्हणून मी ही नोकरी धरणार."

मनाला हे पटत नव्हतं.

मला आठवलं, शेजारच्या बिल्डिंगमध्ये एक गुजराती बाई राहते इंदुबेन म्हणून. तिची नणंद म्हणे कुठे फॅक्टरीत काम करते रात्री. दिवसा घरातली कामं, मुलांचं बघते. अशी जर एखादी नोकरी मला मिळाली तर बेबीसीटरचा प्रश्न येणार

नाही. मी माझा विचार याला सांगितला.

हा एकदम चिडला. म्हणाला, "मूर्खासारखं बोलू नकोस. सध्या घरी राहून तू नुसतं रोहितला सांभाळ."

त्यानंतर सुरू झाली याची पार्ट टाईम नोकरी, प्रचंड धावपळ. सकाळी साडेसहा-सातला हा घर सोडायचा तो रात्री साडेअकरा-बारा वाजता घरी यायचा. ऑफिसात हा एकटा आणि चार बॉसेस, काम भरपूर. अजिबात इकडे तिकडे बघायला वेळ नसायचा. हे याचं ऑफिस न्यूयॉर्कला, मॅनहटनमध्ये. तिथून निघालं की, संध्याकाळी ट्रेन गाठून जर्सी सीटीला यायचं. स्टेशनवरून धावतपळत सेंट पीटर्स कॉलेज गाठायचं, कपडे बदलायचे, गणवेष चढवायचा आणि पळत लायब्ररीकडे जायचं. बरोबर वेळ गाठेपर्यंत याच्या अंगाला घाम फुटायचा. रात्री घरी आल्यानंतर मग उशिरा जेवण आणि थकूनभागून झोपणं. पुन्हा सकाळी लवकर उठणं. मी दिवसभर रोहितला घेऊन घरात एकटीच. घरी मात्र यातलं काहीच आम्ही कळवलं नाही.

माझेही नोकरीचे प्रयत्न चालू होते.

एका पुस्तकाच्या दुकानाची जाहिरात बघितली, फोन केला. मला लगेच दुसऱ्या दिवशी मुलाखतीसाठी बोलावलं, मला अत्यानंद झाला. कारण अजूनपर्यंत, जाहिरात पाहिल्याबरोबर जरी लगेच मी फोन केला तरी, जागा भरलेली आहे, असं उत्तर मिळे. मी फोनवरच, कुठे जायचं, कसं जायचं सगळं विचारून घेतलं. लगेच इंदुबेनला फोन करून रोहितचं बेबीसीटिंग करण्यासंबंधी विचारलं, तीही कबूल झाली.

रात्री जेवताना ह्याला सांगितलं, "मला उद्या अकरा वाजता मुलाखतीसाठी जायचंय. अकाऊंटिंग क्लार्कचं काम आहे. पुस्तकांचं दुकान आहे."

मग यानं प्रश्न विचारायला सुरुवात केली, "कुठे जायचंय, कसं जायचंय?"

मी सगळी माहिती दिली. मी अगदी खुशीत होते. म्हणाले, "अरे, पुस्तकांचं दुकान आहे, म्हणजे किती छान! आणि तो जॉर्ज माझी मुलाखत घेणार आहे नं, खूप चांगला वाटला मला तो बोलायला. मला वाटतं, मला ही नोकरी नक्की मिळणार." मी अगदी आत्मविश्वासाने बोलत होते, "अरे, तो म्हणत होता की, हे मोठ्या माणसांच्या पुस्तकांचं दुकान आहे म्हणून! इथं स्टेशनजवळ नाही का लहान मुलांच्या पुस्तकांचं एक दुकान, तसं हे मोठ्यांचं असावं. 'ADULT BOOK STORE' म्हणाला तो." मी उत्साहानं सांगितलं.

पण माझं वाक्य पुरं व्हायच्या आतच हा एकदम भडकला, "शोभा, तुला काही कळत नाही. अक्कल तर अजिबात नाही तुला. एक नंबरची बुद्दू आहेस तू. कुठे तू नोकरी करायला निघालीयेस? 'ADULT BOOK STORE' म्हणजे काय हे माहीत आहे का तुला? म्हणे, मोठ्यांची पुस्तकं! अगं, घाणेरड्या पुस्तकांचं दुकान

ते. सगळी लैंगिक विषयावरची पुस्तकं असतात तिथं.''

मी एकदम दचकले. असं काही असतं, हेच मला माहीत नव्हतं. आपल्याला मुलाखतीला जायचंय; तेही एका पुस्तकाच्या दुकानात! याच आनंदात मी आज सकाळपासून होते. मला तर रडूच आलं.

मला जवळ घेत हा म्हणाला, ''नोकरी मिळेल तुला, त्यात काय एवढं? तुझी लंडनला असताना खूप धावपळ झालीये. आता आराम कर जरा. घरीच राहा थोडे दिवस. बाहेरच्या जगात तुला वाटतात तेवढ्या सगळ्या गोष्टी साध्या, सरळ नसतात.''

पुढच्या चार महिन्यांत याच्या कंपनीची स्थिती सुधारली. नवीन कामं हळूहळू मिळू लागली. ऑफिसातील याच्या कामाचा व्यापही वाढला. ते याच्या एकट्याच्यानं होण्यासारखंही नव्हतं. मग ऑफिसात आणखी माणसं 'हायर' करण्याचं ठरलं. ती जबाबदारी पार्टनर्सनी याच्यावरच टाकली. गेल्या वर्षभरात तर यानं त्याच्या ओळखीच्या पाच-सात भारतीयांना ऑफिसमध्ये काम मिळवून दिलं. पार्ट टाईम नोकरीही सोडली.

तर या अशा सगळ्या गोष्टी. कोणाला काय सांगायच्या? घरी तरी पत्रात काय लिहायच्या? आता प्रत्यक्ष आई-काका इथे आल्यावरही त्यांना त्या सांगण्यात तसा अर्थ नाही. आईचं सारखं चाललंय, 'पुष्कळ झालं, लवकर परत चला. पुष्कळ पैसे घेऊन या आणि वस्तूही छानछान आणा सगळ्या.'

आम्ही आपले नुसतं हो-हो करतोय. पण हे सगळं किती अशक्य आहे, हे आमचं आम्हाला माहीत. अमेरिकेत येऊन याला पुढील महिन्यात दोन वर्षं होतील. दोघांना सध्या जरी नोकऱ्या असल्या तरी या देशातला अनुभव नसल्याने पगारही बेताचेच. या पैशांचं रुपयात केलेलं रुपांतर जरी मोहक वाटलं तरी डॉलरमध्ये खर्च करताना मिळणारा पैसा कमीच ठरतो.

गेले चार महिने पायाला भिंगरी लागल्यासारखे आम्ही फिरतोय. क्षणभर उसंत नाही. आईंना हिंडण्या-फिरण्याची दांडगी हौस, थकणं माहीत नाही. मलाच खूप थकायला झालंय, रोजची जागरणं. गरोदरपणात जास्तीची झोप जाऊ द्या, पण रोजची झोपही पुरी होत नाही.

दिवसभर शहाण्यासारखा वागणारा रोहित मी घरात आल्यावर मलाच चिकटतो, दुसऱ्या कोणाकडे जात नाही. हाही फार चिडचिडा झालाय, खूप धावपळ होते. रोज संध्याकाळी ऑफिसमधून आल्यावर आणि वीकएन्डलाही सतत भटकणं, शॉपिंग. आई-वडिलांसाठी काय नि किती करू असं याला झालंय. जमेचा आणि खर्चाचा मेळ बसत नाही, याला त्याचा विचारही करावासा वाटत नाही.

* * *

पहिलं बाळंतपण परदेशात झालं. निदान दुसरं तरी आपल्या देशात व्हावं, म्हणून मी भारतात जायचं ठरवलंय. एकतर इथले हेल्थ इन्शुरन्स अपुरे, बाळंतपणाचा प्रचंड खर्च. तो सगळा काही इन्शुरन्समधून भागायचा नाही. उरलेले पैसे भरायचे म्हटले तरी त्याहून भारतात जाणंच स्वस्त पडणार. शिवाय, चार वर्षं होतील आता भारत सोडून. याला याचे आईवडील भेटले. मी बाळंतपणाला तिकडे गेले की, सगळ्यांची भेट होईल आणि परत येताना बाळाला तिकडे ठेवून येईन.

आईंचे अनेक बेत चाललेत. तिथे खूप मज्जा आहे, एवढं फक्त रोहितला कळलंय. मला कळत नाही, हा मुलगा आमच्याशिवाय तिकडे राहणार कसा? कुठेही बाहेर जाताना, एवढी मोठी गाडी असून हा मागे आजी-आजोबांजवळ बसायला तयारच नसतो. पूर्वी एकटा मागे बसत असे. पण आता मुळीच बसत नाही. पुढेच बसतो. पुढे बसायलाही हरकत नाही; पण सुट्टा बसत नाही. माझ्या अंगावर उलटा बसतो, माकडाच्या पिल्लासारखा मला चिकटून. आता त्याच्या मनात काय येतं कळत नाही. त्याला असं घेऊन बसताना मला अवघडल्यासारखं होतं. पण बोलून दाखवण्यात अर्थ नाही. आणखी थोड्याच दिवसांत तर तो जाणार.

आणखी तीन आठवड्यांनी ही मंडळी भारतात जातील.

संध्याकाळी नेहमीप्रमाणे बाहेर पडलो, न्यूयॉर्कला जायचं होतं. न्यूजर्सीतून बाहेर पडलो आणि हवा एकदम बदलली. काळे ढग सैरावैरा पळू लागले, गडगडाट करू लागले, जोरात वारा सुटला. रोहित आनंदाने टाळ्या पिटू लागला. पाऊस येणार... पाऊस येणार म्हणून ओरडू लागला.

"रोहित, तू मागे माझ्याजवळ ये. या खिडकीतून बघ छान दिसतंय सगळं. तुला मी ढग दाखवतो." काका म्हणाले.

"नको. मी इथूनच बघणार." रोहितचं ठाम उत्तर.

ढगांचा गडगडाट वाढला, लखखकन विजा चमकत होत्या आणि एकदम आभाळ फुटून पाऊस कोसळायला लागला, समोरचं काही दिसेना. एव्हाना आम्ही 'लाँग आयलंड एक्सप्रेस वे' वर आलो होतो.

मी याला म्हटलं, "हवा एवढी वाईट आहे. उगीच एवढ्या स्पीडनं कशाला जायला हवं? थोडा स्पीड कमी कर नं."

"शोभा, अगं, मी मघापासून ट्राय करतोय, ब्रेक लागत नाही." हा अक्षरश: अंगातला जोर काढून ब्रेक लावण्याचा प्रयत्न करत होता. पाऊस कोसळत होता, गाडी धावत होती.

"बापरे! आता काय करायचं? पुढचं तर काही दिसतही नाही." मी घाबरून म्हटलं. रोहितला घट्ट जवळ धरला.

"देवा, गणपती गजाननाऽऽ, साईबाबाऽऽ, वाचवा... वाचवा...." आईंचा धावा सुरू झाला.

"दिलीपा, अरे हळू चालव, हळू चालव." काका ओरडत होते.

हा वैतागून म्हणाला, "तुम्ही सगळे गप्प बसा. नीट सावरून बसा. मला जरा काही सुचू द्या."

हळूहळू गाडी याच्या ताब्यात आली. गाडीचा स्पीड कमी झाला. 'चला, धोका टळला.' यानं हुश्श केलं.

मी आईंना म्हटलं, "तुम्ही घाबरू नका. पावसाने एखाद्या वेळी असं होतं. ब्रेक लागत नाही आणि एकदम जोरात ब्रेक लावला तर गाडी घसरण्याची शक्यता असते."

आईंनी हवेत हात जोडले. साईबाबांना, गणपतीला नमस्कार केला. त्या म्हणाल्या, "गजानना, वाचवलंस रे बाबा. तूच आमचा पाठीराखा."

मी पुढे वळले, रोहितला थोपटला.

विजा चमकतच होत्या. पाण्याचे लोट गाडीवर आदळत होते. आमच्या गाडीची गती कमी होत होती. बाकीच्या गाड्याही नेहमीसारख्या सुसाट न धावता बिचकत-बिचकत चालल्या होत्या.

एवढ्यात मागून एक प्रचंड धक्का बसला. आम्ही जोरात पुढे आदळलो. मोठ्ठा आवाज झाला. गाडी आचके देत थांबली. काय झालं ते क्षणभर कळेना. आई घाबरून ओरडायला लागल्या,

"देवा रे, काय केलंस तू? रोहित कसा आहे? शोभा तुझं काय झालं? दिलीपा, कुठून रे बुद्धी झाली आज बाहेर पडायची?"

रोहितनं मला अधिकच घट्ट मिठी मारली. कसंबसं आधी आम्ही आईंना शांत केलं. आई-काका पार भेदरले होते. आधी कोणाला किती लागलंय ते बघितलं. सगळ्यांना मुका मार लागला होता. कोणालाही गंभीर स्वरूपाची दुखापत झाली नव्हती.

लक्षात आलं, मागून येणारी गाडी आमच्या गाडीवर आदळल्याचं. मागे रहदारी होती. पाऊस पडत होता. कसेबसे आम्ही दोघे गाडीतून बाहेर पडलो. मागच्या गाडीतले लोकही उतरले. त्या गाडीचा ब्रेक न लागल्यामुळे ती आमच्या गाडीवर आदळली होती. आमची गाडी मागून पार चेपून गेली होती. मागची गाडी आमच्या गाडीच्या ट्रंकमध्येच शिरली होती. सगळा प्रकार भयानक दिसत होता. एवढा वाईट अपघात होऊनही त्या मानाने कोणाला फारशी दुखापत झाली नव्हती, हे नशीबच.

बऱ्याच वेळानं एक पोलीसची गाडी आली. याच रस्त्यावर दोन मोठे अपघात झाल्याने पोलीस, ॲम्ब्युलन्स तिकडे गेले होते म्हणे. आम्ही गाडीत बसूनच अपघात कसा झाला, हे पोलिसाला सांगत होतो. पाऊस अजून थांबला नव्हता. तेवढ्यात बाजूच्या लेनमधून जाणारी गाडी घसरली. घसरून ती थेट पुढील बाजूने आमच्या गाडीवर येऊन आदळली. परत जोराचा धक्का. पुन्हा सगळ्यांचा ओरडा. आधीच मुका मार बसल्याने अंग ठणकत होतं. पोलीसची वाट पाहताना गाडीत बसून अंग आंबलं होतं. त्यात आम्ही दोघं गाडीतून बाहेर पडल्याने चिंब भिजलो होतो. एकदम लक्षात आलं की, अपघात झाल्यापासून रोहितनं तोंडातून एक शब्दही काढलेला नाही. तो गप्प मला चिकटला होता. आम्ही घाबरलो. याची भीतीनं वाचाच गेली की काय, अशी शंकाही मनात आली. रोहितनं बोलावं म्हणून आम्ही सर्वांनी काय काय प्रयत्न केले. पण त्याच्या तोंडून शब्दच फुटेना.

पोलिसानं रिपोर्ट वगैरे लिहून घेतल्यावर पोलीस कारनंच आम्हा सर्वांना हॉस्पिटलमध्ये घेऊन जायचं ठरवलं. अपघातामुळे गाडीचा आकार वेडावाकडा होऊन गाडीची मागची दारं घट्ट बसली होती. ती काही केल्या उघडेनात. आई-काकांना बाहेर कसं काढायचं, हा प्रश्न होता. पोलिसानं जेमतेम एक दार कसंबसं उघडलं, आई-काकांना बाहेर काढलं. आमची गाडी तिथेच सोडून आम्ही पोलिसांच्या गाडीतून निघालो. इतका वेळ गप्प बसलेला रोहित पोलीस कारमध्ये बसायला मिळालं म्हणून एकदम खूश झाला, बोलायला लागला आणि आमचा जीव भांड्यात पडला.

आम्ही हॉस्पिटलमध्ये गेलो. सगळ्यांची तपासणी झाली. सगळ्यांनाच मुका मार बसला होता, डोकं आपटलं होतं, गुडघे ठेचले होते. डॉक्टरांनी माझी काळजीपूर्वक तपासणी केली. मला पाच महिने झाले होते. आई-काकांना स्वत:ला किती लागलंय यापेक्षा माझीच काळजी वाटत होती. डॉक्टरांनी बेबी उत्तम असल्याचं, बेबीला कुठल्याही तऱ्हेची इजा झाली नसल्याचं सांगितलं. सगळ्यांच्या जीवात जीव आला.

आई-काका या अपघाताने हबकून गेले. मोठाच मानसिक धक्का त्यांना बसला. गेले चार महिने या गाडीतून आम्ही एवढे फिरलो, किती मजा केली. आता ते भारतात परतणार तेवढ्यात हा अपघात. त्या दोघांची समजूत घालताना आमची पुरेवाट झाली.

उत्साहाने घेतलेली पहिलीवहिली गाडी एवढ्या लवकर आणि अशी गेली. पण सगळ्यांचा जीव वाचला, हे समाधान फार फार मोठं.

ठरल्याप्रमाणे रोहितला घेऊन आई-काका भारतात जायला निघाले. आमच्याकडे आता गाडी नव्हती. त्यामुळे विमानतळावर आम्हाला नेण्यासाठी याचा मित्र सुधीर त्याची गाडी घेऊन आला. जाताना रोहित माझ्या अंगावर मला चिकटून बसला होता. त्याला पोहचवायला आमची सर्व मित्रमंडळी जमली होती. विमानात बसायचं याचा त्याला खूप आनंद झाला होता. विमानतळावर त्याची खूप मस्ती चालली होती. मी स्वत:ला आवरत होते. वाटलं, 'मी बाळंतपणासाठी भारतात जाईन तेव्हा पुन्हा अडीच-तीन महिन्यांतच तो मला भेटेल. पण याला?'

ही मंडळी सुखरूप पोहचल्याची तार आली. लागोपाठ दादांचं आणि काकांचं अशी पत्रंही आली. रोहितला बघून घरी सगळ्यांना आनंद झाला. गोबरे गाल, कुरळे कुरळे केस, काळेभोर डोळे. दादांनी लिहिलं होतं, 'तुम्ही रोहितची काळजी करू नका. तो मजेत आहे. त्याचा काही त्रास नाही. त्याला कोणाची ओळख लागत नाही. सगळ्यांकडे जातो, गप्पा करतो.'

आमच्या मनावरचं दडपण दूर झालं. चला, रमला तिकडे. ऑक्टोबरमध्ये रोहितचा तिसरा वाढदिवस. आईंना हौस दांडगी. रोहितच्या वाढदिवसाला आई-काकांनी कौतुकानं गाव गोळा केलं.

आज माझ्या नोकरीचा शेवटचा दिवस. उद्या मी भारतात जायला निघणार. चार महिने तिकडे राहणार. त्यामुळे नोकरी सोडणं भाग आहे. मी ऑफिसमध्ये आले. कामात लक्ष लागेना. चार वर्षांनी मला दादा-ताई सगळे भेटणार. कधी एकदा तिकडे पोहचते, असं झालंय. माझा रोहित दिसणार. आज तिकडे जाण्याचा आनंद आहे. पण चार महिन्यांनी परत येताना काय होईल? दोन पिलांना सोडून इकडे यायचं? किती कठीण जाईल? मनात नुसते विचारच विचार.

साडे अकराच्या सुमारास शेजारी बसणाऱ्या लिंडानं मला गंभीरपणे सांगितलं, "शोबा, तुला माईक बोलवतोय. तू काल केलेल्या स्टेटमेंटसंबंधी त्याला काही प्रश्न आहेत."

माईक आमचा बॉस. सहसा याच्याशी संबंध येत नाही. यानं का बोलावलं? काही चूक झाली का? मी घाबरून उठले. माईकच्या खोलीच्या दिशेनं जाऊ लागले. लिंडा म्हणाली, "माईक कॉन्फरन्स रूममध्ये तुझी वाट पाहतोय."

प्रकार गंभीर दिसतोय. माझे हातपाय गार पडले. मी धडधडत्या अंत:करणाने दार ठोठावलं. माईकनं मला आत यायला सांगितलं. मी दार ढकलून आत गेले आणि सगळे एकदम एका सुरात ओरडले, "SURPRISE...!" मी गोंधळूनच गेले. मग लक्षात आलं, या सर्वांनी मिळून माझ्यासाठी 'बेबी शॉवर' करण्याचा

बेत केलाय. टेबलं मांडली होती. त्यावर लहान बाळांची चित्रं असलेले रंगीत टेबल क्लॉथ अंथरले होते. खोलीत फुगे, बॅनर्स लावले होते. आकर्षक कागदात गुंडाळलेल्या भेटवस्तू टेबलावर नीट लावून ठेवल्या होत्या, भेटकार्डं होती. दोन टेबलांवर खाण्याच्या गोष्टी आणि पेयं मांडलेली होती. केक तर इतका सुंदर होता! माझ्या डोळ्यांत चटकन पाणी आलं. ना जातीचे, ना धर्माचे हे लोक. पण त्यांनी त्यांच्या पद्धतीने डोहाळजेवणासारखा हा बेत आखला. किती सुंदर मांडलं होतं सर्व! ऑफिसमध्ये सगळ्यांनी गुपचूप कधी, कसं ठरवलं हे? इथल्या इथे असूनही मला या गोष्टीचा पत्ताच लागला नव्हता. वर्ष– सव्वा वर्षच मी इथे होते. पण परक्या लोकांत वावरतोय असं कधी वाटलं नाही. लिंडा, हिलरी यांनी कॅमेरे आणले होते. लिंडा मला भेटवस्तू उघडण्यासाठी मदत करू लागली. मी एकेक वस्तू उघडत होते. त्यात बाळासाठी छोटा टॉवेल, केस विंचरायचा ब्रश, चादरी, ब्लँकेटपासून सर्व वस्तू होत्या. ते पाहून मला भरून आलं. खाणं, पिणं चाललं होतं, गप्पा चालू होत्या. हिलरी माझ्याजवळ येऊन मला म्हणाली, ''माझं ऐक, मुलांना तिथे ठेवून येऊ नकोस. इथल्या इथे असतं तर गोष्ट वेगळी. पण हे तर केवढं अंतर!''

तिनं परत तिच्या नवऱ्याची - जॉनची, गोष्ट मला सांगितली. फार पूर्वी म्हणे, तिचे सासू-सासरे स्कॉटलंड सोडून इथे आले. आले ते येताना आपल्या लहानग्या जॉनला आजी-आजोबांच्या स्वाधीन करून, दोन-चार वर्षांसाठी जॉनला तिकडे स्कॉटलंडलाच ठेवून. ती दोन-चार वर्षं संपली, त्यांचं परत जाणं लांबत गेलं. शेवटी आपण परत जाणार नाही, या सत्याचा स्वीकार केल्यावर त्यांनी मुलाला इथे बोलावून घेतलं. तोपर्यंत जॉन पंधरा वर्षांचा झाला होता. तो इकडे आला; पण आजीआजोबांविषयी त्याला जे, जसं वाटलं तसं आई-वडिलांविषयी कधी वाटलंच नाही.

हिलरीचं म्हणणं मला पटतंय. ती म्हणते तसं घडलं तर? पण काहीकाही निर्णय घेताना आपल्यापेक्षा कित्येकदा इतरांचा, त्यांच्या भावनांचाच विचार जास्त करावा लागतो, त्याचं काय?

लिंडा आणि मार्थानं मिळून सर्व भेटवस्तू नीट पिशवीत भरून ठेवल्या. माईक म्हणाला, ''शोब्बा, एवढं सर्व तू नेणार कसं? तुझा नवरा येणार का तुला घ्यायला? लवकर निघून गेलीस तरी चालेल. पण उगीच रश अवरमध्ये अडकू नकोस.''

ऑफिसमध्ये सगळ्यांना माझ्या विमान-प्रवासाची काळजी. एवढं बावीस-चोवीस तास विमानात बसायचं. तेही या अशा अवस्थेत? डॉक्टरनं परवानगी दिलीच कशी? कित्येक जणांनी तर कधी इथल्या इथेही विमानप्रवास केलेला नाही.

सगळ्यांचा पुन्हा पुन्हा निरोप घेऊन मी ऑफिसमधून निघाले. लिंडा म्हणाली, "तू तिकडे सुखरूप पोहचल्याचं आम्हाला कळवायला दिलीपला नक्की सांग."

'उद्या मी निघणार इथून. कधी घरच्या सर्वांना, रोहितला भेटते असं झालंय. किती दिवस, किती वर्षं वाट पाहिली तिकडे जाण्याची. चार वर्षांनंतर सगळे आता कसे दिसत असतील? केवढा बदल झाला असेल प्रत्येकात! मला तिकडे जाण्याचा, सगळ्यांना भेटण्याचा आनंद आहे. पण याचं काय? पुन्हा चार महिने हा एकटाच इथे. त्याला कसं वाटेल? किती एकटं वाटेल?'

डोक्यात अनेक विचार असताना मी सामान भरण्याचं काम करत होते. केवढं सामान आहे. आई-काकांबरोबर नुकतंच एवढं सामान पाठवूनही परत माझ्याबरोबर चिक्कार सामान झालंय. नव्या बाळासाठी खूप कपडे घेतलेत. त्यात पुन्हा, काल मिळालेल्या गिफ्ट्स, रोहितसाठी खेळणी घेतलीत. दोघांनाही तिथे ठेवायचं म्हणजे काय नि किती लागेल, याचा अंदाज येत नाही. सात बॅग्ज गच्च भरल्यात. बरोबर दांडेकर लोक आहेत, हे बरं झालं. त्यांच्याकडे जास्त सामान नाही. त्यामुळे या बॅग्ज त्यांच्या सामानात दाखवता येतील.

आम्ही विमानतळावर आलो. दोन महिन्यांपूर्वी असेच आलो होतो; आई-काकांना, रोहितला सोडायला. हा परतपरत मला तब्येतीची काळजी घ्यायला सांगत होता. "पत्र वेळेवर पाठवत जा. मुलगा झाला तर वाईट वाटून घ्यायचं नाही. कळलंऽऽ?"

"चांगलं कळलं, ...पण?"

माझा विमानप्रवास सुरू झाला. न्यूयॉर्क-मुंबई प्रवास एवढा मोठा, अगदी कंटाळवाणा. आजूबाजूचे लोक विमानात बसल्याबसल्या डाराडूर झोपले. कुणी सिनेमा बघण्यात दंग. मला धड बसवत नाही, झोप लागत नाही. सारखं कोंडल्यासारखं होतंय. अजून किती वेळ, किती तास हा प्रवास?

डोक्यात विचार चालूच.

'चार वर्षांपूर्वी मी भारत सोडताना झालेली एकेक संभाषणं आठवत होती. बहुतेकांना काळजी एकच की, आम्ही कायमचे परदेशात राहणार. असं कसं होईल? आपण ज्या देशात राहिलो, वाढलो, आयुष्याची वीस-पंचवीस वर्षं ज्या समाजात वावरलो त्या आपल्या देशाचं, समाजाचं ठळक चित्र आपल्या मनामध्ये असतंच. केवळ दोन-चार वर्षं परक्या देशात काढल्यावर, तिथे चार वेगवेगळ्या गोष्टी पाहिल्यावर आपल्या मनातलं पहिलं चित्र काय धूसर थोडंच होणार? दुसरीकडे चार चांगल्या गोष्टी पाहिल्या म्हणून हुरळण्यात काय अर्थ? आपलं ते

आपलंच. कधी एकदा तिकडे पोहचते, असं झालंय. वेळ जाता जात नाही. अवघडल्यासारखं झालंय. जागेवरून उठताही येत नाही. झोप लागणं शक्यच नाही.'

शेवटी कंटाळवाणा वाटणारा हा प्रवास संपला एकदाचा. विमान विमानतळाच्या दिशेनं झेपावू लागलं. मनाची अधीरता आता वाढलीये. डोळे भरून येताहेत. हा माझा गाव. हा माझा देश. विमान जमिनीला टेकतं. मी मोकळा श्वास घेते. एकेक जण विमानातून बाहेर पडू लागतात. पुढचे दोन तास सामान मिळणं, कस्टम्स इ. सोपस्कार करण्यात जातात. नोव्हेंबरचे सरते दिवस. रात्री दोन वाजता येणारं विमान सकाळी सहाला विमानतळाला लागलं. आता आठ वाजायला आलेत. अंगाला नुसत्या घामाच्या धारा लागल्यात. सगळं इथेच टाकून आधी बाहेर पडावं, घरच्या सगळ्यांना कडकडून भेटावं, असं वाटतं. एवढ्या गर्दीत बाहेर कोण कोण आलेत काहीच कळत नाही. एकदाची या सगळ्यातून सुटका होते. समोर दादा, सुभाष, रत्ना सगळेच उभे. आता मात्र मी स्वत:ला आवरू शकत नाही. भारताच्या या पहिल्या भेटीची गेल्या चार वर्षांत, जागेपणी आणि झोपेतही, किती स्वप्नं पाहिली, आसवं गाळली.

पहिला भर ओसरला.

आमची टॅक्सी घराकडे निघाली. मी डोळे भरून रस्ते न्याहाळू लागले. दादा बोलत होते, ''बाई गं! किती घाबरवलंस आम्हाला. आधी तुमची फ्लाईट दोन वाजता येणार म्हणून रात्री एक वाजल्यापासून आम्ही विमानतळावर येऊन बसलो. फ्लाईट लेट झाली हे कळलं. पण नक्की कधी येते तेच कळेना. शेवटी साडेपाचला घोषणा झाली, की न्यूयॉर्कहून येणारी एअर इंडियाची फ्लाईट आठ वाजता येणार म्हणून. एवढे सगळे कोणाकोणाला घ्यायला आलेले लोक, त्यांच्यात चुळबूळ सुरू झाली, सगळेच कंटाळले.

मी सगळ्यांना घरी पाठवलं, एकटाच थांबलो. बघतो तर नंतर पंधरा मिनिटांत कळलं की, तुमची फ्लाईट आली. सगळ्यांची धावपळ झाली. घरी फोन केला. सगळ्यांना परत बोलावून घेतलं. इतके लोक भरभरून बाहेर पडत होते, पण तू कुठेच दिसेनास. तुझे दिवस भरलेले. त्यामुळे काळजी वाटायला लागली. परत आजूबाजूचे लोक सांगायला लागले की, एवढ्या भरल्या दिवसांत तुला विमानप्रवास करू देणार नाहीत. तुम्ही सगळ्या गोष्टींची आधी चौकशी केली असेल हे कळत होतं; पण प्रत्यक्ष तुला बघेपर्यंत जीवात जीव नव्हता माझ्या.''

''दादा, उगीच तुम्ही काळजी करता. ताई कशी आहे?''

"चांगली आहे."

दादांनी टॅक्सीवाल्याला टॅक्सी हळू चालवण्याची सूचना दिली. टॅक्सीवाला आपल्यापरीनं रस्त्यावरचे खड्डे आणि माणसं चुकवण्याचा प्रयत्न करत होता. टॅक्सी घराजवळ येऊन थांबली. मी उतरले. टॅक्सीतून आपण सुखरूप येऊन पोहचलो, या कल्पनेनं हुश्श वाटलं. न्यूयॉर्क ते मुंबई या विमानप्रवासाचा जो त्रास झाला नव्हता तो सांताक्रूझ ते विलेपार्ले एवढ्या टॅक्सीच्या प्रवासात झाल्यासारखा वाटला.

ताईनं माझ्यावरून तांदूळपाणी ओवाळून टाकलं. मी ताईला घट्ट मिठी मारली. शब्द सुचेनात. डोळे गळतच राहिले. मग एकेक गोष्टी डोळ्यांना जाणवल्या. दादा-ताई थकलेले दिसले. 'बापरे, ही अलकू काय ताडमाड झालीये. एवढासा सुनील केवढा मोठा झालाय. नवीन वहिनी आणि छोटी भाची. लवकरच वर्षाची होईल. अगदी गोड आहे.' चार वर्षांतल्या कितीतरी गोष्टी बोलायच्या आहेत, ऐकायच्या आहेत. रोहित दोन दिवसांनी बडोद्याहून येणार आहे, मी इथे असेपर्यंत तो माझ्याजवळ राहील. तेवढं मात्र आईंकडून, याच्याकडून आधीच कबूल करून घेतलंय.

माझ्या आगमनाने घरात सगळ्यांची धावपळ उडाली. दादा-ताईंना तर काय करू नि काय नको, असं होऊन गेलं. एकेक नातेवाईक भेटायला आले. चार वर्षे परदेशात राहूनही मी बदलले नाही, असा एकंदर सर्वांचा सूर निघाला.

आज सकाळच्या गाडीने आई-काका बडोद्याहून रोहितला घेऊन येणार. ते आधी जोगेश्वरीला आईंच्या माहेरी उतरून मग इथे येतील. मी रोहितची वाट पाहू लागले. माझ्या डोळ्यांसमोर रोहितचं केनेडी विमानतळावर शेवटचं पाहिलेलं रूप असतं. पिवळी शॉर्ट, पांढरा टी-शर्ट, त्यावर बारीक पिवळ्या-तपकिरी रंगाचे बुट्टे, कुरळे केस, फुगीर गाल, हसरा चेहरा.

समोर रोहित येऊन उभा राहिला, मला बिलगला. मी अविश्वासानं त्याच्याकडे पाहिलं. 'हा रोहित? खरंच वाटेना. दोन-अडीच महिन्यांत याच्यात एवढा बदल व्हावा? वाळलेला, काळवंडलेला. गालांचा गोबरेपणा पार गेलेला. डोळ्यांत एक केविलवाणी चमक, पोरकेपणाची.' मी चटकन त्याला उचलून घेतला.

आई म्हणाल्या, "अगं, इथे आल्यावर एवढा आजारी झाला रोहित. आमचा तर जीवच उडून गेला. अंगावर तर हे असे मोठाले फोड उठले, देवी याव्यात तसे. डॉक्टर म्हणाले की, उष्णता झालीये, घाबरण्यासारखं काही नाही. मग डॉक्टरांनी अंडी, मटण, मासे खाणं सगळं बंद करायला लावलं. ते बंद झाल्यावर हा काय कसलं खातोय? आपल्या वाड्यातले सगळे जण त्याच्या मागे असायचे त्यानं काहीतरी खावं म्हणून. मग कुठे जाऊन चपातीचा तुकडा खा, कुठे दहीभात खा, असं चालतं याचं. सगळ्या अंगावर बघ फोडाचे कसे डाग पडलेत. बाकी त्याचा

त्रास काही नाही. रडणं नाही की मम्मी-डॅडीची आठवण नाही. आम्ही त्याला इतक्या वेळा विचारलं, जाणार का विमानातून तू अमेरिकेला परत, तर तो नाहीच म्हणतो.''

हे सर्व मला नवीनच होतं. रोहित आजारी होता, इतका आजारी होता, तर हे आम्हाला कोणीच का कळवलं नव्हतं? गेल्याच महिन्यात रोहितचा तिसरा वाढदिवस झाला. आईंनी तो अतिशय थाटामाटाने साजरा केला. एखादा लग्नाचा सोहळा असावा तशी माणसं जमली होती. आई-काकांच्या बडोद्यात एवढ्या ओळखी. त्यांच्या पहिल्यावहिल्या नातवाचा वाढदिवस. त्यामुळे तो दणक्यात पार पडला. रोहितच्या वाढदिवसाचं सविस्तर वर्णन पत्रात होतं. कसा केला, किती लोक आले, बेत काय होता - वगैरे. पण त्याच दिवशी त्याच्या अंगात सणकून ताप होता, हे मला आत्ता कळतंय. पुढच्या संभाषणात मग माझं मनच लागेना. रोहितला आमच्याकडे ठेवून आई-काका निघून गेले.

ते गेले मात्र अन् रोहितनं माझ्या मागे भुणभुण लावली, ''मम्मी परत चल, परत चल. मला नाही राहायचं इथे. आपल्या घरी मला घेऊन चल.''

''अरे, आजी-आजोबाचं घर ते आपलंच घर.''

''नाही काही! बडोद्याचं घर त्या आजी-आजोबांचं. हे घर या आजी-आजोबांचं. आपलं घर अमेरिकेला आहे. मला नाही लोकांच्या घरी राहायचं. जिथे माझे मम्मी-डॅडी ते माझं घर.''

मी अवाक होऊन रोहितचं बोलणं ऐकत होते. हा मुलगा एवढं बोलायला कधी लागला? मम्मी-डॅडीचं घर ते माझं घर, ही त्यानं केलेली आपल्या घराची व्याख्या ऐकून मी सर्द झाले. तीन वर्षांचं मूल एवढा विचार करतं?

''मला सांगतोस तिकडे जाऊया म्हणून. मग आजी-आजोबा विचारायचे विमानानं जायचं का, तर नाही का म्हणायचास?''

''मला नाही विमानानं जायचं. विमानात माझे कान फार दुखतात. आपण हेलिकॉप्टरमधून जाऊ या.'' रोहित म्हणाला.

येताना विमानप्रवासात त्याचे कान खूप दुखले होते. त्यामुळे त्यानं विमानप्रवासाचा धसका घेतला असावा. म्हणून, कोणी त्याला विमानानं जाणार का, असं विचारलं तर तो ठामपणे नाही सांगायचा. त्यावरून तो इथे रमला, असं आई-काकांनी गृहित धरलं असावं.

मला खूप वाईट वाटलं. जाणवलं की, आमच्याशिवाय राहून रोहितच्या शारीरिक अवस्थेत जो फरक झालाय त्यापेक्षा कितीतरी जास्त त्याच्या मानसिक अवस्थेत झालाय.

आता मला छळणं, एवढंच त्याचं उद्दिष्ट बनलं. कुठेही पाच मिनिटंसुद्धा तो

मला स्वस्थता लाभू देईना. परत कधी जायचं, हा धोशाच त्यानं माझ्यामागे लावला. हा सगळा प्रकार मला असह्य झाला. रोहितच्या मनाविरुद्ध त्याला इथे ठेवण्यात मला अर्थ वाटेना.

वाटलं, 'काही गोष्टी कल्पनेत जरी कितीही चांगल्या दिसल्या तरी प्रत्यक्षात त्या वेगळ्या ठरतात. इतर कितीतरी गोष्टी त्यात अंतर्भूत असतात. प्रेम, भावना, माया या सगळ्याच गोष्टींची कुठेतरी गल्लत होते. आमची सोय आणि आई-काकांची भावना यापलीकडे लहानगा रोहित आहे. त्याला त्याचं मन आहे, भावना आहेत, याचा विचारच आमच्या मनात आला नाही. जे आम्हा सर्वांना त्याच्यासाठी योग्य वाटत होतं, ते फक्त आमच्या दृष्टीने योग्य होतं; त्याच्या दृष्टीने ते अयोग्य होतं.'

शेवटी, मी याला पत्र लिहायला घेतलं, सर्व सविस्तर, विचारपूर्वक.

एकदा घेतलेला निर्णय बदलणं याला पटणारं नव्हतं. आई-काका तिकडे असताना मुलांना भारतात ठेवण्याविषयी आमच्या अनेक वेळा चर्चा झाल्या होत्या. त्या चर्चेत प्रामुख्याने बोलण्याचं काम आई आणि हाच करत. ह्याला वाटलं होतं, 'आईंनी इतकी वर्षं खूप कष्ट केले, नोकरी केली. आता नोकरीची तशी जरूर नाही. मुलांना तिकडे ठेवलं तर आई नोकरी सोडेल.'

आई म्हणायच्या, 'नोकरी सोडण्याचं वगैरे नंतर बघू! मुलांचं, रोहितचं तर मी सर्व व्यवस्थित करीन. इतकी वर्षं नोकरी सांभाळून इतक्या गोष्टी केल्या. नातवंडांना सांभाळायचं काय मोठंसं!'

असं सगळं ठरल्यावर हा निर्णय बदलणार तरी कसा? आईंना काय वाटेल? समजा, यानं लिहिलं की, काही झालं तरी तू मुलांना तिकडेच, ताईकडे ठेवून ये, तर?... आईचं मन हा दुखावणार नाही.

मनाची खूप उलघाल झाली.

मी याला लिहिलं, 'रोहितची तब्येत एवढी खराब झालीये, तो खूप वाळलाय म्हणून त्याला घेऊन मी तिकडे यावं, असं म्हणत नाही. इथे आल्यावर त्याच्या तब्येतीत थोडा फरक होणारच. इथल्या हवेची सवय व्हायलाही वेळ लागणारच. पण रोहितच्या मनाविरुद्ध त्याला इथे ठेवून मी जर आले तर हे पोर मनात झुरेल. त्याच्या वागण्या-बोलण्यावर, शरीरावर त्याचा परिणाम होईल. शिवाय, हे अंतर एवढं की, आपल्याला चटकन उठून येता येणं शक्य नाही. आई-काका मुलांचं मायेनं करतील यात शंकाच नाही. आपल्यापेक्षा कदाचित जास्त माया ते देतील त्याला. पण आई–वडील म्हणून मुलांचं प्रेमानं करताना, प्रसंगी कठोर होऊन शिस्त लावणं, जसं आपल्याला जमेल तसं आजी-आजोबांना जमेल का? शिवाय मी इथे बघते तर लहान मुलांचं खूप करावं लागतं. सतत त्यांच्या मागे माणसं

लागतात. त्या मानाने आपल्याकडे काही गोष्टी सोप्या असतात. या वयात आई-काकांना आपण एवढा त्रास का द्यायचा? आईंनी आयुष्यभर कष्ट करून नोकरी केली. आता त्यांनी ती सोडावी, असं तुला वाटणं स्वाभाविक. पण त्यांनी नोकरी सोडून घरी राहायचं आणि नातवंडांची जबाबदारी घ्यायची ती कशासाठी? एकतर, घरात एवढा रमणारा त्यांचा तसा स्वभाव नाही. त्यांनी सतत बाहेरची कामं केली. आता त्यांनी लहान मुलांत का अडकून पडायचं? एक ना अनेक प्रश्न! मला वाटतं, मी दोन्ही मुलांना घेऊन तिकडे यावं. आपली जबाबदारी आपण पार पाडू, यामुळे आपले भविष्यातले निर्णय बदलतीलही. पण आज मला भविष्यकाळापेक्षाही आत्ताचा, या क्षणाचा रोहितचा विचार जास्त महत्त्वाचा वाटतोय.'

प्रत्यक्षात मी याच्याशी एवढं बोलू शकले नसते ते पत्रातून मोकळेपणानं लिहिलं.

पत्र पोस्टात पडलं.

याच्या उत्तराची वाट बघणं सुरू झालं.

'माझं म्हणणं याला पटेल का? आईंचं काय?' विचार करून करून डोकं भणाणलं. आणखी दोन-तीन आठवड्यांत मी बाळंत होईन. पण माझ्या डोक्यात बाळाचे विचार नाहीत. विचार फक्त रोहितचाच आहे. मग मनाशी ठरवलं की, याचं पत्र काहीही येऊ दे. याचा निर्णय काहीही असू दे. मुलांना जर इथे ठेवायचं असलं तर मीसुद्धा इथेच राहीन. मी जर तिकडे गेले तर मुलांना माझ्याबरोबर घेऊनच जाईन.

मनाच्या या अवस्थेत असताना मी आजूबाजूला बघत होते. चार वर्षांनी परत आल्यावर किती फरक जाणवतोय. महागाई वाढलीये. जीवनावश्यक गोष्टी बाजारातून गडप होताहेत. 'बंद' प्रकरणाने तर धुमाकूळ घातलाय. आज पार्ला बंद, उद्या मुंबई बंद तर परवा भारत बंद. सारखं हेच चालू.

एकीकडे हे सगळं अनुभवत असताना मी याच्या पत्राची वाट पाहत आहे.

रोहितची माझ्यामागची भुणभुण अजून संपत नाही. त्याला भीती एकच; मम्मी आपल्याला सोडून जाणार. मी त्याची समजूत घालते, ''डॅडींचं पत्र येईल, ते तुझं तिकीट पाठवतील. तिकीट आलं की, आपण जायचं आणि अजून आपल्याला डॉक्टरनं बाळ दिलं नाही. बाळाला घेतल्याशिवाय कसं जायचं आपण? तुझ्याशी खेळायला तुला बाळ हवंय नं?''

याचं अजून पत्र नाही.

रोहितची समजूत घालताना मी मात्र मनातून धास्तावलेली. अजून घरीच आहे, झोपच उडालीये. रात्ररात्र तळमळतेय. डिसेंबरचे दिवस, सगळ्यांना थंडी वाजते आहे. आणि माझा मात्र जीव कोंडतोय. डोक्यावर पंखा चालू तरी स्वस्थता नाही.

कधी अगदी असह्य होतं. मी उठून गॅलरीत जाते. रस्त्यापलीकडे समोर मोकळं मैदान, ओसाड पडल्यासारखं. कुठेतरी दूरवर ओरडणारी कुत्री. मधूनच जाणाऱ्या वाहनांचा आवाज. बाकी सगळीकडे चिडीचुप्प.

गडद अंधारात माझी नजर खाली जाते. खालीच कोपऱ्यात एक विहीर होती. सोसायटी बांधली तेव्हा ती विहीर तशीच राहू दिलेली. पण सोसायटीतील कुणीतरी अलीकडेच त्या विहिरीत जीव दिला म्हणे, म्हणून ती बुजवण्यात आली. घरच्यांकडून नुकतीच मला ही हकीकत कळली. त्या बुजलेल्या विहिरीकडे माझं लक्ष जातं. अंग शहारतं. मी परत अंथरुण गाठते. माझ्या मनाची तगमग दादा-ताईंना दिसते.

"बाई, झोप नाही का लागत? पडून राहा नुसती. फार विचार करू नकोस. या दिवसांत मनाला स्वस्थता पाहिजे. शरीराला स्वस्थता पाहिजे. सगळं तुझ्या मनासारखं होईल. पड थोडा वेळ." ताई मला समजावते.

पहाटे पहाटे जरा डोळा लागतो. 'पण रोहित उठायच्या आधी मला उठलं पाहिजे. नाहीतर तो काही आटपू देत नाही मला. अंघोळीलाही जाऊ देत नाही. घरात एवढी माणसं आहेत, पण हा मला सोडतच नाही. उद्या मी हॉस्पिटलमध्ये गेल्यावर काय करेल तो?'

"कावळ्या, कावळ्या डॅडींचं पत्र येणार असेल तर उडून जाऽऽऽ." रोहित ओरडला आणि कावळा उडाला.

"मम्मी, मम्मी, कावळा उडाला बघ! आता डॅडींचं पत्र येईल." रोहितनं धावत येऊन मला सांगितलं.

याचं पत्र आलं.

मी अधीरतेनं, धडधडत्या अंत:करणाने ते फोडलं. वाचायला सुरुवात केली.

यानं लिहिलं होतं,

'दोन्ही मुलांना घेऊन तू इकडे ये. कसलीही काळजी करू नकोस. आयुष्यात असे प्रसंग येतात. घेतलेले निर्णय बदलावे लागतात. पण त्यामुळे काही आभाळ कोसळत नाही. ताईला काय आणि कसं लिहायचं, ते मी पाहीन. तिची निराशा नक्कीच होईल. पण तू त्याची काळजी करू नकोस. या अवस्थेत स्वत:ला जप. कदाचित हे पत्र मिळेपर्यंत तू हॉस्पिटलमध्येही असशील. मी इथून रोहितचं आणि बाळाचं तिकीट नंतर पाठवून देईन. आनंदाची बातमी म्हणजे मला दुसरा चांगला जॉब मिळाला. 'फेल्डमन'ला रामराम करून या सोमवारपासून नवीन कंपनीत जॉईन होतोय. कंपनी मोठी आहे. पगार चांगला आहे. कामही चांगलं आणि भरपूर आहे.'

याचं हे पत्र वाचून मी आनंदले. मनावरचं फार मोठं दडपण दूर झालं. रोहित खूश झाला. मग उत्साहाने तो सगळ्यांना अमेरिकेच्या, डॅडींच्या गोष्टी सांगू लागला. आनंदाने नाचायला लागला. "माझ्या डॅडींचं पत्र आलं, डॅडींचं पत्र आलं.

मी अमेरिकेला जाणार, माझ्या घरी जाणार. डॅडी मला तिकीट पाठवणार. मी मोठ्या प्लेनमधून जाणार. मग माझे कान नाही काही दुखणार!''

ताई-दादांनी या सर्व प्रकरणांत स्वत:चं मत आधी प्रदर्शित केलंच नव्हतं. पण याचं पत्र आल्यावर मात्र दादा म्हणाले, ''इथल्या इथे तुम्ही असतात तर गोष्ट वेगळी. पण एवढ्या लांब तुम्ही अमेरिकेत राहायचं, मुलांना इथे ठेवायचं, हा वेडा विचार तुझ्या डोक्यात आला कसा? तू कशी तयार झालीस या गोष्टीला? आता झालं ते चांगलं झालं. तू आपली मुलांना घेऊन सुखरूप तिकडे जा.''

डॉक्टरनं दिलेली तारीख निघून गेली तरी मी घरीच. इकडे हे 'बंद' प्रकरण भलतंच पेटलेलं. दोन जानेवारीला 'महाराष्ट्र बंद'चा आदेश देण्यात आला. बापरे, 'दोन तारखेलाच जायची वेळ आली तर? हॉस्पिटल दूर. गाडीशिवाय जाणं शक्य नाही. आदल्या दिवशीच हॉस्पिटलमध्ये जाऊन दाखल व्हावं म्हणून मी गेले तर, हॉस्पिटल तुडुंब भरलेलं. तिथे माझ्यासारख्या अनेक बायका आधीच येऊन डेरेदाखल झालेल्या. आता जे जे होईल ते ते पाहण्याशिवाय दुसरं गत्यंतरच नाही.'

दोन तारीख उजाडली. आजूबाजूला सगळे जण 'बंद' आपापल्या परीने एंजॉय करत होते. रस्त्यावर वाहनांचा शुकशुकाट. त्यामुळे मुलांना क्रिकेट खेळायला रस्ता मोकळा. घरात गंभीर वातावरण. दादांची सारखी चौकशी चालू, ''बाई, बरी आहेस नं? त्रास व्हायला लागला तर सांग. आपण करू काहीतरी व्यवस्था!''

एवढे दिवस गेले, त्यात आजचाही गेला तर बरं होईल.

ताई म्हणाली, ''रोहितची मस्ती पाहून माझा जीव अगदी घाबरतो. सारखा धावत तुझ्या अंगावर येतो. मुसंडी मारायला बघतो. कुठे लागायचं तुला. एवढी बाळंतपणाला इथे आलीस; एकदा हातीपायी नीट सुटका होऊन तू मुलांना घेऊन आपल्या घरी सुखरूप गेलीस म्हणजे जिंकली.''

'इथे येऊन मी उगीच सगळ्यांच्या जीवाला घोर लावला. तिथेच राहिले असते तर?'

दोन तारखेची दुपार टळली. संध्याकाळी दादांना बाहेर जायचं होतं. प्रकाश नुकताच डेन्टिस्ट झाला होता. त्याच्यासाठी पार्ल्यात जागा बघायची होती. दादा गेले खरे, पण लगेच परतले. त्यांचं तिथे लक्ष लागेना.

''बाई, बरी आहेस नं?''

''दादा, कशाला काळजी करता? आज काही मी हॉस्पिटलमध्ये जात नाही.''

रात्री जेवणं झाली. रोहितला झोप आली म्हणून मी थोपटत होते आणि पोटातून एक विलक्षण कळ आली. परत अर्ध्या तासानं दुसरी कळ. शेवटी दादा-

ताईंना सांगितलं, "लगेच घाई करायला नको. पुढचे चार-सहा तास सहज जातील." पण दादांना कसली चैन पडतीये! शेवटी रात्रीचे बारा वाजले आणि 'बंद' संपला की, निघायचं ठरलं. सोसायटीतल्या एकानं त्याच्या गाडीने सोडायचं कबूल केलं होतं. सगळ्यांची गडबड उडाली. मी शांतच होते. ताईनं देवाजवळ दिवा लावला. मला निघताना अळीवाची खीर करून दिली. "पी ही खीर. लवकर सुटका होईल." ताई म्हणाली.

अलका म्हणाली, "मुलगी झाली तर नाव काय ठेवणार? बंदिनी की संपिता?"

तेवढ्यात लक्षात आलं आणि मी अलकाला म्हटलं, "अगं, काहीतरी वाचायला दे."

"वाचायला कसलं सुचतंय तुला?" ताईच्या सुरात काळजी.

हॉस्पिटलमध्ये पोहचले. दादा-ताई, रत्ना यांना मी म्हणाले, "एक वाजायला आला. तुम्ही कशाला आत्तापासून ताटकळताय? घरी जा. झोपा, आराम करा. सकाळी या सावकाश. इतक्यात काही मी बाळंत होत नाही." पहिल्या बाळंतपणाचा अनुभव बोलत होता.

ते तिघं घरी निघून गेले. मी आरामात बरोबर आणलेलं पुस्तक वाचत पडले होते. झोप आली नव्हती. पुस्तक वाचता वाचता कळा लवकर-लवकर येताहेत, हे जाणवलं. पुस्तकातलं लक्ष उडालं. दर पंधरा मिनिटांनी कळा यायला लागल्या. मग दहा... पाच... हातातलं पुस्तक गळून पडलं.

वेदना असह्य होताहेत. या कळा चहूकडून माझ्यावर चालून येत आहेत. कोणीतरी मला गरगरा फिरवतंय, जीव गुदमरतोय. एका क्षणाला अतिशय थंडी वाजते तर दुसऱ्या क्षणाला दरदरून घाम फुटतोय आणि या वेदना थांबतच नाहीत. भरतीच्या लाटेच्या वेगानं एकामागून एक येतच राहतात. भरतीची लाटसुद्धा क्षणभर थबकते, मग मागे फिरते. इथे तसं होत नाही. एक कळ; त्यातून दुसरी, तिसरी.

बाजूला दोन नर्सेस आहेत. त्या प्रेमळ वाटतात. पण अजून डॉक्टरांचा पत्ता नाही. एका डॉक्टरांशी संपर्कच साधला जात नाही. त्यांचा फोन बिघडलाय म्हणे. दुसऱ्या डॉक्टरांशी नुकताच संपर्क साधलाय. ते दादरहून अंधेरीला येईपर्यंत मध्ये किती वेळ जाणार?

मी स्वत:वरच चिडले, 'अमेरिकेतलं बाळंतपण सोडून इकडे यायची कुठून बुद्धी झाली? हा जवळ असायला हवा होता. मी का आले इथे? अमेरिकेचं नागरिकत्व मिळावं म्हणून लोक काय वाट्टेल त्या उलाढाली करतात आणि मी मात्र माझ्या बाळाला आयतं मिळणारं ते नागरिकत्व सोडून इकडे आले. वाटलं होतं,

एक मूल परदेशात झालं. एक आपल्या देशात व्हावं. कशासाठी? देश... परदेश सगळंसगळं झूट. या क्षणी मला होणारा त्रास, या पिळवटून टाकणाऱ्या वेदना एवढं एकच सत्य.'

'दिलीऽप, दिलीऽप!'

मध्येच ग्लानी येते. थकायला झालंय. 'अजून किती वेळ असंच तडफडायचं? खोलीतलं घड्याळ बंद पडलंय का? इतका वेळ मी या वेदनेत पार बुडाले आणि घड्याळ मात्र स्तब्धच. ते काटे पुढे सरकत कसे नाहीत?'

'ताईऽऽ, ताईऽऽ!'

अजूनही डॉक्टर आलेले नाहीत. ताईला इथे थांबायला सांगायला हवं होतं का? पण हल्ली तिची तब्येत बरी नसते. सारखा ताप येतो. औषधं चालू आहेत. अशक्तपणा खूप आलाय. आपल्यामुळे तिला किती त्रास! दादा म्हणाले होते, 'तुम्हा मायलेकींची रास एकच आहे. साडेसाती आहे तुम्हाला. मार्चनंतर ग्रह पालटतील.'

कसले ग्रह नि कसलं काय! उद्या रोहित जागा झाल्यावर काय करेल? डोक्यात अनेक विचार. सगळेच असंबद्ध. कंबर, पाय पिळवटून निघालेत. सहन होत नाही.

कोणीतरी कुजबुजतं, डॉक्टर आले, डॉक्टर आले.

डॉक्टर आले हे शब्द कानी पडले मात्र आणि या जगात इतका वेळ यायला तयार नसलेल्या बाळानं प्रवेश केला.

मुलगा झाला, मुलगा झाला... कोणीसं म्हणालं. मी ग्लानीतच होते.

पहाटे साडेपाचला दादा-ताई धडपडत हॉस्पिटलमध्ये आले. त्यांना बातमी कळली. ताई म्हणाली, "बाई, कशी आहेस तू?"

"एकदम मस्त. विशेष त्रास झाला नाही बघ. किती पटकन मोकळी झाले!" मी तिला सांगितलं.

दादा म्हणाले, "तू रोहितची काळजी करू नकोस. तो आमच्याकडे चांगला राहील."

दहा वाजता शैला-सुभाष रोहितला घेऊन आले. बाळाला बघून रोहितला खूप आनंद झाला. लगेच त्यानं मला खेचायला सुरुवात केली. "चल आता बाळाला घेऊन डॅडींकडे."

"अरे, लगेच कसं जाता येईल? त्याचं तिकीट कुठे आहे? तिकिटाशिवाय त्याला प्लेनमध्ये कोण घेणार?"

दादांनी बडोद्याला आणि न्यूजर्सीला तार करून ही आनंदाची बातमी कळवली.

त्याच वेळी यानंही बडोद्याला आईंना सविस्तर पत्र लिहून मी मुलांना येताना

बरोबर घेऊन यावं, हे लिहिलं होतं. दवाखान्यातून मी घरी गेले, तो आईचं, काकाचं पत्र आलेलं. काकांनी माझं अभिनंदन करून रोहितची, बाळाची चौकशी केली होती. बारशाला ते सर्व मुंबईला येणार असल्याचं कळवलं होतं. दिलीपचं पत्र आल्याचा उल्लेख केला होता.

आईंच्या पत्रात मात्र याच्या पत्राचे पडसाद उमटले होते.

याच्या पत्रानं त्यांची निराशा होणं, त्यांना वाईट वाटणं आणि रागही येणं स्वाभाविक होतं. अजूनपर्यंत घरात त्यांनी घेतलेले निर्णय मान्य केले जात. फक्त घरातच नाही, तर आजूबाजूला शेजाऱ्यापाजाऱ्यांत, नातेवाइकांत आईंनी घेतलेले निर्णय, त्यांचा शब्द प्रमाण मानला जातो. त्यात त्यांना दुमत असलेलं खपत नाही. अशा वेळी त्यांनी घेतलेला निर्णय बदलण्यात आला तर त्यांना दुःख होणारच. शिवाय, मी मुंबईला आल्यावर हा निर्णय बदलला गेला, याची सांगड त्यांच्या मनानं वेगळीच घातली. मुलांना मी तिकडे घेऊन जायचं हा निर्णय 'तुझा, दिलीपचा की आणखी कोणाचा?' असा खडा सवाल त्यांनी पत्रात विचारला. मला ते वाचून फार वाईट वाटलं.

तार मिळताच याचं पत्र आलं. यानं ऑफिसमध्ये, तिथल्या पद्धतीप्रमाणे, सगळ्यांना सिगार वाटले. घरी सर्व मित्रमंडळींना बोलावून पार्टी केली. याला स्वयंपाकाची आवड, त्यामुळे अगदी आळूच्या वड्यांपासून सगळे प्रकार स्वतः करून मोठी पार्टी केली. नवीन नोकरी चांगली चालली होती. मात्र एकटा राहायला हा आता कंटाळला होता. यानं पत्रातून बाळाच्या संदर्भात इकडे येण्यासाठी काय काय कामं करावी लागतील, याची यादी पाठवली होती आणि मला योग्य वाटेल असं नावही बाळाला ठेवावं, असं सुचवलं होतं.

साधंच, तिकडे लोकांना उच्चारायला सोपं असं नाव हवं होतं. मग 'अमित' हे नाव मला योग्य वाटलं. दादा जेव्हा 'बर्थ सर्टिफिकेट' आणायला निघाले, तेव्हा त्यांनी विचारलं, "नाव काय ठरवलंस?" मी सांगून टाकलं, "अमित."

यानं पाठवलेल्या यादीप्रमाणे दादा एकेक कामं उरकत होते. पण या बर्थ सर्टिफिकेटनं चांगलंच हैराण केलं. कारण काहीच नव्हतं. पण दादांना चार धक्के खावे लागले. हॉस्पिटलमधून बाळाच्या जन्माचा दाखला घेतला होता. त्या दाखल्यावर मुलगा झालाय म्हणून 'बाबा चित्रे' असं लिहिलं होतं. इकडे हा कारकून हटून बसला, बर्थ सर्टिफिकेटवरसुद्धा 'बाबा चित्रे' असंच नाव लिहिणार म्हणून. शेवटी भरपूर झकाझकीनंतर बर्थ सर्टिफिकेट मिळालं एकदाचं.

दादा म्हणाले, "या साल्यांचे पैसे खायचे धंदे, दुसरं काय? हरामखोर सगळे! एक पैसा मी कोणाला चारणार नाही. तुझी सगळी कामं पैसे न चारता करून घेतो बघ. मला चार धक्के खायला लागले तरी हरकत नाही."

अगदी सहज होणाऱ्या गोष्टींसाठी कोण यातायात!

बारसं झालं की, लगेच मी बडोद्याला जाणार होते. बडोद्याला जाण्याचं आमचं रिझर्व्हेशन करायचं होतं. मलाच काळजी की, बॉम्बे सेंट्रलला जाऊन लायनीत वेळ घालवून कोण तिकिटं काढणार? पण प्रकाश आमची तिकिटं घेऊन आला आणि म्हणाला, ''ही घे तिकिटं. बॉम्बे सेंट्रलला जाण्याची काही जरूर नाही. दादरलाच एके ठिकाणी मिळतात तिकिटं. दर तिकिटामागे पैसे थोडे जास्त घेतात एवढंच. पण आपला केवढा त्रास वाचतो.'' प्रकाशनं सहज सांगून टाकलं.

बारशाला बडोद्याहून आई-काका, संदीप अशी सर्व मंडळी आली. बाळाला पाहून आई म्हणाल्या, ''मी याचं नाव 'राहुल' ठेवलंय. बडोद्याला सगळ्यांना राहुल हेच नाव आवडलं. पाळणापण तयार केलाय.''

आम्ही सर्वांनी चमकून एकमेकांकडे पाहिलं. कसंबसं, चाचरत मी म्हणाले, ''आई, मी अमित नाव ठेवलंय. बर्थ सर्टिफिकेट लवकर हवं होतं. त्यावाचून बाकीची कामं खोळंबली होती. तुम्ही येईपर्यंत थांबून चाललं नसतं.'' आधीच, मी मुलांना परत घेऊन जाणार म्हणून त्यांची नाराजी होती; त्यात पुन्हा ही भर पडली.

''पण 'अमित' हे नाव कोणाच्या आवडीचं?'' आईंचा प्रश्न आलाच. त्यांनी बाळाला राहुल म्हणून हाक मारायला सुरुवात केली. कारण नसताना दोन नावांचा घोळ; जो मला कधीच आवडत नाही. एकंदरीत दादा म्हणतात त्याप्रमाणे माझे ग्रह ठीक नाहीत, हेच खरं. आम्हा दोघींच्यात इतक्या छोट्या गोष्टींवरून नाराजी का निर्माण व्हावी?

आई-काका, संदीप यांच्याकडून बडोद्याच्या हकीकती आम्हाला कळल्या. वर्तमानपत्रांतून तिथल्या बातम्या येतच होत्या. बडोद्याला दंगलींना नुसता ऊत आला होता. शाळा, कॉलेजं बंद होती. विद्यार्थ्यांची आंदोलनं पेटली होती. अश्रुधूर, गोळीबार, धरपकड सतत चालूच होतं.

आई सांगत होत्या, 'सारखा कर्फ्यू आहे सगळीकडे. कुठे बाहेर पडायचीही भीती वाटते. केव्हा काय होईल याचा नेम नाही. आपल्या वाड्यातले लोक बिचारे कुठे बाहेर पडता येत नाही म्हणून वाड्यातच खाटेवर एकदा चार-सहा जण गप्पा मारत बसले होते. तेवढ्यात वाड्यात पोलीस घुसले. त्यांनी या लोकांना कारण नसताना बेदम मारलं. जो मध्ये पडेल त्याला पोलिसांचा मार पडत होता. त्या लोकांना मारून, झोडून पकडून नेलं, तुरुंगात टाकलं. दिवसभर वाड्यात नुसती रडारड चालू होती, कोणाला जेवणखाण सुचेना. शेवटी बऱ्याच खटपटी, लटपटी करून या लोकांना सोडवून आणलं. शेजारच्या लकडी पुलावरही गोळीबार झाला.'

'कुठल्या मुहूर्तावर मी इथे आले कोण जाणे! आल्या दिवसापासून सतत कानांवर पडणाऱ्या दंगली, अराजकाच्या बातम्या. सामान्य माणसांना जगणं मुश्कील करून टाकणाऱ्या राजकीय यंत्रणा, पद्धतशीर खेळलं जाणारं राजकारण आणि त्यात भरडून निघत असलेले लहान-थोर, शाळा-कॉलेजातून वाढीस लागलेली गुंडगिरी. हा माझा देश! ही माझी माणसं! चार वर्षांतच हे चित्र मला वेगळं का वाटावं? समाज बदलला? देश बदलला? की मीच बदलले? की वेगळं काही बघायला मिळाल्याने माझ्याही नकळत मी या दोन देशांची तुलना करू लागले? परदेशातली सुबत्ता लोकांना तिथे खिळवून ठेवते की आपल्या देशातली ही अशी परिस्थितीच माणसाला आपल्यापासून दूर लोटते?'

आम्ही बडोद्याला जायला निघालो.

निघताना ताई म्हणाली, ''बाई, कोणी काही बोललं तरी गप्प राहून ऐकून घ्यावं. मनाला लावून घेऊ नकोस. स्वत:ला सांभाळ. रोहितकडे लक्ष दे. पुढचा दीड महिना पटकन जाईल आणि लगेच तू परत आपल्या घरी जाशील.''

बडोद्याला जायचं म्हटल्यावर रोहित घाबरला. ''मम्मी, आता बडोद्याला कशाला, आपण आपल्या घरी जाऊ या.''

त्याची समजूत घालत मी म्हणाले, ''तिथे सगळ्यांना आपलं बाळ बघायचं आहे म्हणून जायचं.''

आम्ही बडोद्याला पोहचलो.

सगळ्यांना अमितला बघायची उत्सुकता होती. कसा दिसतो, कोणासारखा दिसतो, याची सगळ्यांची चर्चा सुरू झाली.

आई म्हणाल्या, ''मुलगे कसे उंच हवेत. मला नाही आवडत मुलांची कमी उंची. हल्ली काय म्हणे इंजेक्शन्स असतात उंची वाढवायला. शोभा, ती मुलांना दे तू. कसे उंच झाले पाहिजेत दोघेही.'' मी नुसतीच मान हलवली.

सुशीलावहिनी म्हणाल्या, ''एवढ्यात काय सांगता येत नाही कोणासारखा दिसेल तो. पण चांगला उंच मात्र आहे. अगदी त्याच्या मामा लोकांसारखा उंच होणार, असं वाटतंय.''

शेजारच्या वहिनी म्हणाल्या, ''शोभा पहिल्यांदा इथे आली तर आम्हाला वाटलं ही दिलीपपेक्षा उंच आहे म्हणून.'' मग सगळ्या जणी हसल्या.

''काहीतरी काय वहिनी, हे माझ्यापेक्षा चांगले चार इंचानं उंच आहेत.''

एवढ्यात कोणीतरी सहज विचारलं, ''मग काय शैलाबाई, दोन नातवंडं घरात, तुम्ही नोकरीचं काय करणार?

मी दचकले. आई जरा तिरसटून म्हणाल्या, "नोकरीचं काय, नोकरी करणारच. इतकी वर्षं नाही केली? शिवाय मुलं इथे कुठे राहणार आहेत? ती चालली तिकडे त्यांच्या घरी. ज्याचं त्याच्याजवळ असावं."

सगळ्यांना चघळायला विषय झाला. "शोभा, तू नोकरी करणार का? मग मुलांना कोण बघेल?"

मी काही म्हणायच्या आत आई म्हणाल्या, "ती कसली करते नोकरी! मुलांचं करून नोकरी करणं काही सोपं काम नाही. शोभाला काय जमणार ते!"

मग थोडा वेळ अशीच खमंग चर्चा करून बायका परतल्या. आईंची नोकरी चालू होती. दिवसभर घरात मी, मुलं आणि काका. ते रोहितच्या आगेमागे राहायचे, गप्पगप्प असायचे.

शेवटी न राहवून मी काकांना विचारलं, "काका, तुम्ही माझ्यावर रागावलात का? मला माहीत आहे की, मी मुलांना घेऊन जाणार ते तुम्हाला आवडलेलं नाही, पण खरं सांगते काका, माझा जीव झाला नसता मुलांना असं सोडून जायला. शिवाय रोहितच्या मनाविरुद्ध मी त्याला इथे कसा ठेवू?"

काकांनी माझी समजूत घातली, "तुझ्यावर कोण रागावतंय? मुलं राहिली असती इथे तर आवडलं असतं आम्हाला. आम्ही सांभाळलं असतं त्यांना. पण हे अंतर लांबचं. मुलंच ती; त्यांचं आजारपण, दुखणं-खुपणं चालणार आणि तसं झालं म्हणजे आमचा जीव घाबरणार. मग वाटतं, तुमची मुलं तुमच्याजवळच असणं चांगलं. हे मनाला पटतंय. तरी तुम्ही गेलात की, घर कसं रिकामं होईल. दिवसभर मग मी घरात एकटाच."

थोडं थांबून ते म्हणाले, "शोभा, माझी काळजी करू नकोस. तशी वाड्यात काय, दिवसभर जाग असते. आपल्याकडे कोणी येतं जातं. तू मुलांना नीट सांभाळ. मजेत राहा."

मग सतत घरी कोणी ना कोणी यायचं. मी मुलांना इथे ठेवणार की घेऊन जाणार हा विषय निघायचा. मला हा विषय नको असला तरी त्यातून सुटका नव्हतीच. मी मात्र कोणालाही कधी मी मुलांना का घेऊन जाते, हे सांगण्याचा प्रयत्न केला नाही.

मात्र बहुतेकांनी आईंची समजूत घातली, "कमुताई, शोभा घेऊन जाते मुलांना तर जाऊ दे. तुम्ही तरी किती करणार? दिवसेंदिवस तुमच्यानं तरी कसं होणार सगळं? या वयात दोन-दोन मुलांचं करायचं सोपं नाही."

मी एकदा आईंच्या काकींकडे गेले.

मला पाहिल्यावर त्या काकींनी माझ्यावर हल्लाच केला, "काय तुम्ही हल्लीची मुलं! आई-वडिलांची जाण नाही, कोणाची लागणी नाही. फक्त मजा करायला पाहिजे. तुम्ही तिकडे जाऊन मजा करायची आणि तुमची पोरं मात्र इथे म्हाताऱ्या आईबापांनी सांभाळायची."

त्यांना कसंबसं थांबवत मी म्हणाले, "काकी, मी मुलांना ठेवत नाहीये इथे. मी घेऊन चालले त्यांना."

"हे मात्र बरं केलंस. नाहीतर त्या सुमाताईंचं बघ. बसल्यात नातवाला सांभाळत. मुलगा तिकडेच कुठेतरी गेलाय म्हणे! आईच्या गळ्यात जबाबदारी टाकून हा मोकळा, बायकोला घेऊन मजा करायला."

वाटलं, 'या काकींना तरी कशाला नसत्या उठाठेवी? सुमाताईंचा नातू त्यांच्याकडे राहिला तर यांचं काय जातंय? सुमाताईंची परिस्थिती चांगली, घरी नोकरचाकर. सुमाताईंचं वय जेमतेम बावन्न-त्रेपन्न वर्षांचं. त्यांनी हौसेनं नातवाला सांभाळला सुनेची कसलीशी परीक्षा होईपर्यंत तर बिघडलं कुठे?'

या चार महिन्यांत माझी झोप पार उडालीये, सारखी जाग. हल्ली बघावं तर काका रात्रीचे उठून रोहितच्या उशाशी बसतात, त्याला थोपटतात. बहुधा ते रडत असावेत. मी जागीच असल्याचं त्यांना समजू देत नाही. रोहित जाणार याचं त्यांना खूप वाईट वाटतंय. पण ते बोलून मात्र दाखवत नाहीत. आम्ही गेल्यावर त्यांना घर सुनंसुनं होईल. संदीप कॉलेजमध्ये, आईंची शाळा आणि इतर उद्योग. काका मात्र दिवसभर घरी एकटेच. किती कंटाळवाणं होईल त्यांना. मुलं राहिली असती तर त्यांचा वेळ चांगला गेला असता. पण...?

दादा मला मुंबईला घेऊन जाण्यासाठी आले. मुंबईला पोहचलो की, लगेच दुसऱ्या दिवशीचं विमान आम्ही पकडणार. गेल्या चार महिन्यांचा आलेख डोळ्यांसमोर आहे. मनात विचारांची वादळं उठलीत. लवकरच मी हा देश, माझी माणसं सोडून परत हजारो मैल दूर जाणार; जिथे माझा नवरा आहे, माझं घर आहे. किती आनंदानं, उत्साहानं मी इथे बाळंतपणासाठी आले. पण मी आले म्हणून मला रोहितमध्ये झालेला बदल जाणवला, प्रत्यक्ष दिसला. तो माझ्याशी बोलू शकला आणि त्याला घेऊन मी परत चालले. ही जमेची बाजू, फार मोठी जमेची बाजू.

जायचा दिवस उजाडला.

रोहित परतपरत खात्री करून घेतोय. मनातून बिचारा फार धास्तावलाय. त्याला भीती वाटतेय, त्याला इथेच ठेवून मी फक्त अमितला घेऊन जाईन याची.

यालाही पत्रातून कळवलंय, विमानतळावर तू आधी रोहितला उचल, त्याचे

लाड कर, मग अमितकडे बघ. घरी कधी जातोय असं रोहितला झालंय, मलाही झालंय. तिकडे गेल्यावर मग मात्र सारख्या इथल्या आठवणी येत राहतील.

***

न्यूजर्सीला आमचं चौघांचं आयुष्य सुरू झालं.

रोहित नर्सरी स्कूलमध्ये जाऊ लागला. त्याची तब्येत चांगली सुधारली. अमितची प्रगती दिवसा दिवसानं होत गेली. मी नोकरी न करता घरी राहून मुलं आणि घर सांभाळत होते. आम्हाला परत येऊन सहा महिने झाले तरी अजूनही अधूनमधून रोहित रात्रीचा रडत उठतो. त्याला कसली स्वप्नं पडतात कुणास ठाऊक! मम्मी आपल्याला सोडून गेली म्हणून रडतो. आम्हाला त्याची समजूत घालावी लागते की, तू इथेच आपल्या घरी आहेस, मम्मी-डॅडींजवळ. कोणी तुला कुठे सोडून गेलं नाही. मग आम्हालाच वाईट वाटतं. तिथे राहण्याचा रोहितच्या मनावर एवढा परिणाम होईल, याची आम्हाला कल्पनाही नव्हती.

दिवस जातच होते. याच्या काही मित्रांनी आमच्याकडे नोकरीच्या निमित्ताने मुक्काम ठोकला होता. शिवाय सतत भारतातून कोणी ना कोणी पाहुणे येत. मी नोकरी करत नसल्याने कितीही पाहुणे आले तरी त्यांची गैरसोय होत नव्हती.

हा स्वत:च्या नोकरीत मग्न होता. कंपनी चांगली, मोठी, नावारूपाला आलेली. मॅनहटनमधल्या एका पॉश इमारतीतले काही मजले या कंपनीनं व्यापलेले. उन्हाळ्यात तर कर्मचाऱ्यांच्या सोयीसाठी, त्यांना मोठा वीकएण्ड मिळावा, उन्हाळा एन्जॉय करता यावा, यासाठी दर शुक्रवारीही सुट्टी असायची. शुक्रवार ते रविवार तीन दिवस सुट्टी. मात्र सोमवार ते गुरूवार अधिक तास काम करावं लागायचं. शिवाय, याच्या फोटोग्राफीवर खूश होऊन याच्या मालकाने ऑफिसमधलं सगळं फोटोग्राफीचं कामही याला दिलं होतं. त्यामुळे हा सकाळी लवकर घरून बाहेर पडायचा, तो रात्री खूप उशिरा घरी परत यायचा.

एकदा बडोद्याचं पत्र आलं.

चांगलं जाडजूड, एवढं काय आहे म्हणून मी पत्र फोडलं. आतमध्ये संदीप, आई, काका सगळ्यांची पत्रं होती. मी अगदी उत्सुकतेने संदीपचं पत्र वाचायला घेतलं. पत्रात, संदीपनं त्याचं लग्न त्यानंच जमवल्याची बातमी दिली होती. मला खूप आनंद झाला. आमच्या लग्नाच्या वेळी नुकताच कुठे तो कॉलेजात जायला लागला होता. 'एवढा मोठा कधी झाला?' मला खरंच वाटेना. जिच्याशी यानं लग्न जमवलं ती मुलगी नात्यातलीच होती, आईंच्या चुलत-बहिणीची मुलगी- श्यामा गुप्ते. आमच्या लग्नात ती शाळकरी होती. एवढ्यात हिचं कॉलेजशिक्षण पूर्ण

झालं; ही संदीपच्या प्रेमात पडली.' मला गंमतच वाटली.

मात्र मी पत्र पुढे वाचायला लागले आणि मला आश्चर्यच वाटलं. संदीपनं श्यामाशी लग्न जमवल्याचं आई-काकांना सांगितलं आणि घरात एकदम वादळ उठलं. आई जाम संतापल्या. अगदी संदीपला घरात राहणं नकोसं वाटावं, अशी परिस्थिती निर्माण झाली होती. मला ते वाचून वाईट वाटलं.

मी काकांचं पत्र वाचायला घेतलं. काकांचा या लग्नाला विरोध आहे. संदीपनं श्यामाशी लग्न करण्याचा विचार सोडून द्यायला हवा आणि त्याला तसं समजावून सांगण्याचं काम आम्ही दोघांनी करावं, हे काकांनी लिहिलं होतं.

आईंनीही आपल्याला हे लग्न मुळीच पसंत नसल्याचं लिहिलं. आम्ही संदीपला त्याच्या विचारापासून परावृत्त करावं, हे त्यांनी ठासून सांगितलं होतं. मात्र या लग्नाला विरोध का आहे, याचं कारण कोणीही लिहिलं नव्हतं.

ही अशी पत्रं पाहून मी बुचकळ्यात पडले.

लगेच याला ऑफिसात फोन करून ही हकीकत सांगितली. हा म्हणाला, "तुला काय वाटतं?"

"संदीप-श्यामा एकमेकांच्या प्रेमात पडले. त्यांना लग्न करायचंय. मग आपण विरोध कशासाठी करायचा? शिवाय सर्वच दृष्टींनी ती संदीपला अनुरूप आहे. केवळ त्यांचं त्यांनी जमवलं म्हणून विरोध करायचा का?"

त्याच दिवशी संध्याकाळी हा घरी आल्यावर आम्ही बडोद्याला एक सविस्तर तार करून संदीप-श्यामाला आमचा पाठिंबा असून आई-काकांनीही त्यांना पाठिंबा द्यावा, उगाच नातेवाइकांमध्ये याची चर्चा करू नये, आम्ही सविस्तर पत्र पाठवत आहोत, हेही कळवलं.

आम्ही दोघांनी स्वतंत्रपणे आई-काकांना पत्र लिहून त्यांची समजूत घातली. तसंच, संदीपला वेगळं पत्र लिहून आई-काकांनी जरी विरोध केला असला तरी तो तात्कालिक असून त्यानं पुढे तेच डोक्यात ठेवू नये, हेही लिहिलं.

आमची पत्रं वाचून आई-काकांची समजूत पटली, विरोध मावळला आणि दोन महिन्यांतच संदीप-श्यामाचा साखरपुडा थाटात झाला. चिक्कार वऱ्हाड जमलं आणि लग्न पुढे वर्षा-सव्वावर्षानं १९७६ च्या डिसेंबरात करायचं, असं ठरलं.

एक दिवस घरातलं दूध आणि इतर किरकोळ गोष्टी संपल्या होत्या. हा अर्थातच उशिरा येणार होता. घरात काही पाहुणेमंडळी मुक्काम ठोकून होती. मुलांना घरीच त्यांच्याजवळ ठेवून मी जवळच्या दुकानात गेले. दुकानातून बाहेर पडते तर हा समोर उभा. मी आश्चर्यानं विचारलं, "एवढ्या लवकर कसा आलास?"

हा म्हणाला, "घरी गेलो. तू ग्रोसरी करायला आलीस, असं कळलं म्हणून मी घरी बसण्यापेक्षा इथे आलो." यानं माझ्या हातातल्या पिशव्या घेतल्या. आम्ही चालायला लागलो. डाव्या हाताला वळलं की, लगेच आमचा रस्ता. त्यावर चौथी बिल्डिंग आमची. हा उजव्या बाजूला वळला. "चल, जरा थोडं फिरून मग घरी जाऊ." हा म्हणाला.

"का रे, घरी वेळ मिळत नाही आपल्याला म्हणून...? किती दिवसांत आपल्याला बसायला, बोलायला वेळ मिळाला नाही. तुला हौस घरात गाव गोळा करायची! कधी माझा तरी विचार कर. घरी राहते, नोकरी करत नाही, याचा अर्थ दिवसभर नुसतं स्वयंपाकपाणी, सामान आणणं, मुलांचं करणं हेच करायचं का? बाहेरच्या जगात काय चाललंय, याचा पत्ताही नाही. कधी वर्तमानपत्र उघडायलाही वेळ मिळत नाही. तू आपला बाहेर असलास की नोकरी आणि घरी असलास की याचा कार्यक्रम कर, त्याचा कार्यक्रम ठरव यात सदा गुंतलेला."

थोडा वेळ कोणीच काही बोलत नाही.

"गेले दोन-चार दिवस तुझ्याशी बोलायचं होतं. पण शक्य झालं नाही, म्हणून आज इथे गाठलं तुला."

"काय बोलणार आहेस?" माझ्या आवाजात अजून रागच.

"सध्या आमच्या ऑफिसची परिस्थिती चांगली नाही. आर्थिक मंदी सगळीकडेच आली आहे. जरा काही झालं की, त्याचा पहिला परिणाम आमच्या व्यवसायावर होतो." हा सावकाश बोलत होता.

माझ्या छातीत धस्स झालं.

"माझी नोकरी गेली. आजचा शेवटचा दिवस होता." हा शांतपणे म्हणाला.

"काय?" मी एकदम भान न राहून ओरडले. पाऊल पुढे टाकवेना.

"अगं, घाबरतेस कशाला? सोमवारपासून दुसरी मिळणार आहे."

हुश! माझ्या मनावरचं ओझं एकदम उतरलं.

"पण ही नोकरी सहा आठवड्यांसाठी आहे."

"म्हणजे?"

"डेव्हिडच्या मित्राची फर्म आहे. तिथे त्यांना ताबडतोब एक काम पुरं करून हवंय. डेव्हिडनं माझी शिफारस केली."

"पण पुढे काय...?"

"ते मलाही माहीत नाही. प्रयत्न चालू ठेवायचे. जमेल काहीतरी."

"गज्जर, पांचोली यांना नोकऱ्या मिळाल्या का?"

"गज्जर गेले सहा महिने बेकार आहे. पांचोली ह्यूस्टनला गेलाय नोकरीच्या शोधात."

ही बातमी आणखी घाबरवणारी. 'जर चार-सहा महिने नोकरी नाही मिळाली तर काय करायचं? सरकारकडून मिळणाऱ्या बेकारी भत्त्यावर कसे दिवस काढायचे?'

अतिशय सहजपणे यानं मला याच्या काही मित्रांच्या नोकऱ्या गेल्याच्या बातम्या अधूनमधून दिल्या होत्या. तेव्हा वाईट वाटलं होतं; पण भीती वाटली नाही. वाटलं, 'याची फर्म मोठी, बॉस चांगला, प्रचंड पैसेवाला, त्याच्या अनेक ओळखी. त्याच्याकडे कामाला कसला तोटा! बदलत्या परिस्थितीची झळ याच्या ऑफिसला लागणार नाही.' याच समाधानात होते मी.

"अरे, देशमुखची फर्म मोठी आहे नं? तिथे विचारून बघ."

"गेला महिनाभर त्याचाच जॉब गेलाय."

म्हणजे परिस्थिती फारच गंभीर दिसते.

आणि गेले चार दिवस आमच्याकडे ठाण मांडून बसलेल्या याच्या एका मित्राच्या आतेबहिणीच्या नवऱ्याने माझं डोकं खाल्लं होतं. कितीतरी वेळा आडूनआडून याच्या पगाराची चौकशी केली होती, उगीचच. 'तुम्ही नोकरी कशी करत नाही? आम्ही तर ऐकतो, इथे घरी बसून चालत नाही. सगळ्यांना नोकऱ्या कराव्या लागतात. दिलीपच्या पगारात तुमचं भागतं का? नाही, म्हणजे त्यांना पगार चांगला असेल! आर्किटेक्ट म्हणजे प्रश्नच नाही.'' असलं काहीतरी बोलून मला हैराण केलं होतं. शेवटी काल तर कहरच केला. माझ्या मैत्रिणीचे सासरे, आणखी कोणाचे कोण, त्यांच्यासमोर सरळ या गृहस्थानं स्पष्ट विचारलं, "दिलीपना पगार किती मिळतो?"

सगळे एकदम माझ्याकडे बघायला लागले. मी त्या प्रश्नाला उत्तर न देता अमित टीव्हीवर चढत होता त्याला पकडायला धावले.

घर जवळ आलं. हा म्हणाला, "उगीच काळजी करू नकोस तू. होईल काहीतरी. तू मुलं आणि घर सांभाळ."

पुढचे चार-सहा महिने हे असंच चाललं होतं. ह्या कंपनीत सहा आठवडे, त्या कंपनीत चार आठवडे. नोकरीशिवाय घरी कधी बसावं लागलं नाही, तरी डोक्यावर सतत टांगती तलवार असायची. न्यूयॉर्क कॉर्पोरेशनही डबघाईला आलेलं. रोजच्या वर्तमानपत्रांतून आकडे येत होते, कुठल्याकुठल्या कंपन्यांतून किती जणांना काढलं याचे. हजारो लोक रोजचे बेकार होत होते. या भागात नोकरी मिळण्याची शक्यता दिसत नव्हती. इथेच चिकटून राहण्यात तरी काय अर्थ? मी याच्या मागे लागले की, याने नोकरीच्या शोधात ह्यूस्टन, शिकागो, वॉशिंग्टन कुठेही जावं म्हणून. त्यातल्या त्यात वॉशिंग्टन जवळ म्हणून तिथे आधी प्रयत्न करायचं ठरलं. माझीही नोकरीची खटपट चालूच होती.

मला न्यूयॉर्कला एका बँकेत नोकरी मिळाली. त्याच वेळी यालाही वॉशिंग्टनला

नोकरी मिळाली. मी बँकेतली नोकरी स्वीकारून मुलांना घेऊन इथेच राहायचं आणि यानं वॉशिंग्टनला जायचं, असं ठरलं. शिवाय वॉशिंग्टन फारसं दूर नसल्याने दर शुक्रवारी इकडे येणं आणि रविवारी रात्री पुन्हा वॉशिंग्टनला परत जाणं याला शक्य होतं. मुलांचीही बेबीसीटरची सोय झाली होती.

संदीपच्या लग्नाला अजून आठ-दहा महिने अवकाश होता. हा भारत सोडल्यापासून गेल्या सात वर्षांत एकदाही तिकडे जाऊ शकला नव्हता. तो या लग्नाच्या निमित्ताने जाणार होता. मीही मुलांना घेऊन लग्नाला यावं, असा सगळ्यांचा आग्रह होता. आम्ही इथे कुठल्या परिस्थितीतून जातोय, ते घरी कळवणं योग्य नव्हतं. याला नोकरी असो वा नसो; आम्ही चौघांनी लग्नाला जाणं जरूर होतं. पण याला ही नोकरी मिळाली आणि आमची मोठीच काळजी दूर झाली.

मी माझी नोकरी सुरू केली. ऑफिसमध्ये मात्र मी इथे एकटीच राहत असल्याचा आणि पुढील दोन-तीन महिन्यांत आमचा वॉशिंग्टनला राहायला जाण्याचा विचार असल्याचा सुगावा कोणाला लागू दिला नाही.

हा वॉशिंग्टनला गेला. नोकरी सुरू झाली आणि चारच दिवसांनी याला कळलं की, जे मोठं काम कंपनीला मिळणार होतं ते मिळालं नाही. एका मोठ्या कामावर काहीतरी 'चॅलेंजिंग' करता येईल या आनंदात हा होता. तो आनंदच हरवला. कंपनीकडे बाकी इतर कामं होती. पण ती तशी चिल्लरच. तरीही नोकरी आहे, हे समाधान मोठं.

दर शुक्रवारी संध्याकाळी कामावरून हा परस्पर न्यूजर्सीला ड्राईव्ह करून यायचा. अडीचशे मैलांचं अंतर. आम्ही सर्वच, शुक्रवारची अगदी वाट पाहत असायचो. रात्री नऊ वाजेपर्यंत हा यायचा. मुलं जाम खूश व्हायची. मग रविवार दुपारपर्यंतचा वेळ कसा जायचा, कळायचंही नाही. रविवार दुपारी हा निघाला की, घर सुनंसुनं व्हायचं. मग ती संध्याकाळ संपता संपायची नाही. सोमवार उजाडला की, मात्र नोकरी, घरं, मुलं यांत वेळ भरकन जायचा.

एका शुक्रवारी हा आला, आमच्या गप्पा सुरू झाल्या. गप्पांच्या नादात एकदम आठवण येऊन मी म्हटलं, "तुझा पगाराचा चेक आठवणीने दे. मी सोमवारी बँकेत भरीन. काही बिलं भरायची आहेत पुढच्या आठवड्यात. नाहीतर तू तसाच परत घेऊन जाशील तो."

हा म्हणाला, "आम्हाला पगार मिळाला नाही."

"म्हणजे?"

"म्हणजे काय? कंपनीकडे आमचा पगार द्यायला पैसे नव्हते. पुढील आठवड्यात देणार आहेत."

मग थोड्याच दिवसांत आमच्या लक्षात आलं की, या नोकरीचं काही खरं नाही. काम मनासारखं नाही. पगारही वेळेवर मिळत नाही. शिवाय, याचा तिकडे राहण्याचा, जाण्यायेण्याचा खर्चच भरपूर होतोय. काय करावं काही मार्गच दिसत नव्हता.

मे महिना उजाडला. घरून पत्रं येत होती. संदीपचं लग्न सहा महिन्यांवर आलं होतं. आईंच्या उत्साहाला उधाण आलं होतं. घरातलं शेवटलं कार्य कसं नि किती थाटामाटात करू, असं त्यांना झालं होतं. काकांना सेवानिवृत्त होऊन चार वर्षं झाली होती. त्यांची तुटपुंजी पेन्शन येत होती. आईंची शिक्षिकेची नोकरी, पगार बेताचाच. संदीप नुकताच नोकरीला लागला होता. आमच्या अडचणींची घरी कल्पनाही न देता लग्नाचा खर्च करणं आवश्यक होतं. शिवाय आमचा चौघांच्या जाण्यायेण्याचा खर्च आणि लग्नाच्या निमित्ताने खरेदी. परदेशात साडेसात-आठ वर्षं राहिल्यानंतर हा प्रथमच भारतात जाणार होता. त्यामुळे खर्चही तसाच करणं भाग होतं.

माझी पत्रं घरी नियमित जात होती. हा वॉशिंग्टनला आहे, याचा सुगावा कोणालाही नव्हता. आम्ही आणखी सहा महिन्यांनी भारतात येणार, या आनंदात सर्वजण होते.

एका शुक्रवारी हा घरी आला. अतिशय थकलेला, ओढलेला. म्हणाला, ''मी नोकरी सोडून आलोय. गेले चार आठवडे पगारच दिला नाही. किती दिवस असं चालणार? पुरेकरकडे जाऊन माझं सामान आणण्याचं त्राणही माझ्या अंगात नव्हतं. तसाच परस्पर आलो. परत इथेच प्रयत्न करतो.''

''इथे बघ. नाहीतर दुसरीकडे कुठे जायचं असलं तरी जा. इथली काळजी करू नकोस.''

पुढचे दोन दिवस हा फारच अस्वस्थ होता. सोमवारी संध्याकाळी मी कामावरून घरी आले. हा म्हणाला, ''मी आत्ताच वॉशिंग्टनला जातो. माझं सामान घेऊन उद्या परत येतो.''

''अरे, आत्ता संध्याकाळचा कशाला जायला निघतोस? एवढी काय सामान आणायची घाई? आपण सगळे जण मिळून शनिवारी जाऊ या.''

''नको, मी आत्ताच जातो.'' हा निघून गेला.

दुसऱ्या दिवशी मला ऑफिसमध्ये वॉशिंग्टनहून याच्या एका मित्राचा फोन आला. ''एक बातमी सांगायला फोन केलाय.'' विजय म्हणाला.

''दिलीपला जॉब मिळाला?'' मी त्याला पुढे बोलू न देताच विचारलं.

''तुम्हाला कसं कळलं?''

''कारण माझ्या दृष्टीने जगात सध्या याशिवाय दुसरी कुठलीही बातमी महत्त्वाची नाही म्हणून.''

विजयनं मग सगळी हकीकत सांगितली.

"काल रात्री इथे आल्यावर दिलीपनं पेपरमध्ये काही जाहिराती बघितल्या. आज सकाळी फोन केले. एका ठिकाणी त्याला मुलाखतीला बोलावलं. लगेच त्यांनी जॉब ऑफर केला. सोमवारपासून सुरू करणार आहे. आत्ता त्या कंपनीतूनच दिलीपनं मला फोन केला. आज संध्याकाळी परत तो घरी येईल तिकडे."

मला अतिशय आनंद झाला. सगळं गुंडाळून परत यायचं म्हणून हा गेला काय अन् याला नोकरी मिळाली काय!

संध्याकाळी मी घरी गेले. माझ्या पाठोपाठ थोड्या वेळातच हा आला.

"अगं, कृष्णवर्णीय लोकांची कंपनी आहे, तिघे पार्टनर्स आहेत. बाकीचे काम करणारेही कृष्णवर्णीय, मीच 'गोरा' त्यांच्यात. कंपनी चांगली आहे, पार्टनर्स सगळे मोकळे आहेत. मजा आली मुलाखतीला, इतक्या गप्पा रंगल्या आमच्या. हा एक वेगळाच अनुभव या लोकांत काम करण्याचा. शिवाय डिसेंबरमध्ये मी भारतात जाणार आहे, हेही आत्ताच सांगून टाकलं, मागून कटकट नको. इतक्या वर्षांनी जाणार तर निदान सहा आठवडे तरी रजा लागेल म्हणून सांगितलं. तोपर्यंत साठेल ती साठेल; बाकीची बिनपगारी."

त्या दिवशी मग रात्रभर आम्ही बोलत होतो. गेल्या सात-आठ महिन्यांत याच्या नोकरीमुळे झालेली धावपळ, आलेले एकेक अनुभव, मनस्ताप. आता ते सगळं मागे पडलं आणि आम्ही वॉशिंग्टनला जाण्याचे बेत करू लागलो.

याची नोकरी सुरू झाली आणि महिन्याभरात यानं जागा शोधली. आमची वॉशिंग्टनला जाण्याची तारीख ठरली. मी नोकरीचा राजीनामा दिला. दोन्ही घरी पत्रं लिहून कळवलं की, याला चांगली नोकरी मिळाल्याने आम्ही आता न्यूजर्सी सोडून वॉशिंग्टनला राहायला जातोय.

***

१ ऑगस्ट १९७६.

आमचा प्रवास सुरू झाला.

आणखी एक गाव सुटलं. बरोबर दहा वर्षांपूर्वी दादांची बदली झाल्यामुळे आम्ही सगळे नागपूर सोडून मुंबईला आलो. त्यानंतर गेल्या दहा वर्षांत बडोदा, लंडन, न्यूजर्सी आणि आता वॉशिंग्टन. एखाद्या गावाची माय लागते न लागते तोच ते गाव सोडायची वेळ येते. इथं जमवलेला एवढा परिवार, सगळं सोडून पुढं जायचं, परत नव्यानं सुरुवात. डोळे पाणावले, मनात येणारे विचार बोलून दाखवायला शेजारी हा नव्हता. आमच्या सामानानं भरलेला ट्रक हा चालवत होता. सकाळी लवकर जाऊन यानं भाड्याचा ट्रक आणला. आम्हाला मदत करायला

सगळे मित्र जमले. चौथ्या मजल्यावरून सामान उतरवून ट्रकमध्ये भरलं. वॉशिंग्टनला पोहचल्यावर पुन्हा सगळं सामान ट्रकमधून काढायला, वरच्या मजल्यावर चढवायला मदत लागेल, म्हणून उत्साहाने काही मित्र आमच्याबरोबर निघाले. सुधीरच्या गाडीत मी आणि मुलं बसलो. ओळीनं आमच्या गाड्या न्यूजर्सीहून वॉशिंग्टनच्या दिशेनं निघाल्या. सर्वांत पुढे सामानाचा ट्रक घेऊन हा.

आम्ही वॉशिंग्टनला पोहचलो. याची नोकरी वॉशिंग्टनमध्ये. पण ही राहायची जागा मेरिलॅन्ड राज्यात, वॉशिंग्टनचं उपनगरच. मोठी, मोकळी जागा, समोर मुलांना खेळायला पटांगण. त्यात झोपाळे, घसरगुंडी, आजूबाजूला सुंदर फुलझाडं. मुलं तर खूश झाली जागा पाहून.

रोहितला उन्हाळ्याची सुट्टी होती. सप्टेंबरपासून तो नवीन शाळेत जाणार होता. संदीपच्या लग्नाची तारीख सात डिसेंबर ठरली. तिकडे लग्नाची तयारी सुरू झाली आणि आई-काकांच्या मनात विचार आला की, रोहितला आता सातवं वर्ष लागेल, त्याची मुंज करावी. अनायासे लग्नात त्याची मुंजही करून घेता येईल. लगेच आईंचं पत्र आलं.

"आमची आता वयं झालीत. एवढं संदीपचं लग्न उरकलं की, आम्ही मोकळे होऊ. आमचं आता काय राहिलंय! पण रोहितची मुंज बघायची आम्हाला खूप इच्छा आहे. तेवढी आम्हाला बघू द्या."

हा मुंजीचा विचार आम्हा दोघांना मुळीच न पटणारा. याची आणि संदीपची मुंज अगदी थाटात झाली होती. पण मुंज केल्याने आपल्यावर काही वेगळे संस्कार झालेत, असं याला वाटत नाही. "आत्ताच्या काळात, या देशात राहताना कसली आलीये मुंज? शिवाय आई-काकांनी त्यांच्या हौसेपायी आमच्या मुंजी केल्या, तेव्हा आम्हाला चॉईस नव्हता. पण आपल्या मुलांच्या मुंजी करायच्या की नाही, ते आपण ठरवायचं." हा म्हणाला.

यानं पत्रातून घरी तसं कळवलंही.

पण एवढ्यावरून माघार घेणं आईंना ठाऊक नाही. त्यांनी लगेच मुंबईला दादांना पत्र लिहून रोहितला यंदा मुंज लाभते की नाही, ते बघायला सांगितलं.

दादांनी रोहितची कुंडली बघितली. आपल्या ज्योतिषी मित्रांना दाखवली आणि रोहितला मुंज लाभत नाही, हे त्यांचं मत त्यांनी घरी आईंना कळवलं. एखादी गोष्ट मनात आली तर ती अशी सहज सोडून देणं आईंच्या स्वभावातच नाही. त्यांनी लगेच आमच्या भटजींना गाठलं.

"एवढी माझी हौस आहे नातवाची मुंज करायची; पण त्याला म्हणे यंदा ती लाभत नाही."

"तुमची इच्छा आहे नं मुंज करायची, मग करू या आपण मुंज. लाभत नसली

तर बिघडलं कुठे? काही नाही, मुंजीच्या आधी जरा ग्रहांची शांती करून घेऊ या. मग मुंज करू या.'' भटजींनी सोप्पा उपाय सांगितला.

आई अगदी खूश झाल्या.

वॉशिंग्टनला जरा आम्ही स्थिरस्थावर झाल्यावर लगेच आईंच्या मदतीला मी लवकरच पुढे जावं, असं ठरलं. त्याप्रमाणे मी मुलांना घेऊन सप्टेंबरच्या तिसऱ्या आठवड्यात जायला निघाले.

मी मुंबईला पोहचले.

विमानतळावरून घरी जाताजाताच दादांनी विचारलं, ''बाई, तुम्ही वॉशिंग्टनला का गेलात? चांगली नोकरी नक्की आहे नं? की नोकरीची काही अडचण?''

''दादा, तुम्हाला कसं कळलं? कुणी सांगितलं?''

''तुमचे सगळ्यांचे ग्रह सध्या ठीक नाहीत. मी घरी कुणाला बोललो नाही. पण काळजीतच होतो. बरं, पत्रात तुम्ही काहीच कळवत नाही. तरी मला कल्पना होती तुमच्या त्रासाची. आता तसं काळजी करण्यासारखं काही नाही. एकदा जानेवारी हातात येऊ दे; मग तुमचे ग्रह फॉर्मात आहेत.''

''दादा, कशाला तुम्ही एवढी काळजी करता? थोडी अडचण आली होती. पण आताची नोकरी चांगली आहे. शिवाय, आम्हालाही न्यूयॉर्क, न्यूजर्सीहून थोडं दूर जायचं होतं. वॉशिंग्टन गाव छान आहे.''

''रोहितच्या मुंजीचं काय करता? त्याला मुंज लाभत नाही. मुंज अशी लाभत नसेल तर करू नये. बडोद्याचं पत्र आलंय; ग्रहांची शांती करून मुंज करणार आहेत म्हणे! मी तरी कधी असं ऐकलं नव्हतं. तुम्ही आणि तुमचे भटजी मिळून काय तो गोंधळ घाला. पण त्या पोराचा तरी विचार कराल की नाही? बाई, तू उद्याच तिकडे बडोद्याला जाणार आहेस. पण रोहितला जप हो. एकदा जानेवारी उजाडू दे, मग सगळं नीट मार्गी लागेल.'' दादा स्वत:शीच बोलल्यासारखे पुटपुटले.

मी बडोद्याला आले.

रोहित-अमितला कोणाचीही ओळख लागत नाही. कोणालाही चिकटतात. काका मुलांना बघून खूश झाले. मुलांना हुंदडायला सगळा वाडा मिळाला.

आम्हाला भेटायला श्यामा, संदीपची भावी बायको आली. आमच्या गप्पा सुरू झाल्या. माझ्या लगेच लक्षात आलं, 'हिच्याशी आपलं चांगलं जमेल. अगदी साधी, हसतमुख. उगीच मोठमोठ्या गोष्टी नाहीत की, अगदी गोडगोड बोलण्याचा नाटकीपणा नाही, समंजस दिसते. संदीपचा चॉईस चांगला आहे.' याला लगेच पहिल्या पत्रात मी तसं कळवलंही.

आईंनी त्यांच्या शाळेतल्या इतर बायकांना रोहितच्या मुंजीची हकीकत सांगितली.

सगळ्यांनी त्यांना वेड्यात काढलं, 'शैलाबाई, तुमचे भटजी सांगतात काय आणि तुम्ही ऐकता काय! मुंजीचं एवढं साधं नसतं. अशी ग्रहशांती करून कधी मुंज होते का? मुंज लाभत नसेल तर करता येत नाही. बघा बाई, तुमचा पहिलावहिला नातू आहे; असला काही प्रकार करू नका.' असं बायकांनी सांगितल्यावर आई घाबरल्या. मग मात्र त्यांनी हे मुंज प्रकरण डोक्यातून पार काढून टाकलं.

दिवाळी जवळ आली.

दादांनी काकांना सविस्तर पत्र लिहून मुलांना घेऊन मला भाऊबीजेला मुंबईला बोलावलं. मी अमेरिकेतून निघतानाच माझ्या या चार महिन्यांच्या वास्तव्यात निदान दोन-तीन आठवडे तरी मुंबईला राहीन, असं ठरवलं होतं. पण कसं कोणास ठाऊक, ते बडोद्याला कळवायचं राहून गेलं. मी तो सगळा काळ बडोद्याला काढायचा, असंच आईंनी गृहित धरलं. मलाही त्यांना मी मुंबईला जाते, हे सांगण्याची हिंमत होईना. दादांचं पत्र आलं. निदान माझा प्रश्न सुटला, असं मला वाटलं. पण आईंना काही ते आवडलं नाही.

काका म्हणाले, "जाऊ दे शोभाला. चार दिवस राहील माहेरी. एवढ्या लांबून आलीये ती. तिचे भाऊ सगळे तिथे आहेत. भाऊबीजेला जमतील एकत्र. अमेरिकेहून आल्यावर लगेचच ती इथे आली. तिकडे तिच्या घरी तिला राहायलाही मिळालं नाही."

आईंना ते पटत नव्हतं. त्यांनी माझ्या जाण्याबद्दल जास्तीत जास्त नाराजी दर्शवली.

दिवाळी आली. धनत्रयोदशीच्या दिवशी धनाची पूजा करायला काका उभे राहिले. एकदम आईंना आठवण झाली त्यांच्या नथींची. म्हणाल्या, "शोभा, माझी नथ काढ. उद्या लक्ष्मीपूजनाला लागेल."

"कुठे कपाटात आहे का दागिन्यांच्या पेटीत?" मी विचारलं.

"गोदरेजच्या कपाटात नाही. त्या हिरव्या कपाटात माझ्या निळ्या लोकरीच्या पर्समध्ये आहे."

ती पर्स काढली, त्यात नथ नव्हती. मग शोधाशोध सुरू झाली. आई म्हणाल्या, "तू यायच्या आदल्या दिवशी मी इंदूताईंकडे गेले होते नवरात्राची सवाशीण म्हणून, तेव्हा घातली होती. आल्यावर शाळेत जायचं होतं म्हणून इथल्या इथेच त्या लोकरीच्या पर्समध्ये ठेवली."

नथ काही सापडेना. तेवढ्यात कुणी आलं म्हणून शोधाशोध थांबली. परत दुसऱ्या दिवशी नथीचा शोध चालू. आई जाम चिडल्या होत्या. त्या परत परत प्रत्येकाला शोभा

यायच्या आदल्या दिवशी नथ इथे होती, हे ठासून सांगत होत्या. त्या शोधाशोधीत नथीची रिकामी डबी सापडली. पण नथीचा पत्ता नव्हता. मग तर त्या आणखी चवताळल्या. "बघा, चोरानं नथ काढून घेतली. डबी इथेच टाकली. घरात कुणाचं लक्षच नसतं. खुशाल कुणी घरात शिरून चोऱ्या करतं."

शेजारपाजारच्या बायका आईंची समजूत घालत होत्या, 'असेल कुठेतरी, उजव्या-डाव्या हातानं ठेवली गेली असेल.'

मला हा सगळा प्रकार चमत्कारिक वाटला. आईंचं बोलणं आतून आपल्याला सोलून काढतंय, असं वाटतं होतं. त्याच रात्री मी मुंबईला जायला निघणार होते. जर तोपर्यंत नथ सापडली नाही तर मला तिथेही चैन पडणार नाही.

शेजारच्या मामींनी सिद्धीविनायकाला नवस केला. कुणी म्हणालं, 'लहेरीपुऱ्यात एक गुरुजी आहेत. ते अचूक सांगतात हरवलेली वस्तू कुठे सापडेल ते. त्यांना तरी विचारून या.'

नंतर एकेक जण पांगले. आई कशाला तरी शेजारी गेल्या. काका माझ्याजवळ येऊन हसून म्हणाले, "शोभा, तू का अशी गप्प गप्प? नेहमीसारखी हसत का नाहीस? माहेरी जायचं तुला टेन्शनबिन्शन आलंय की काय?"

आम्ही दोघंही हसलो.

पुढे ते म्हणाले, "हे बघ, तू वाईट वाटून घेऊ नकोस. शैला पटकन बोलते, पण तिच्या मनात तसं काही नसतं. आपण त्याकडे दुर्लक्ष करायचं. नथ तिनं कुठे ठेवली, ती आता तिची तिलाच सापडत नाही, यात तुझा काय वाक?"

काकांच्या या शब्दांनी माझं मन बरंच शांत झालं.

तरी वाटलं, 'खरंच! बोलणारा नुसतं बोलतो. त्या शब्दांना काही अर्थ असतात, याचा विचार न करता बोलतो. मग ऐकणाऱ्यानं तरी त्या शब्दांच्या अर्थाचा विचार का करायचा? हे जे शब्द आपल्या अंगावर आदळतात त्यांना घणघणीत नाद आहे. पण अर्थ मात्र नाही, हे जर आपल्या मनाला आपण पटवू शकलो तर पुढील सर्व गोष्टी किती सोप्या होतील. पण तसं होत नाही. या शब्दांच्या जखमा मोठ्या वाईट, न बुजणाऱ्या. प्रत्येक नवी जखम मागील जखमा जास्तच उघड्या करते.

नंतर काही वेळानं नथ सापडली. दुसऱ्या कपाटात काळ्या पर्समध्ये ठेवली होती. माझ्या मनावरचं मोठ्ठं ओझं उतरलं.

***

लग्नाचे दिवस जवळ येऊ लागले.

एकच धांदल उडाली. वॉशिंग्टनहून हासुद्धा लग्नासाठी येऊन थडकला.

एकेक मुहूर्त होऊ लागले. घरात पाहुण्यांची गर्दी झाली. तेवढ्या काळात मुलांचे आळीपाळीने सर्दी, खोकला, ताप, डायरिया हे सर्व प्रकार आटपून मुलं इथल्या हवेला आणि पाण्याला रुळली होती. त्यांना तर ही घाई, गडबड, घरात एवढी माणसं याची गंमत वाटत होती.

लग्न अगदी छान थाटात, खेळीमेळीनं पार पडलं. आम्हाला या निमित्ताने याच्याकडील सर्व नातेवाईक भेटले. बडोद्याहून परतायचे दिवस जवळ आले. मुलं तर वाड्यात चांगली रमली होती. रोहितला तर मज्जाच मज्जा. शाळा नाही, अभ्यास नाही, भरपूर लाड. आजोबा सारखे मुलांच्या आगेमागे असायचे. त्यांना गोष्टी सांगायचे, गाणी म्हणून दाखवायचे. कुणी शेजारची मुलं त्यांना सायकलीवरून फिरवून आणायची तर कुणी स्कूटरवरून.

एकदा बाहेरून मुलं धावत आली. अमित म्हणाला, "मम्मी, मम्मी, रोहितला बू बू झाला."

"काय झालं? कुठे धडपडलास?" मी रोहितला विचारलं.

"मला डॉगी चावला." रोहित भीतभीत म्हणाला. त्यानं पाय दाखवला. त्याच्या पोटरीवर कुत्र्याचे दात उमटले होते.

"अहो, याला कुत्रा चावला. अरे कसा चावला? कुठला कुत्रा?" मी एकदम किंचाळले.

"वाड्यातला टॉमी चावला. मी पतंग उडवत मागेमागे गेलो तर टॉमी झोपला होता, त्याच्या अंगावर माझा पाय पडला म्हणून तो चावला." रोहितनं अगदी शांतपणाने सांगितलं.

रोहितला कुत्रा चावला, हे कळल्यावर माझ्याच पोटात गोळा उठला. मला स्वत:ला कुत्रा या प्राण्याची प्रचंड भीती. कुत्रा चावल्यावर पोटात घ्याव्या लागणाऱ्या त्या चौदा इंजेक्शन्सचा किती त्रास असतो याच्या एवढ्या हकीकती ऐकल्यात की, रोहित ते आता सगळं कसं सहन करील, त्याला किती त्रास होईल, या कल्पनेनंच माझे हातपाय गार पडले.

रोहितला कुत्रा चावला, ही बातमी सगळीकडे पसरली. घरात गर्दी जमली. आई, काका दोघांनाही पूर्वी कुत्रा चावला होता. त्या पूर्वीच्या त्रासाच्या जाणिवेनं काका विव्हळले. त्यांच्या डोळ्यांत पाणी आलं. "देवा रे, कशाला या पोराच्या मागे हा भोग?" आई म्हणू लागल्या. सगळ्यांचा जीव तडफडला.

पटकन आम्ही दोघं रोहितला घेऊन बाहेर पडलो, हॉस्पिटल गाठलं. कुत्रा पाळलेला होता. नुसते दात पोटरीवर उमटले होते, पण जखम नव्हती. त्यामुळे चौदा इंजेक्शन्स न घेता फक्त सहा इंजेक्शन्स घेऊन चालण्यासारखं होतं. लगेच आठ दिवसांत आम्ही बडोदा सोडणार होतो. त्यामुळे रोज एक इंजेक्शन द्यायचं,

असं ठरलं.

आजच रोहितचं शेवटचं इंजेक्शन पुरं झालं. आम्ही टॉमीवरही लक्ष ठेवून होतो. एकदंरीत थोडक्यात आटोपलं म्हणायचं.

उद्या बडोद्याहून निघायचं. याला भेटायला काही मित्र जमले, घरात इतरही नातेवाईक होते. दुपारची वेळ, सगळ्यांचा चहा चालला होता. तेवढ्यात रोहित धावत घरात घुसला. "मम्मी, माझी पतंग फाटली. जग्गू म्हणतो ती भातानी चिकटवायची. मला भात दे."

आमच्या गप्पा रंगात आल्या होत्या. मी त्याला म्हटलं, "काकीकडे माग जा; ती देईल."

रोहित आत पळाला.

आमच्या गप्पा सुरूच होत्या. दुसऱ्याच क्षणाला स्वयंपाकघरातून रोहितची किंकाळी आली.

आम्ही सगळेच धावलो.

रोहितनं आतमध्ये जाऊन श्यामाकडे भात मागितला. "चल, देते हं." असं म्हणून सगळ्यांच्या चहाच्या कपबशा गोळा करून ती उठेपर्यंत हा स्वयंपाकघरात पोहचला. गॅसवर मोठं दुधाचं भांडं होतं. नुकतंच दूध तापवलं होतं. तेच भाताचं भांडं समजून तो बाजूला असलेल्या सांडशीने ते उचलायला गेला. ते दुधानं भरलेलं भांडं आणि लटपटती सांडशी. एकदम सांडशी हातातून सटकली. भांडं खाली पडलं. खाली पडलं ते नेमकं ओट्यावर रिकाम्या असलेल्या चहाच्या भांड्यात. तरी जोरात दुधाचं भांडं पडल्याने त्यातलं उकळतं दूध सांडलं, ते सगळं रोहितच्या अंगावर.

पटकन मी रोहितचा शर्ट, बनियन खेचून काढला. रोहित खूप घाबरला होता. त्याला तेल लावायला सुरुवात केली आणि लक्षात आलं, तो वाटलं त्याहून बराच भाजला असल्याचं. हा लगेच डॉक्टरांना बोलवायला धावला. काका बिचारे पार भेदरून गेले. आईंचा धीर सुटला. त्या मोठमोठ्यानं, "देवा रे, काय केलंस पोराचं, का त्याच्या मागे लागलायस?" म्हणून ओरडू लागल्या. रोहित तर बिचारा त्याला होणाऱ्या वेदनेपेक्षाही त्याच्या आजूबाजूला जे चाललं होतं, त्यानंच घाबरून गेला.

"मम्मी, मला भीती वाटते. मी नर्व्हस झालोय." तो म्हणू लागला.

"घाबरू नकोस, आत्ता डॉक्टर येतील. तुला औषध लावतील, तू लगेच बरा होशील." मी त्याला धीर देत होते.

सगळा वाडा गोळा झाला. कुणी त्याला बर्नाल लावलं तर कुणी बटाटा किसून दिला. तेवढ्यात डॉक्टर आले. त्यांनी रोहितला किती, कुठे भाजलंय हे बघून लगेच दवाखान्यात घेऊन यायला सांगितलं.

आम्ही रोहितला दवाखान्यात घेऊन गेलो. रोहित मानेपासून संपूर्ण छाती आणि

एक हात असा सगळा भाजून निघाला होता. दुधाचं सगळंच भांडं त्याच्या अंगावर उपडं झालं असतं तर?

त्याची ही अवस्था पाहून मला अतिशय वाईट वाटलं. माझीच चूक होती. मीच पटकन उठून त्याला भात द्यायला हवा होता, म्हणजे हा अनर्थ टळला असता. विशेषत: दादांनी मला मुंबईहून निघताना रोहितला जप म्हणून सांगितलं होतं. लग्न आटपून ताई-दादा मुंबईला परतले तेव्हाही मला स्टेशनवर दादा म्हणाले होते, 'रोहितला जप.' एवढं त्यांनी परत परत बजावूनही मी त्याला जपलं नाही. माझ्यामुळेच त्याला एवढा त्रास सहन करावा लागतोय. अशी कशी मी गप्पांत अडकले? का लगेच उठले नाही? मी स्वत:ला दोष देत होते. श्यामालाही वाईट वाटलं. पण जे व्हायचं ते आता होऊन गेलं होतं.

डॉक्टरांनी रोहितला तपासून औषधोपचार केले. जरी भाजलेलं त्याचं शरीर एवढं भयंकर दिसत असलं तरी ते वरवरचं आहे, घाबरण्यासारखं काही नाही, असं त्यांनी परत परत सांगितलं.

रोहितला घेऊन आम्ही घरी आलो. त्याला पलंगावर झोपवला. सारखं वाटत होतं, 'हे असं कसं झालं?' रोहित असा कुठेतरी धडपडाट करणारा मुलगा नाही. अमितच्या बाबतीत मात्र काहीही शक्य आहे. रोहित कुणाला सांगितल्याशिवाय, विचारल्याशिवाय कुठल्या वस्तूला हात लावणार नाही. एकदम हा स्वयंपाकघरात शिरला काय अन् सांडशी पूर्वी कधी त्यानं हातातही घेतली नव्हती. मग सांडशीनं एवढं मोठं भांडं उचलायला तो गेला काय! तेवढ्यात लक्षात आलं, रोहितच्या या गोंधळात अमितला खूप वेळात बघितलेलं नाही.

कुणी म्हणालं, 'शेजारी पप्पूकडे होता.'

'मघाशी बेबीच्या घरी होता.'

सगळा वाडा पालथा घातला, तरी या मुलाचा पत्ताच नाही. आता मात्र माझं अवसान गळालं. 'हे चाललंय तरी काय? कोणी याला पळवून तर नेला नसेल? या मुलांना कुणाची ओळखदेख लागत नाही. प्रत्येक जण भेटतो तो सांगतो, मी तुझा काका, मी तुझा मामा. कुणी मावशी, कुणी आत्या, आजी, आजोबा. दरवेळी नवीन-नवीन लोक भेटतात. सगळे आपलेच. कुठे गेला असेल हा मुलगा?' अमित वाड्यात कुठेच नाही म्हटल्यावर त्याला शोधायला सगळे चार दिशांना पागंले. थोड्या वेळानं शेजारचे बापू अमितला कडेवर घेऊन आले.

''भाईराव, हा बघा तुमचा नातू. तिकडे लकडीपुलावर एकटाच हिंडत होता.''

चेहरा उन्हानं लाल झालेला. पायात बूट नाहीत, चपला नाहीत. पाय धुळीनं भरलेले. अनवाणीच हा एकटा लकडीपुलावर गेला कसा?

''एकटा नाही काय, मी तर मंजुबाईंच्याबरोबर गेलो.'' अमितनं सांगितलं.

मंजुबाई शेजारच्या रणदिव्यांची मोलकरीण. तिला तर पत्ताही नव्हता, हा तिच्या मागोमाग चालतोय याचा.

आम्ही दोघं अमितवर चिडलो. हा तर त्याला फटकवायला निघाला. काकांनी पटकन अमितला उचलला.

"चल, तुला स्वच्छ करतो. कपडे बदलू या. मग तू दूध पी." काका त्याला आतमध्ये घेऊन गेले.

आई म्हणाल्या, "बरा बाई रोहितच्या मुंजीचा घोळ घातला नाही ते! होणारं तर टळलं नसतं; पण आपली हानी आणि लोकांचं हसं मात्र झालं असतं."

काका सारखे रोहितला थोपटत होते. अमितला आणि रोहितला ते सांगत होते, "तुम्ही आता घरी परत जाणार. नीट राहा तिकडे. सारखी मस्ती, मारामाऱ्या करू नका रे. तिकडे इथल्यासारखी माणसं नाहीत लक्ष ठेवायला. मम्मीला त्रास देऊ नका. अमित तुझा वाढदिवस आला, तीन वर्षांचा होणार तू. शाळेत जा, खूप शीक." काका अधूनमधून डोळे टिपत होते. अलीकडे काका फारच हळवे झालेत.

थोड्याच वेळात रोहितच्या अंगावर टरटरून फोड आले. नुसतं ते बघणंही असह्य होतं.

दुसऱ्या दिवशी डॉक्टरांनी अलगद ते फोड फोडले. आतलं पाणी काढून टाकलं आणि उकडलेल्या बटाट्याची साल काढावी तशी त्यावरची कातडी काढली. जखमा स्वच्छ करून औषधं लावलं. तो प्रकार बघताना आम्हालाच वेदना होत होत्या. पण नुकताच सहा वर्षांचा झालेला रोहित मात्र कुठलाही आरडाओरडा न करता ते सर्व सहन करत होता. त्याच्या सहनशीलतेचं सगळ्यांना आश्चर्य वाटलं. आम्ही मुंबईला तार करून ठरलेल्या गाडीनं न येता पुढे दोन दिवसांनी विमानानं येणार असल्याचं कळवलं. कारण अर्थातच कळवलं नाही.

रोहित भाजल्याची बातमी सगळीकडे झाली. त्याला बघायला लोकांची गर्दी उसळली. आधीच एवढीशी जागा, त्यात ही गर्दी. प्रत्येकाला काय झालं, कसं झालं, असं कसं झालं हे सांगायचं. बरं, येणाऱ्या प्रत्येकाकडे कुठे, कोण कोण, कसं कसं भाजलं होतं, याविषयीच्या कथांचा भरपूर साठा.

कोणाच्या मते रोहित तसा काही फार भाजला नव्हता.

तर कोणाच्या मते तो फारच भाजला होता.

"बापरे! काय भयंकर! पण तुम्ही सगळे काय करत होता तो एवढा भाजेपर्यंत?"

"अजून महिना, दोन महिने तरी तुम्हाला इथून मुळीच हालता येणार नाही. या असल्या अवस्थेत प्रवास कसा झेपेल त्याला?"

"काय पोराची दशा झालीये! कसा चांगला गुटगुटीत होता. तुम्ही आपले पोरांना घेऊन तिकडेच जा. तिथली हवा चांगली, तीच मानवेल त्यांना. आम्हाला

आपलं इथे बरं.''

''दांडिया बाजारमधल्या त्या बुमियांची सूनही अशीच भाजली होती थोड्या दिवसांपूर्वी. कशी आहे ती आता?''

''गेली ती. कालच गेली म्हणे.''

या असल्या सगळ्या बोलण्यांकडे दुर्लक्ष करून रोहितला घेऊन धडपणी आम्ही कसे परत जातो, हेच विचार आमच्या डोक्यात होते.

आम्ही बडोद्याहून निघालो. रोहितला अंगात काही घालणं शक्य नव्हतं. विमानात त्याच्या अंगावर हलकासा पंचा तेवढा टाकला.

मुंबईला जरी आम्ही रोहित भाजल्याची बातमी कळवली नव्हती, तरी बडोद्याहून गेलेल्या याच्या एका नातेवाइकांकडून ती बातमी घरी पोहचली होती. त्यामुळे ते सर्व फार काळजीत होते. रोहितला एवढा भाजलेला बघून सर्वांचा जीव कळवळला.

''ह्याला टिटॅनस दिलंत नं?'' दादांनी याला विचारलं.

''हो, ते आधीच दिलं होतं. त्याला कुत्रा चावला तेव्हाच.''

''कुत्रा चावला? कधी? कसा?'' सगळ्यांचे प्रश्न.

ताई म्हणाली, ''काय पोरांच्या मागे लागलंय? मागल्या वेळी आला तेव्हा आजारपण. या वेळी ताप, सर्दी, खोकला हे सगळं कमी पडलं म्हणून आता हे प्रकार. आले तेव्हा दोघं जण कसे दिसत होते आणि चार महिन्यांत काय दशा झाली पोरांची. तुम्ही तिकडेच बरे. लांब राहिलात तरी चालेल, पण सुखात राहा म्हणजे झालं.''

दादा म्हणाले, ''जाऊ दे. झालं ते झालं. आता काळजी करू नकोस. यापुढे कसली भीती नाही त्याला. एकेक भोग असतात. तिकडे परत गेल्यावर सर्व सुरळीत होईल.''

आमच्या आधीच्या बेताप्रमाणे मुंबईला आठवडा काढून आम्ही पोलादपूरला आमच्या गावी जाणार होतो. लग्नकार्य पार पडल्यावर गावच्या देवीची ओटी भरायची होती. गावच्या देवाला – बहिरोबाला कोंबडं द्यायचं होतं. संदीप-श्यामा महाबळेश्वरला जाऊन तिथून पोलादपूरला येणार होते. आई-काका आमच्या आधी दोन दिवस तिकडे जाणार होते. आम्ही फक्त एकच दिवस तिथे राहून मग परतणार होतो.

रोहितचा हा प्रकार झाल्यावर पोलादपूरला जाण्याचं आता काय करावं, ते कळेना. त्या धुळीत जायला मन घेईना. त्याच्या जखमा अजून ओल्या होत्या. त्यावर धूळ बसून आणखी त्रास व्हायचा. डॉक्टरांनी जाऊन यायला हरकत नाही, म्हणून सांगितलं. त्यांनी ड्रेसिंग करून दिलं. श्री. पु. भागवतांनी त्यांची गाडी आणि त्याबरोबर ड्रायव्हरही दिला. पहाटे आम्ही मुंबईहून निघालो ते दुपारपर्यंत पोलादपूरला

रोहितला कसलाच त्रास न होता पोहचलो.

पोलादपूर गाव लहानसंच. महाडच्या पुढे, महाबळेश्वरच्या पायथ्याशी. तिथे आमचा चित्र्यांचा वाडा. कोणी कधी बांधला कुणास ठाऊक. पण कालांतराने तो केशवराव चित्र्यांचा, म्हणजे याच्या आजोबांचा वाडा म्हणून ओळखला जाऊ लागला. वाडा चांगला उंचावर. दारात उभं राहिलं तर खालून वाहत जाणारी सावित्री नदी दिसते. घराच्या उजव्या हाताला खाली उतरत जाणारी पाऊलवाट. पाऊलवाट जिथे संपते तिथे कच्ची सडक. नदीला समांतर जाणारी ती सडक ओलांडली की, लगेच नदीचं पात्र. तसं एरवी नदीला पाणी बेताचं. पण पावसाळ्यात अगदी दुथडी भरून वाहते म्हणतात. घराच्या आजूबाजूला आंबा-फणसाची झाडं.

काकांना एक वडीलभाऊ आणि एक बहीण. दोघा भावांनी लहानपणीच पोलादपूर सोडलं. मग पोलादपूरला इतक्या लांब येण्याची वेळ तशी आली नाही. या वाड्यात काकांच्या बहिणीनं संसार मांडला. आजही वाड्यात याचे आतेभाऊ विनायकभाऊजी त्यांच्या कुटुंबासह राहतात. हळूहळू गावात सुधारणा होते आहे. गावात वीज आली. घरात जमीन सारवणाची आहे आणि स्वयंपाक सगळा चुलीवर लाकडं पेटवून होतो. हा जुना वाडा ढासळत चाललाय. जेमतेम दोन-तीन खोल्या राहिल्यात, वेगवेगळ्या आकाराच्या.

आमचं लग्न झाल्यावर आम्ही इथे आलो होतो. त्यानंतर आता जवळजवळ साडेआठ वर्षांनी आम्ही आलो. घर अधिक मोडकळीस आलं होतं. मागील वेळी विनायकभाऊजी एकटेच इथे होते. वहिनी माहेरी गेल्या होत्या. आता वहिनी भेटल्या आणि त्यांची चार मुलंही. आम्ही मागील वेळी आलो, तेव्हा एका अंधाऱ्या खोलीत एक भलामोठा जुना पेटारा होता. त्या पेटाऱ्यात देव होते. विशेष प्रसंगी, सणावारी अथवा शिमग्यात छबिन्यासाठी ते देव बाहेर निघायचे. त्या देवांची मालकी आमच्या घराण्याकडे होती. विनायकभाऊजींनी ते देव आम्हाला दाखवले होते. पण आता काळ बदललाय. घराची पडझड होते आहे. विनायकभाऊजींना या घरात देवाची जोखीम ठेवणं योग्य वाटेना. मग गावकी बसली आणि देव पंचायतीच्या ताब्यात गेले.

पोलादपूरला सगळे जण आमची वाट पाहत होते. काकांनी मुलांना ताब्यात घेतलं, "हे आपलं गाव. पोलादपूर म्हणतात याला." काका मुलांना झाडं दाखवू लागले, "ही सगळी आपली चित्र्यांची झाडं. हा साखऱ्या आंबा. अगदी गोड रस असतो याचा. हा काळ्या आंबा...."

"आजोबा, याचा रस काळा असतो?" रोहितचा प्रश्न.

"ही फणसाची झाडं जमिनीपर्यंत हे एवढाले फणस लटकतात इथे. हे बरक्या फणसाचं झाड आणि तो पलीकडला कापा फणस." काका मुलांना फिरवत माहिती सांगत होते.

"दिलीप, पुढल्या वेळी उन्हाळ्याच्या सुट्टीत मुलांना इकडे पाठव. आम्ही त्यांना घेऊन इथे पोलादपूरला येऊ. भरपूर आंबे-फणस खायला मिळतील त्यांना."

दुपारी जेवणं आटोपली. नंतर आम्ही सटवाईच्या दर्शनाला निघालो. नदीच्या काठावरच चार गोटे मांडून वर्षानुवर्षं पुजलेले. हळद, कुंकू, अक्षता लेवून ही सटवाई गावाच्या रक्षणाला सज्ज असलेली, नवसाला पावणारी. मोठं जागृत दैवत आहे म्हणे.

झाडंझुडुपं वाढलेली, त्यातून जाणारी पाऊलवाट. आजूबाजूला सारं शांत, पक्ष्यांचं एकमेकांना साद घालणं, बाकी कसली चाहूल नाही. आम्ही नदीकाठी पोहचलो. विनायकभाऊजी देवभक्त! त्यांनी नवीन जोडप्याकडून देवीची व्यवस्थित पूजा करून घेतली, श्यामानं देवीची ओटी भरली.

आई श्यामाला सांगत होत्या, "संदीप या सटवाईच्या नवसाचा. दिलीपच्या पाठीवर दिवस जायचे, पण पूर्ण भरायचे नाहीत. शेवटी संदीपच्या आत्यानं या सटवाईला नवस केला. मग संदीप झाला."

सटवाईची पूजा आटोपून आम्ही परतलो.

मला मुलांची काळजी वाटत होती. मोकळी जागा म्हणजे मस्ती करायला अधिक वाव, शिवाय दगडगोट्यांचे रस्ते. आम्ही सर्वच रोहितला जपत होतो. काकांनी मुलांना बैलगाडीतून फिरवून आणलं. मुलं तर एकदम खूश झाली.

संध्याकाळी हातात पूजेचं सामान घेऊन, नटूनथटून, दागदागिने घालून आम्ही बहिरोबाच्या मंदिराकडे निघालो. तसं हे देऊळ घरापासून जवळच, चढावाचा रस्ता. एका बाजूला एका उंच टेकडीवर असलेलं देऊळ. टेकडीवर जाताना वाटेत काजूची, जांभळाची झाडं. करवंदीच्या जाळ्या तर सर्व टेकडीभर पसरलेल्या. अधूनमधून उंबराची उंच उंच झाडं. सगळीकडे हिरवीगार झाडी. रस्त्यावरून जाणाऱ्या बैलगाड्यांचा आणि बैलांच्या गळ्यातील घंटांचा होणारा नाद टेकडीवर स्पष्ट ऐकू यायचा. सगळंच कसं मन प्रसन्न करणारं!

आम्ही मंदिरात पोहचलो.

गावकरीही जमले. मंदिरातला पुजारी गुरव पुढे आला. आम्ही बहिरीसाठी आणलेला नारळ, पेढे गुरवाच्या ताब्यात दिले. बहिरीला हळद-कुंकू वाहिलं. आम्ही सर्व देवासमोर हात जोडून उभे राहिलो. गुरवानं खड्या आवाजात प्रार्थना सुरू केली:

"बा बहिरी जोगेसरी... हात जोडून सरन हाय.

ह्ये भाई चित्रे खोत तुमच्या दरसनाला आल्यात.

संगे त्यांची कारभारीन, मुलंबाळं, नातंवडं आन सुना पन हायीत
त्येंनी तुमच्या चरनी ह्यो नारळ-पेढ्यांचा नेवेद ठेवलाय.
त्यो आपुन स्वीकारावा.
आनी त्येंच्या मुलाबाळांस्नी सुखी ठेवून धंद्या रोजगारात बरकत द्यावी ही इंनती हायेऽऽऽ.
बाऽऽ बहिरी जोगेसरी हात जोडून सरन हायेऽऽऽ!!!''

'बा बहिरी जोगेसरी....' हा आवाज सगळ्या मंदिरात घुमला. त्या आवाजात एक विलक्षण आर्तता होती. समोर बहिरीच्या चेहऱ्यावर मृदुता ओसंडत होती. मन शांत शांत झालं.

भगतानं आमच्या वतीनं बहिरीस कोंबडं दिलं.

मग मंदिराच्या मागच्या बाजूला दगड मांडून तिथल्याच लोकांनी स्वयंपाक केला. आम्ही घरून तांदूळ नेले होते. त्याचा भात टाकला आणि कोंबडीचं कालवण शिजवलं. देवाला कालवण भाताचा नैवेद्य दाखवला. मग आम्ही सर्वांनी त्या आवारात बसून पळसाच्या पानावर प्रसादाचा कालवण भात घेऊन खाल्ला. नुसतीच भरपूर तिखटाची भुकटी आणि मीठ एवढं घालून शिजवलेलं ते कालवण आणि हातसडीच्या जाड्या लाल तांदळाचा भात. पण त्याची चव काही औरच होती.

देवाचा निरोप घेऊन आम्ही निघालो. आता हळूहळू अंधारू लागलं होतं. खालचं गाव धूसर दिसत होतं. छोटी छोटी घरं, पाऊलवाटा, कुठे विहिरी, झाडं असं सगळं लोभसवाणं चित्र दिसत होतं आणि इकडे प्रत्यक्ष टेकडीवर करवंदाच्या जाळींमधून काजव्यांचं सैन्य पसरलं होतं.

आम्ही चित्र्यांच्या वाड्याकडे परतलो.

दुसऱ्या दिवशी सकाळी आम्ही सर्व पोलादपूरहून मुंबईला आलो
आणि दोन दिवसांनी सगळ्यांचा निरोप घेऊन मुंबई सोडली.

वॉशिंग्टनला पोहचलो. रोहितला पूर्ण बरा व्हायला पुढे महिना, दीड महिना गेला. त्यानंतर तो पूर्ववत शाळेत जाऊ लागला. त्याची तब्येत सुधारली. पण एकंदर त्याने भारतभेटीचा धसकाच घेतला.

''तिकडे जाऊन असं होतं. मी आजारी होतो. मग आपण तिकडे जायचं कशाला? आता नाही मी कधी जाणार इंडियाला. आपण आजी-आजोबांना, सगळ्यांना इथे आणू या.'' रोहित म्हणू लागला.

तिथल्या आठवणी उगाळत आमचं इथलं आयुष्य सुरू झालं.

***

वॉशिंग्टनला येऊन दोन वर्षं होतील.

आम्ही इथे रुळलोय. हा याच्या नोकरीवर खूश आहे. मीही नोकरी सुरू केली. मुलं मोठी होत आहेत. त्यांच्या दंगामस्तीला अपार्टमेंट लहान पडतंय. शिवाय मुलांची धावाधाव सुरू झाली की, खालच्या बिऱ्हाडातली बाई काठीने खालून ठोकायला सुरुवात करते. मुलंच ती, नुसती बसून तरी कशी राहणार? स्वत:चं घर असलं तर हा ताप नाही. घर घेण्याचे विचार मनात घोटाळू लागले. अलीकडे, आमच्या बरोबर आलेल्या अनेकांनी घरं घेतली. आमचे हिशोब चालू झाले. 'परवडेल का घर घेणं? घराचा हप्ता बराच येईल. शिवाय एवढं प्रचंड कर्ज काढायचं!' मनात धाकधूक होतीच, 'जमा आणि खर्चाचा मेळ कसा बसणार? घर घेतल्यावर काही अनपेक्षित खर्च उभे राहिले तर?'

''पहिलं घर घेताना खूप घाबरायला होतं, झोप उडते. पण एकदा घरात राहायला गेल्यावर आपल्यालाच प्रश्न पडतो की, त्या एवढ्याशा जागेत आधी आपण कसे राहिलो? एक घर घेताना घाबरताय, पण आणखी पाच-सात वर्षांत दुसरंही घ्याल.'' विजयनं आम्हाला धीर दिला.

आम्ही घर बघायला सुरुवात केली. घर केवढ्या किमतीपर्यंत असावं आणि त्यात कायकाय असावं, यासंबंधी निश्चित कल्पना होत्या. त्यामुळे फार वेळ फुकट न घालवता 'रिअल इस्टेट एजंट'च्या मदतीने आम्ही घर घेतलं, म्हणजे घराच्या करारपत्रावर सह्या केल्या.

त्यानंतरचे दोन महिने बँकेकडून कर्ज मिळवणं, वकिलामार्फत अन्य कामं करवून घेणं, इतर कायदेशीर व्यवहार आटोपणं असं सगळं होऊन घर आमच्या ताब्यात आलं. आनंद आणि भीती या दोन्ही भावना एकाच वेळी मनात दाटल्या. आम्ही घरमालक झालो.

आम्ही चौघांनी मिळून गृहप्रवेश केला. गणपतीचा फोटो ठेवून पूजा केली. 'तिकडे घर बांधलं असतं तर किती थाटात वास्तुशांत केली असती. गाव गोळा झाला असता. इथे आमच्या आनंदात सहभागी व्हायला घरचं कोणीच नाही.' घरच्या सगळ्यांच्या आठवणी दाटून आल्या.

पूजा आटपून आम्ही रिकाम्या घरात सगळीकडे फिरलो. उद्या सगळं सामान येईल. मुलं तर घरभर धावत सुटली. 'आता कितीही धावली-पळाली, कुठून कशाही उड्या मारल्या तरी ओरडा करायला कुणी नाही. छोटंसं टुमदार घर, पुढील दारी गुलाब, झेंडू फुललेत. मागील दारी प्लम्सचे डेरेदार वृक्ष फळांनी लडबडलेत. झाडाखाली बसायला एक सुंदर आरस्पानी बाक आहे. त्यावर वाचत बसायला मजा येईल.'

भाड्यानं ट्रक आणला आणि ट्रक भरभरून सामान अपार्टमेंटमधून घरात आणलं.

घरी ही आनंदाची बातमी कळवली. मात्र भीती वाटत होती की, घरी आई-काकांची, दादा-ताईंची प्रतिक्रिया काय होईल? आम्ही घर घेतलं याचा त्यांना आनंद होईलच; पण त्याच वेळी, आमचा इथला मुक्काम लांबत चालला, याचं दुःखही होईल.

दादांचं पत्र आलं, 'तुम्ही अमेरिकेत घर घेतलंत. खूप आनंद झाला. आम्हाला तुमचा अभिमान वाटतोय. कुठेही असा, पण सुखी असा. आनंदात राहा.'

आईंचं पत्र आलं. त्यांनीही आनंद व्यक्त केला. याच वेळी श्यामाला मुलगा झाला. त्यामुळे आई अधिकच खुशीत होत्या.

घरात राहायला आलो आणि अपार्टमेंटपेक्षा कामं भरपूर वाढली. घरातली, बागेतली कामं उरकताना वेळ पुरा पडेना. दिवस झपाट्यात संपत होते. मग लक्षात आलं, 'बडोद्याचं बरेच दिवसांत पत्र नाही.' मनाची समजूत आम्ही घालत होतो, 'तिकडे आता घरात लहान मूल, त्यामुळे सगळ्यांचा वेळ त्यात जात असेल.' तरीही वाटायचं, 'आई-काकांच्या तब्येती तर बऱ्या असतील नं?'

दोन महिने होऊन गेले. माझी तीन पत्रं गेली, तरी घरचं पत्रच नाही. आज नोकरीवरून घरी येताना घरच्या पत्राचेच विचार डोक्यात होते. मेलबॉक्स उघडली तर आईंचं पत्र! पटकन पत्र उघडून आम्ही उत्सुकतेनं वाचायला सुरुवात केली. आई अगदी सविस्तर पत्र लिहितात. चार-चार, पाच-पाच पानांचं पत्र असतं. आठ-दहा दिवस रोज थोडंथोडं करत लिहीत असतात. त्यांचं असं सविस्तर पत्र वाचायला आवडतं. तरी आमची इच्छा असते की, दोन-तीन महिन्यानंतर एवढं मोठ्ठं पत्र येण्याऐवजी वेळेवर खुशालीचं पत्र यावं.

आईंनी पत्रात बारशाची हकिकत लिहिली होती. संदीप-श्यामाच्या मुलाचं नाव सारंग ठेवलं. सारंग कसा दिसतो, कुणासारखा दिसतो, कसा शांत आहे वगैरे सगळं लिहिलं होतं. शिवाय कुणाकुणाची लग्नं जमली, कोणाकोणाला मुलं झाली याच्या बातम्या. कादवेकर वाडा, फणसे वाडा इथल्या ठळक हकिकती. पुढे त्यांनी लिहिलं होतं,

"अगं, काय सांगायचं आणि काय लिहायचं? मला तर अगदी जीव नकोसा होऊन गेलाय. यांच्या काही लक्षातच राहत नाही. बरं, नसेल काही आठवत, पण यांनी थोडा प्रयत्न नको का करायला? पण नाही. काही लक्षातच ठेवत नाहीत. एखादं काम आठवणीने करायला सांगावं, शाळेत जाताना परतपरत बजावावं, पण यांनी ते केलेलंच नसतं. परत माझ्याशीच वाद घालत बसतात की, मी ते सांगितलंच नव्हतं म्हणून. हे दिवसभर घरी असतात. आपल्याकडे कोणी येतं जातं, संध्याकाळी घरी आल्यावर विचारावं तर यांना काही सांगताही येत नाही. मला रस्त्यात कोणी भेटतात ते सांगतात, परवा जाऊन आलो घरी तुमच्या.

भाईरावांशी खूप गप्पा झाल्या. पण हे मात्र मला एका शब्दाने सांगणार नाहीत. कधी कोणी महत्त्वाचा काही निरोप दिलेला असतो. माझी कुठे एखादी मीटिंग असते. पण हे मला सांगायलाच विसरतात आणि माझी मात्र पंचाईत होते. बरं, लिहून ठेवत जा म्हटलं तर तेही नाही. जाऊदे, आमची गाऱ्हाणी काय सांगायची?''

माझ्या मनात हा काकांसंबंधी लिहिलेला मजकूर घर करून राहिला. मन मागे गेलं.

त्र्याहत्तर साली ते इथे आले तेव्हा किती वेळा एकच प्रश्न विचारायचे. हा तर वैतागायचा, ''काका, दहा वेळा तरी तुमच्या या प्रश्नाला उत्तर दिलंय.''

''दिलीपा, कमाल झाली तुझी! मी तर तुला प्रथमच विचारतोय. आधी विचारलं असतं तर मग पुन्हा कशाला विचारलं असतं?''

आम्हाला आश्चर्य वाटायचं. पण मला वाटायचं, अमेरिकेत येणारे लोक इथलं वैभव, सृष्टिसौंदर्य, रस्ते सगळं बघून दिपतात, भांबावतात. काकांचं आयुष्य तर एवढ्या गरिबीत गेलंय की, जे आपण डोळ्यांनी बघतोय ते स्वप्न नाही; सत्यच आहे, याची ते खात्री करून घेत असतील. ते परतपरत आम्हाला आमचा फ्रीज, गाडी, कार्पेट, टीव्ही यासंबंधी विचारायचे. कदाचित त्यांच्या दृष्टीने एवढ्या थोड्या काळात आम्ही या वस्तू स्वत: घेऊ शकलो, यावर त्यांचा विश्वास बसत नसावा, म्हणूनही ते पुन्हा पुन्हा विचारून खात्री करून घेत असावेत.

मला आठवलं, आई-काका इथे आले त्या वेळी त्यांना घेऊन आम्ही नायगरा बघायला गेलो होतो.

आदल्याच वर्षी आम्ही तिघं तिथे गेलो होतो. रोहित जेमतेम पावणेदोन वर्षांचा होता. प्रचंड गर्जना करत, वेगाने कोसळणारा तो प्रपात पाहून क्षणभर तो भेदरलाच. मग मात्र त्याला एवढं पाणी पाहून गंमत वाटली. त्यानंतर, तिथून परतल्यावर कितीतरी दिवस तो सगळ्यांना डोळे विस्फारून आणि तोंडाचा चंबू करून 'पानी धब धब... पानी धब धब'चं कौतुक सांगायचा.

नायगराला जायचं म्हटल्यावर रोहित खूश झाला. न्यूजर्सीहून आम्ही भल्या पहाटे निघालो, ते तिथे संध्याकाळी पोहचलो. नायगरा हा चमत्कार, डोळे दिपवणारं निसर्गाचं रूप. पण हे निसर्गाचं रूप अगदी जवळून, वेगवेगळ्या कोनांतून बघता यावं म्हणून मानवानंही कमी प्रयत्न केले नाहीत.

एका भुयारी रस्त्यानं आतमध्ये नेण्यात येतं. चालताचालता पावलं थबकतात. तुम्ही बिचकता, वरून पाण्याचे लोट कोसळत असतात. इतका वेळ तुमच्या समोरून कोसळणारा प्रपात तुम्ही पाहत असता, आता त्याच्या मागच्या बाजूने त्याचं रौद्र रूप तुम्ही बघता.

आई-काका हे बघून थक्क झाले. ''काय बाई, कमाल झाली! असा कसा रस्ता

खणला असेल? एवढं चालत येईपर्यंत कळलंच नाही आपण असे पाण्याच्या मागच्या बाजूला येऊ म्हणून. शाळेत मी सांगितलं सगळ्यांना तर कोणाला खरंही वाटणार नाही.''

दुसरी गंमत म्हणजे **'MAID OF THE MIST'** ची. मोठ्या बोटीतून, पाणी अगदी जिथून कोसळत असतं तिथपर्यंत नेतात. ही बोट त्या धबधब्याच्या एवढी जवळ जाते की, पाण्याच्या तुषारांनी अगदी भिजून चिंब व्हायला होतं. तरी बरं, तिथं बोटीत जाण्यापूर्वी प्रत्येकाला रेनकोट, गमबूट घालायला देतात. आम्ही बोटीत बसलो, तो एक विलक्षण अनुभव. बोट धबधब्याच्या अगदी जवळ जाऊन वळते. तरी भीती वाटते, पुढे काही न दिसल्याने बोट कुठे आपटली तर?

हा बोटीचा प्रवास करून आम्ही परतलो. रेनकोट घातलेली आमची सोंगं पाहण्यासारखी होती. यानं आमचे फोटो काढले. परतल्यावर हा, रोहित आणि काकांना घेऊन पुरुषांच्या खोलीकडे वळला, रेनकोट आणि गमबूट काढून परत करायला. मी आईंना घेऊन बायकांच्या खोलीत गेले. मी पटकन माझा रेनकोट काढला, गमबूट काढले. आईंना त्यांचे बूट काढायला मदत करत होते, तेवढ्यात आमच्या खोलीसमोरून रेनकोट घातलेलं कोणी झपकन निघून गेलेलं दिसलं. काका होते का ते? पण ते इथे कुठे येतील. ते तर याच्याबरोबर मघाशीच गेले. मी पटकन बाहेर धावले, धावत मागे गेले. ती व्यक्ती पुढेच चालली होती. आजूबाजूला तशी गर्दीच होती. 'हाका मारू का? पण दुसरंच कोणी असलं तर?' शेवटी मी इतरांचा विचार न करता मोठ्यानं हाका मारल्या, त्या व्यक्तीनं मागे वळून पाहिलं. ते काकाच होते.

''अहो, इकडे कुठे चाललात? दिलीप, रोहित कुठे आहेत?''

''तुम्ही सर्व कुठे होतात? मी तुम्हाला केव्हाचा शोधतोय.'' काका घाबरलेले दिसले.

''काका, तुम्ही दिलीपबरोबर होतात नं?''

बोटीतून उतरल्यावर आम्ही वरती एलिव्हेटरनं आलो. आधी पुरुषांची खोली होती, तिथं हे तिघे शिरले. त्यानंतर पुढे आमची बायकांची खोली होती आणि हे तर आत्ता अगदी विरुद्ध टोकालाच चालले होते.

मी त्यांना घेऊन पुरुषांच्या खोलीकडे आले. ''हे तुझ्याबरोबर कसे? मी केव्हाचा इथे शोधतोय त्यांना. मी रोहितचा रेनकोट काढला, बूट काढले आणि मागे बघतोय तर हे दिसेनात.'' हा म्हणाला.

''बरं बाई तू ह्यांना बघितलंस ते. काय, कसल्या तंद्रीत असतात कुणास ठाऊक! नीट लक्ष ठेवून सर्वांबरोबर राहायचं ते! इथे कुठे चुकले म्हणजे?'' इति आई.

एकदा आम्ही प्राणीसंग्रहालय बघायला गेलो. चालता चालता रोहितला कुठे

पाण्याचा नळ दिसला, लगेच त्याला तहान लागली. हा रोहितला घेऊन तिकडे गेला. मी, आई, काका पुढे निघालो. काका म्हणाले, ''मी पण दिलीपबरोबर जातो.''

आम्ही दोघी गप्पा मारत सावकाश चालत होतो. आजूबाजूला पाहत होतो. थोड्या वेळानं हा रोहितला घेऊन आला. मी विचारलं, ''काका कुठे आहेत?''

''म्हणजे, तुमच्याबरोबर होते नं?''

आम्ही आजूबाजूला नजर टाकली, विशेष गर्दी नव्हती. आम्ही ज्या रस्त्यानं आलो त्याच रस्त्यानं दूरवर जाताना काका दिसले. म्हणजे आमच्याबरोबर न येता दिलीपच्या मागोमाग म्हणून ते गेले, ते तसे न जाता सरळ चालतच राहिले. धावत जाऊन यानं काकांना थांबवलं. त्यांना घेऊन आला. काका त्रासून म्हणाले,

''तुम्ही सर्व कुठे जाता मला टाकून? मला सांगून का जात नाही?''

हा माझ्यावर चिडला, ''तुला लक्ष ठेवायला काय होतं? दोघी आपल्या गप्पा मारत निघालात पुढे. पण काका आमच्या मागे आले की कुठे गेले ते बघता येत नाही तुला?''

त्यानंतर, अमित झाल्यावर जेव्हा मी बडोद्याला गेले तेव्हा घरात काही ना काही गोंधळ चालू असायचे. महत्त्वाचे कागदपत्र, रेशनकार्ड, पैसे कुठे ठेवले तेच सापडायचे नाहीत. मग सगळ्यांची सारखी शोधाशोध चालू.

मला मात्र वाटायचं, 'हा इतका व्यवस्थित; प्रत्येक गोष्टींची जागा ठरलेली. एक गोष्ट याला इकडची तिकडे झालेली चालत नाही. त्यासाठी तो माझा जीव खाईल. मग याच्या घरी कसा हा गोंधळ?'

संदीपच्या लग्नाला गेलो तेव्हा तोच प्रकार. कपाटाच्या किल्ल्या शोधणं हेच सारखं काम होऊन बसायचं. काही ना काही सारखं हरवायचं आणि मग सगळ्यांची शोधाशोध सुरू. पण तेव्हा वाटलं, 'घरात एवढी माणसं, लहान जागा, कोणीतरी गडबडीत इकडची वस्तू तिकडे ठेवतो. एवढ्या गोंधळात असं काही झालं नाही तरच नवल.'

एके दिवशी संध्याकाळी मी आणि संदीप थोडी खरेदी आटोपून घरी परत येत होतो, हवा चांगली होती. हातात फारसं जड सामान नव्हतं. त्यामुळे फिरत फिरत आम्ही घरी निघालो. सूरसागरावरून पुढे दांडिया बाजारच्या रस्त्याला लागलो. काका समोरून अमितला हाताशी धरून येताना दिसले. गुरुवार होता, संध्याकाळी घरी साईबाबांची आरती व्हायची, म्हणून हार-पेढे आणायला ते निघाले होते. आम्हाला पाहिलं आणि अमित पुढे आजोबांबरोबर जाईना. तो परत घरी यायला निघाला. मी काकांना म्हटलं, ''तुम्ही जाऊन हार-पेढे घेऊन या. आम्ही अमितला घेऊन जातो.''

आम्ही घरी गेलो. पंधरा मिनिटांनी काका आले. हातात हाराचा पुडा, पेढ्याची पुडी, अतिशय घाबरलेले. ते एकदम म्हणाले, "अमित... अमित...." त्यांना नीट बोलताही येईना. अमित धावत पुढे आला. काकांनी हार-पेढ्यांचा पुड्या माझ्या हातात दिला आणि अमितला जवळ घेऊन ते रडायलाच लागले. मला कळेचना काकांना काय झालं ते!

"हा इथे कसा आला? माझ्याबरोबर होता नं तो?"

"काका, असं काय करता? तुम्ही हार-पेढे आणायला निघालात अमितला घेऊन. वाटेत गणपती मंदिराजवळ आम्ही भेटलो. अमितनं आमच्याबरोबर येण्याचा हट्ट धरला. तुम्हाला सांगूनच तर आम्ही त्याला घेऊन आलो."

मी काकांना पाणी आणून दिलं. पाण्याचा घोट त्यांनी घेतला. पण अजून ते थरथरतच होते.

"अगं, हार-पेढे घेऊन मी परत येत होतो, तेव्हा चान्स स्टोअरजवळ दिघे भेटले. ते म्हणाले, 'भाईराव, आत्ता तुम्ही इथून गेलात तेव्हा हाताशी नातू होता तुमच्या, आता कुठे गेला तो?' हे ऐकून मी घाबरलो. मला वाटलं मीच अमितला कुठेतरी सोडला. एवढासा अमित कुठे गेला असेल कळेना. कसा शोधावा त्याला? आधी घरी येऊन तुम्हाला सांगावं म्हणून मी घरी आलो. अमितला बघितला आणि जीवात जीव आला माझ्या. पण तो तुमच्याबरोबर कधी आला? मला तर आठवतही नाही. असं कसं झालं?"

"काका, आता संदीपचं लग्न पंधरा दिवसांवर आलंय, कामाची एवढी गडबड. तुमची एवढी धावपळ चाललीये, डोक्यात खूप कामं असली की, एखाद्या वेळी असं काही विसरायला होतं. परवा दिलीप येतील, मग तुमच्या मागची धावपळ थोडी कमी होईल." मी त्यांची समजूत घातली.

आईंचं पत्र वाचताना हे सर्व प्रसंग माझ्या डोळ्यांसमोर उभे राहिले. ज्या ज्या वेळी ते घडले त्या त्या वेळी मी माझ्या मनानं त्याची वेगळीच कारणपरंपरा लावली होती. कदाचित, सेवानिवृत्त झाल्यानंतर हळूहळू त्यांना विस्मरण होऊ लागलं असेल!

आईंनी लिहिलं, 'ते काही लक्षातच ठेवत नाहीत. बरं, लक्षात राहत नाही तर लिहून ठेवावं; तर तेही नाही. नुसता गोंधळ चालू असतो यांचा.'

काका फार व्यवस्थित होते, असं आपण सगळ्यांकडून ऐकलं होतं. प्रत्येक गोष्टीची यादी करायची, यादीप्रमाणे कामं करायची. याचीही तीच सवय.

मग आता त्यांना विस्मरणाने असं कसं ग्रासलं? अर्थात, डॉक्टर म्हणतात

वाढत्या वयाबरोबर माणसाची स्मरणशक्ती क्षीण होत जाते, तसंच असावं. आता काकांची साठी उलटून गेली, असं व्हायचंच. पूर्वीसारखंच सगळं कसं होणार त्यांच्या हातून?'

***

आज संध्याकाळी घरात शिरताना मेलबॉक्स उघडली.

बघते तर भारतातून तीन पत्रं आली होती. मला खूप आनंद झाला.

"बघ रे, वाट बघावी बघावी तर एकही पत्र येत नाही आणि आज एकदम बडोदा, मुंबई आणि लखनौ अशी तीन गावांची तीन पत्रं. चंगळ आहे आपली."

एक पत्र संदीपचं होतं. दुसरं याच्या मावस भावाचं, सुधीरचं होतं आणि तिसरं याच्या मित्राचं.

दिवसभर नोकरी करून संध्याकाळी घरी परतताना एका मुलाला त्याच्या डे केअर सेंटरमधून आणि दुसऱ्याला त्याच्या बेबीसीटरकडून घेऊन थकूनभागून अकरा-बारा तासांनंतर घरात पाऊल ठेवताना भारतातून आलेली ही तीन पत्रं पाहून आम्ही खूश झालो.

घरात शिरताच हातातलं सामान खाली ठेवून मी घाईघाईनं संदीपचं पत्र उघडलं. त्यातल्या मजकूरावरून नजर फिरताच मी एकदम ओरडले, 'OH, NO! NO!! दिलीऽप, दिलीऽप!'

"काय झालं? काय आहे पत्रात?" मुलांशी बोलत माझ्या मागून घरात शिरणाऱ्या यानं काळजीच्या स्वरात विचारलं.

संदीपचं पत्र मी याच्या हाती दिलं. त्यातली बातमी याला सांगण्याचं धैर्य मला नव्हतं.

मी दुसरं पत्र फोडलं, सुधीरचं. त्यातही तीच बातमी आणि सोबत वर्तमानपत्राचं कात्रण.

याच्या मित्राच्या पत्रातही तीच बातमी.

कदाचित एका पत्रातून ती बातमी वाचून आमचा विश्वास बसला नसता म्हणून की काय, तीनही पत्रांनी एकदमच ती बातमी दिली.

'अण्णा गेले.'

'माधव आचवल सुरत येथे गेले असताना हृदयविकाराच्या झटक्यानं गेले.'

'आचवल सर गेले.'

आणि हा एकदम सुन्न झाला!

या उन्हाळ्यात अण्णा इकडे येणार होते. कितीतरी बेत आम्ही केले होते. त्यांची पत्रं नियमित येत. नुकत्याच एका पत्रात यानं अण्णांना लिहिलं होतं,

'अण्णा, धावपळ थोडी कमी करा. तब्येत सांभाळा.'

त्यांचं उत्तर आलं होतं, 'वेळ थोडा आहे. धावपळ कमी करून कसं चालेल?'

'त्या शब्दांचा अर्थ असा होता?'

हा उठून अंघोळीला गेला. मग कितीतरी वेळ हा बाथरूममध्येच होता.

मला आठवलं की, संदीपच्या लग्नाच्या वेळी मी गेले तेव्हा एकदा काकांबरोबर अण्णांकडे गेले होते. किती मोकळेपणानं आमच्या गप्पा झाल्या. अण्णांचा संबंध फक्त याच्यापुरताच उरलेला नव्हता. आमच्या घरीही त्यांचं जाणं-येणं होतं. मधूनच केव्हातरी दारावरून जाताजाता ते वाड्यात येऊन घरात डोकावून जात. आई-काकांची चौकशी करत.

हा आल्यावर लग्नाच्या गडबडीत आम्ही एका संध्याकाळी अण्णांकडे गेलो. काकू बाहेरगावी गेल्या होत्या. आम्ही तिघं बोलत होतो. अण्णा त्यांच्या एकेक नव्या योजनांविषयी, प्रकल्पांविषयी बोलत होते. त्यांचा याला सतत आग्रह चालू होता; यानं परत यावं, त्यांच्याबरोबर काम करावं म्हणून. अनेक कल्पना त्यांच्या डोक्यात होत्या. घरच्याही अनेक गोष्टींवर चर्चा झाली. आमच्या घरचा 'गायकवाडी' खाक्या त्यांना माहीत असल्याने ते आम्हाला म्हणाले होते, 'काय अनाठायी खर्च करता? इकडे तेच आणि तिकडेही तेच. दिलीप, कोणी इकडून आला तर तुला त्या प्रत्येकाच्या मागे कशाला धावायला हवं? येणारा माणूस मोठा असेल, पण तूही लहान नाहीस, हे लक्षात ठेव.'

शेवटी, रात्री एक वाजता तिथून उठताना अण्णाही आमच्याबरोबर निघाले आणि त्यानंतर आम्ही सूरसागरावर उभं राहून पाणीपुरी खाल्ली.

आमच्या या भेटीला तीन वर्षं झाली होती. आणखी चार-सहा महिन्यांत अण्णांची भेट होणार, या आनंदात आम्ही होतो. म्हटलं तर माझा आणि त्यांचा संबंध तसा फारच थोडा आला होता. तरीही घरचं, जिव्हाळ्याचं माणूस जावं, मोठा आधार जावा, असं मला वाटलं.

* * *

वर्षं काय भराभर जातच होती. तिकडे परत जाण्याचे विचार धूसर होऊ लागले. मुलं वाढायला लागली. त्यांच्या शिक्षणाच्या आणि भवितव्याच्या दृष्टीने आम्ही इथेच राहावं, असा विचार मनानं केला. काकांची पत्रं क्वचितच यायची. एकदा काकांचं पत्र आलं. नुसतं पत्र पाहूनच फार आनंद झाला. त्यांचं मागचं पत्र केव्हा आलं होतं, तेही आठवत नाही, काकांनी सविस्तर लिहिलं होतं. मुलांची चौकशी केली होती. त्यांचे फोटो आवडल्याचं लिहिलं होतं. काकांचं अक्षर तसंच सुवाच्य आणि लेखनात तोच रेखीवपणा. लगेच मी त्यांना पत्र लिहून टाकलं.

त्यानंतर काही दिवसांतच आईंचं पत्र आलं.

'यांनी पत्र लिहिलं तर तुला त्याचं एवढं कौतुक. पण ते पत्र यांच्याकडून लिहून घेताना मला काय त्रास झाला, किती रक्त आटवावं लागलं, याची तुला कल्पना नाही. दिवसभर हे घरीच असतात, वेळ असतो. इतर काही नाही पण निदान एक वेळच्या वेळी पत्र तुम्हाला लिहा म्हटलं तर तेही नाही. मी घरचं बघायचं, नोकरी करायची, बाहेरची माझी कामं सांभाळायची. कोण धांदल असते माझी. यांनी आठवणीने नुसतं पत्र लिहिलं तर चालणार नाही का? पण कसलं? मी यांना रोज आठवण करून थकते. यांचा स्वभावच हट्टी. कोणी काही सांगितलेलं करायचं नाही. फक्त आपल्या मनासारखं वागायचं. तुम्ही सारखं लिहीत असता; काकांचं पत्र नाही, काकांचं पत्र नाही. तुम्हाला त्यांची काळजी वाटते. म्हणून मुद्दाम त्यांच्याजवळ बसून, एकेक वाक्य त्यांना सांगून लिहवून घेतलं मी ते.'

हे वाचलं आणि वाईट वाटलं. आई म्हणतात तसा काकांचा स्वभाव हट्टी थोडाच आहे? मग दिवसभर ते घरी असतात तर पत्र का लिहीत नाहीत? आळस, चालढकल तर त्यांच्या स्वभावात नाही. मग अलीकडे ते पत्र लिहिण्याची टाळाटाळ का करतात? अधूनमधून आपल्याला पत्र लिहिणं त्यांना कठीण का वाटावं? की वाढत्या वयानं त्यांचा स्वभाव बदललाय?

***

मुलं मोठी होत होती.

आम्ही इथल्या जीवनात चांगलेच रुळलो होतो. वाटलं, 'जर आपण आता इथेच राहणार तर आई-काकांनाही इकडे बोलावून घ्यावं. कदाचित पुढेमागे संदीप-श्यामाही इथे येतील. त्या आधीच आई-काका इथे आलेले बरे.'

आम्ही आमचा बेत कळवला. आईंना तर खूप आनंद झाला. लगेच न येता पुढे सहा-आठ महिन्यांनी येऊ, असं त्यांनी कळवलं. कारण नुकतेच ते ब्लॉकमध्ये राहायला गेले होते. आयुष्यातली इतकी वर्षं कादवेकर वाड्यात काढल्यावर दुसरीकडे जागा घेऊन राहणं आईंना पसंत नव्हतं. अनायासे कादवेकर वाडा अगदी जीर्ण झाल्याने तो पाडून तिथे ब्लॉक्स करण्याचं ठरलं. गेली कित्येक वर्षं ते काम चाललं होतं. शेवटी एकदाचं सर्व काम पूर्ण झालं. आई, काका, संदीप, श्यामा ब्लॉकमध्ये राहायला गेले. त्यामुळे थोडे दिवस तरी तिथे काढून मग इकडे यावं, असं आईंना वाटणं स्वाभाविक होतं.

एक दिवस याला ऑफिसात बरंच काम होतं. हा उशिरा घरी येणार होता. मी एकटीच पुढे आले. घरी आले तर आईंचं पत्र आलेलं बघून आनंद झाला. आजच

दुपारी मी त्यांना सविस्तर पत्र लिहून ठेवलं होतं. नुकतेच आम्ही बॉस्टनला जाऊन आलो होतो; तिथले फोटोही सोबत पाठवणार होते. शिवाय लवकरच आम्ही त्यांचे कागदपत्र पाठवू. आता त्यांनी हळूहळू इकडे येण्याची तयारी करावी. आम्ही त्यांची वाट पाहत आहोत वगैरे सर्व लिहिलं होतं. याला ते दाखवून मगच पोस्टात टाकावं म्हणून ठेवलं होतं. बरं झालं आईंचं पत्र आजच आलं ते. नाहीतर पत्रांची चुकामूक नेहमीच ठरलेली.

मी घरात शिरल्यावर आधी घाईघाईने पत्र वाचायला सुरुवात केली. वाचायला लागले, पण अर्थबोध होईना. असं काय लिहिलं आईंनी! त्यांनी माझ्याबद्दल बरंच काहीबाही लिहिलं होतं. मी म्हणे त्यांच्या कागाळ्या सगळ्या नातेवाइकांना कशा सांगते, वगैरे वगैरे. माझ्याबद्दल लिहूनच त्या थांबल्या नव्हत्या, तर दादा-ताईही म्हणे सगळ्यांना सांगत असतात की, शोभाला सासूनं छळलं म्हणून. मी आणि माझ्या आई-वडिलांनी शिकवल्यामुळे दिलीपही आता बदललाय, असा त्यांचा आरोप होता. मागील ट्रीपला तीन वर्षांपूर्वी आम्ही जेव्हा भारतात गेलो होतो, तेव्हा आमचं सगळ्यांचं वागणंच वेगळं वाटलं त्यांना. आम्ही त्यांच्याशी नीट वागलो नाही, असं त्यांनी लिहिलं होतं.

पत्र वाचून मी हतबुद्धच झाले. हे काय आता यांच्या डोक्यात शिरलंय?

मला रडू आवरेना. आज दुपारीच किती उत्साहाने मी पत्र लिहिलं होतं त्यांना.

थोड्या वेळानं फोन वाजला. फोन याचाच होता. मी घरी व्यवस्थित पोहचले का, याची चौकशी करायला.

''केव्हाच आले. ट्रेन, बस वेळेवर मिळाली. चहाच घेत होते बघ.''

''मेल काय आहे आज?''

''आईंचं पत्र आहे. मजेत आहेत सगळे. कादवेकर वाडा, फणसे वाडा सगळ्यांची खुशाली कळवली आहे.''

हा कामात असताना उगीच कशाला याला आत्ता पत्रातला मजकूर सांगायचा, या विचारानं मी याला बनवून काहीतरी सांगायला लागले.

''शोभा, ताईनं पत्रात काय लिहिलंय?''

''हेच, ते सर्व मजेत आहेत.''

''तू सांगतेस ते नक्कीच लिहिलेलं नाही. तुझा आवाज नेहमीसारखा नाही. तुला वाटतं त्यापेक्षा मी तुला जास्त ओळखतो.''

याला काय नि कसं सांगावं, असा मला प्रश्न पडला. मी सांगण्याचा प्रयत्न केला आणि पुन्हा मला रडू आलं; फोनवर हे बरं नाही हे कळत असूनही.

हा म्हणाला, ''ठीक आहे, मी घरी आल्यावर बघीन पत्र. तू नको त्याचा विचार करूस.''

असं विचार करू नकोस म्हणून काय डोक्यातले विचार बाजूला सारता येतात? काहीही कारण नसताना आईंनी असं कसं लिहिलं? लग्नानंतर मी जेमतेम वर्ष-सव्वा वर्षच बडोद्याला राहिले होते. त्यानंतर इथून केलेल्या ट्रीप्स, त्याही धावत्या. नात्यांचे गुंते, यानं असं केलं, त्यानं तसं केलं असल्या गोष्टींची मुळात मला चीडच. शिवाय, दोन दिले, दोन घेतले हा काही माझा स्वभाव नाही. त्यामुळे तिथल्या त्या सगळ्या जंजाळात माझा निभाव लागला नसता, हे मी ओळखून आहे. एका दृष्टीने लांब राहून आपण त्या सगळ्यातून सुटलो, हे समाधान. अर्थात, हे माझं मतही कोणाजवळ कधी सांगायला गेले नाही मी.

मग आईंनी हे डोक्यात काय घेतलं? माझ्याबद्दल लिहितालिहिता त्यांनी ताई-दादांनाही त्यात गोवलं, याचं मला जास्त वाईट वाटलं. पूर्वी काही ना काही निमित्ताने त्यांचं सारखं मुंबईला जाणं व्हायचं. त्या प्रत्येक वेळी त्या पार्ल्याला आमच्याकडे जायच्या, राहायच्या. ताई, दादा, भाऊ, भावजया सगळे त्यांचं चांगलं आदरातिथ्य करायचे. त्यांना तर किती आनंद व्हायचा.

अलीकडे मात्र आई-काकांचं पार्ल्याला जाणं कमी झालंय. आम्ही एवढे दूर, काकांची स्मरणशक्ती क्षीण होत चाललेली. कोणीतरी आईंचे कान चांगलेच फुंकले असावेत. एकदा एक गोष्ट आईंच्या डोक्यात शिरली की, ती निघणं कठीणच.

थोड्या वेळानं हा घरी आला. मी याला आईंचं पत्र दिलं. यानं ते वाचलं. माझ्या मनात विचारांचा गोंधळ होता. आईंचं पत्र वाचल्यावर हा एक शब्दही बोलला नाही. मग मीही काही बोलले नाही. मुकाट्याने सर्व कामं मी आटोपली.

पहाटे याला एकदम जाग आली ती माझ्या मोठमोठ्यानं ओरडण्याच्या, रडण्याच्या आवाजाने.

"शोभा, काय झालं? कसलं स्वप्न पडलं?" मला हलवत हा म्हणाला.

"दिलीप, दिलीऽऽप...." मला शब्दच सुचत नव्हते. मी याच्याकडे नुसती बघत होते. याच्या अंगावरून हात फिरवत होते. थोड्या वेळानं माझा आवेग ओसरला.

घड्याळ धावत होतं. बेडमधून उठून मी पटकन आवरायला लागले.

गाडीत यानं मला विचारलं, "कालच्या पत्राला काय उत्तर लिहू?"

"ते मी कसं सांगू? तुझ्या आईचं पत्र तुला आलंय. तुला योग्य वाटेल ते लिही. मात्र माझी तरफदारी करू नकोस, मला ते नकोय. मी कशी आहे हे त्यांना तू सांगण्याची जरुरी नाही. तेही लग्नानंतर आता सतरा वर्षांनी."

मग आम्ही काहीच बोललो नाही.

थोड्या वेळानं यानं विचारलं, "तू अशी रडत का उठलीस? आणि जाग

आल्यावर माझ्याकडे अशी काय पाहत होतीस? कसलं स्वप्न पडलं?"

"जाऊ दे रे, मग सांगेन कधीतरी." मी मग दुसराच विषय काढला.

त्या स्वप्नाची आठवण इतकी ताजी असताना मला ते ह्याला एवढ्यात सांगायचं नव्हतं.

यानं मला ऑफिसला सोडलं.

माझ्या डोक्यात मात्र रात्रीच्या स्वप्नाचेच विचार....

...घरात खूप मंडळी जमलीत.

कसली पार्टी नाही. मी कोणाला बोलावलेलं नाही. मग एवढे लोक कसे आले? यानंच ह्या सरप्राईझ पार्टीचा बेत ठरवलेला नाही नं? पण याला विचारीन म्हटलं तर जवळपास हा कुठे दिसत नाही. एवढे लोक आलेत आणि नेमका हा कुठे गेलाय? एरवी, कुणी येणार असलं की, माझ्यापेक्षा याचाच उत्साह जास्त. ड्रिंक्सबरोबर खायला काय करणार, जेवायला काय करणार असे शंभर प्रश्न असतात याचे. नुसते प्रश्न विचारून थांबत नाही; लगेच मदतीलाही तयार असतो. आता आयत्या वेळी एवढ्या लोकांसाठी जेवायला काय करू? पटकन आधी बीअरचे डबे फ्रीजमध्ये टाकले. स्कॉच, जीन, रम वगैरे घरात पुरेसं आहे की नाही कुणास ठाऊक! पण या लोकांची तरी कमालच. एवढे जमलेत, पण कोणी माझ्याशी बोलायला तयार नाही. मी मारे या सगळ्यांसाठी जेवायला काय करायचं, कसं करायचं या विचारात आहे आणि हे मात्र आमच्याकडेच येऊन मला टाळताहेत. याचीही कमाल झाली. इतका वेळ गेलाय तरी कुठे? एकदा हा आला की, भराभर मदत करायला लागेल. मग आरडाओरडा, हसणं खिदळणं सुरू होईल. हा घरात असला की, घर कसं नुसतं हसत असतं. आज एवढी माणसं जमलीत, पण कुणाच्या गप्पागोष्टी नाहीत की मोकळेपणानं हसणं नाही.

निशा माझ्याजवळ येऊन म्हणाली, "चल, तयार हो. काळी साडी नेस."

"ओऽऽऽ! मघापासून मी अवतारातच आहे नाही? तुम्ही सगळे अचानक आलात मग मी तयार कशी होणार? काळी कांजीवरम नेसू का? इतकी मस्त आहे. याचा एक मित्र मद्रासला गेला तर यानं त्याला एक चार्ट करून दिला. एका कागदावर वेगवेगळ्या रंगाचे तुकडे कापून लावले आणि त्यावर सगळ्या सूचना. साडी या रंगाची असेल तर तिचा पदर कुठल्या रंगाचा हवा. तो रंग लगेच बाजूला चिकटवलेला. पहिला चॉईस काळ्या साडीचा. ती नको म्हणतेस! प्लेन काळी नाही बाई माझ्याकडे. एक काळी साडी आहे. तिच्यावर मोरपिशी रंगाचं भरतकाम केलंय. मागच्या वेळी आम्ही भारतात परत गेलो होतो नं, तर यानंच तेव्हा ते डिझाईन पसंत

केलं. छान दिसते ती साडी. याच्या खास आवडीची आहे ती. तीच नेसते.''

मी तयार झाले.

बघते तर मुलंही सूट घालून तयार आहेत. केवढे मोठे दिसतात सूट घालून! स्मार्ट दिसतात अगदी. पण आम्ही सर्व तयार झालो तरी अजूनही यानं घरी येऊ नये? मला सांगितल्याशिवाय असा गेलाच कसा? बरं, जरा उशीर होणार असला की, न चुकता याचा फोन येतो. आज फोनही कसा नाही केला?

हे सर्व चाललेत कुठे? माझ्या हाताला धरून असं हळूहळू का नेत आहेत? मला नाही आवडत इतकं हळू चालायला आणि मी काय आजारी आहे हाताला धरून न्यायला?

बघते तर समोर शवपेटिका दिसते.

मी जवळ जाते. शवपेटिकेत हा असतो.

ओठावर तेच हसू. ही कसली याची गम्मत! आचरटपणा करायचा म्हणजे तरी किती? त्याला काही ताळतंत्र आहे की नाही? मला अगदी संताप येतो. मी याला चिडून काही बोलणार तोच आजूबाजूचा कोलाहल वाढतो, रडण्याचे आवाज येतात.

म्हणजे हे याचं नाटक नाही तर! हे सत्य आहे?

काय झालंय याचा अर्थबोध मला हळूहळू होतो आणि मी मोठमोठ्यानं रडायला, ओरडायला लागते.

...जाग आली तेव्हा खरं वाटेना; स्वप्न कुठलं हे की ते? मी खुळ्यासारखी याच्याकडे बघत राहिले. याला चाचपून बघू लागले.

एरवी अनेक अर्थहीन स्वप्नं सतत पडतात. जाग आल्यावर ती सलग कधी आठवतही नाहीत. मग हे स्वप्न इतकं तपशीलवार कसं आठवलं? माझे हातपाय गार पडले, छातीत धडधडायला लागलं.

'हे असं स्वप्न का पडावं? याचा अर्थ तरी काय?

हा मला ऑफिसजवळ सोडून निघाल्यावर पुढे त्याच्या ऑफिसपर्यंत नीट पोहचला असेल नं?'

मी पटकन याला फोन केला.

माझा आवाज ऐकताच मी काही बोलायच्या आत हा म्हणाला, ''हे बघ, त्या कालच्या पत्राचा तू मुळीच विचार करू नकोस. ताईला काय उत्तर द्यायचं, ते मी पाहीन. चल, पळतो आता. पाच मिनिटांत मीटिंग आहे एक.'' आणि यानं फोन बंद केला.

मी स्वप्नाचा विचार बाजूला सारून कामाला सुरूवात केली. मध्येच कधीतरी त्या स्वप्नाची आठवण झाली. पण आता माझं मन शांत झालं होतं आणि मी या निर्णयाला येऊन पोहचले की, ते केवळ स्वप्न होतं. पुढे घडणाऱ्या कुठल्याही घटनेची नांदी नक्कीच नाही. कालच्या पत्राने मी अस्वस्थ झाले, हाही झाला असावा. पण काल संध्याकाळी आम्ही एक शब्दही एकमेकांशी बोललो नाही. मी माझ्या विचारात बुडाले होते. याच्याही मनात बरंच काही असावं. लग्नानंतरच्या आयुष्यात इतक्या वर्षांत ही पहिलीच संध्याकाळ काहीही न बोलता घालवलेली. बोलायचं सगळं मनात तसंच दाटून राहिलं म्हणूनही कदाचित असलं काहीतरी स्वप्न पडलं असावं.

मला आठवलं, मी दुसरीत असताना मला स्वप्न पडलं होतं की, दादांना जाऊन सहा महिने झालेत. भिंतीवर त्यांचा फोटो लावलाय. मी घाबरून जागी झाले. पण ते स्वप्न घरात कोणाला सांगायची हिंमत झाली नाही. थोडी मोठी झाल्यावर एका मैत्रिणीला मी ते सांगितलं तेव्हा ती म्हणाली होती, 'अगं, स्वप्नात एखाद्याचा मृत्यू पाहिला नं, तर त्याला भरपूर आयुष्य मिळतं, असं आमची आजी म्हणते.' ते ऐकून माझ्या मनावरचं ओझं उतरलं होतं. मला खूप आनंद झाला होता.

आता ते आठवून हसूच आलं. कसलं स्वप्न नि कसलं काय?

त्या दिवशी संध्याकाळी यानं आईंना पत्र लिहिलं.

'मी अतिशय सुखात आहे, असं इतके दिवस समजत होतो. तुझ्या पत्रामुळे माझे डोळे खाडकन उघडले. शोभा कशी आहे ते इतके दिवस मला कळलंच नव्हतं. ती जर तुझ्याबद्दल असं ज्याला त्याला वाट्टेल ते सांगत फिरत असेल तर मला वाटतं, मी तिला सोडून देऊन दुसरं लग्न करावं. तू म्हणशील त्या मुलीशी मी लग्न करायला तयार आहे.'

थट्टेच्या सुरात यानं संपूर्ण पत्र लिहिलं असलं तरी याला नेमकं काय म्हणायचं आहे, हे आईंना कळणार नक्कीच. त्या पुन्हा वैतागणाार.

झालं तसंच. याच्या पत्राला त्यांचं लगेच उत्तर आलं, वैतागूनच. त्या ह्याच्यावर चिडल्या. बायकोबद्दल एकही चांगला शब्द न वापरता यानं बायकोची बाजू घेतली, हे त्यांना कळलं. त्यामुळे त्यांचा संताप वाढला. अर्थात, मुद्दाम बाजू घेण्याचा प्रश्नच नव्हता. ज्या गोष्टी माझ्या कधी डोक्यातही आल्या नसत्या, त्या त्यांना कोणी सांगितल्या कशा आणि त्यावर त्यांनी विश्वास ठेवला कसा?

जानेवारी १९८६ उजाडला. पुढील महिन्यात आई-काका आमच्याकडे राहायला येणार. मागच्यासारखे फिरायला न येता इमिग्रेशन घेऊन येणार, इथेच राहायला. चांगली थेटपर्यंत सोबत आहे; नाहीतर या वयात त्या दोघांनाच प्रवास करणं शक्य नाही. काका बहात्तर वर्षांचे आहेत. आईही सत्तरीच्या जवळ आल्यात.

आई-काका आमच्याकडे येणार, कायमचे. मनात अनेक विचार आहेत. अलीकडे बऱ्याच जणांचे आईवडील इथे इमिग्रेशन घेऊन यायला लागलेत. काहींना इथे अतिशय आवडलं तर काही आल्या पावली परतले. सगळं आयुष्य तिकडे भारतात काढल्यावर उतारवयात इकडे येणं तसं सोपं नाही. एका वेगळ्या दुनियेत सगळंच वेगळं. आजूबाजूला आपले लोक नाहीत. गजबज, गोंगाट नाही. कसला कसलाच आवाज नाही, नुसती शांतता.

सकाळी उठून आम्ही ऑफिसला निघून जाणार, मुलं शाळेत पळणार. मुलं लहान असली तर त्यांच्याबरोबर आजी-आजोबांचा वेळ चांगला जातो. पण रोहित, अमित किशोरावस्थेतील मुलं. त्यांना त्यांचा अभ्यास, खेळ, मित्र. त्यांचं विश्वच वेगळं. दिवसभर आई-काका दोघंच घरी राहणार, करमेल का त्यांना?

आमचे सगळे विचार हे लोक इथे येण्याच्या दृष्टीने चाललेत. त्यांच्या स्वागताची तयारी जोरात चाललीये. आई-काकांची खोली सजवून ठेवली आहे. दीड महिन्यापूर्वीच आम्ही या घरात राहायला आलो. प्रत्येक वस्तूची जागा ठरली. याची एक सवय; एकदा वस्तूची जागा ठरली की, ती कायम. डोळे मिटून ती हाती लागली पाहिजे. शोधाशोध याला बिलकूल चालत नाही. वस्तू जरा इकडेतिकडे गेली तर हा सगळं घर डोक्यावर घेतो.

म्हणूनच माझ्या पोटात गोळा उठलाय. काकांना विस्मरणाचा त्रास, आता तो आणखी वाढलाय म्हणे. प्रत्यक्षात कळेलच. पण काकांना अलीकडे सवय अशी लागली आहे की, समोर जी वस्तू दिसेल ती महत्त्वाची समजून नीट कुठेतरी ठेवायची. पण नंतर ती कुठे ठेवली तेच आठवत नाही. मग शोधाशोध. इथे जर त्यांनी बेसमेंटमधले कागदपत्र उचलून थेट वरती कुठल्या एखाद्या बेडरूममध्ये नेऊन ठेवले तर पत्ता कसा लागावा?

शिवाय इतके दिवस आमचे आम्हीच राहिलो. एका वेगळ्या देशात, वेगळ्या वातावरणात. खाण्यापिण्यापासून कपड्यालत्त्यांपर्यंत आवडीनिवडी बदललेल्या, आचारविचार बदललेले. मागे हे दोघं आले तेव्हाची गोष्ट वेगळी होती. आमच्यावर विशेष जबाबदारी नव्हती. आम्ही या देशात रुळलो नव्हतो, रूजलो नव्हतो. आता सगळंच बदललेलं. मागच्यासारखा सतत त्यांच्यासाठी वेळ घालवणंही शक्य नाही.

मध्यंतरी एका बाईशी ओळख झाली. ती एका वृद्धाश्रमात काम करते.

त्यावरून मग आमच्या गोष्टी सुरू झाल्या. तिचं म्हणणं, मी लायब्ररीतून पुस्तकं आणावीत. वेगवेगळ्या विषयांची पुस्तकं उपलब्ध असतात. त्यावरून सर्वसाधारणपणे वृद्धांचे प्रश्न काय असतात, त्यांची या वयात दुखणी काय असतात, त्यांचं खाणंपिणं कसं असावं, वाढत्या वयाने स्वभावात बदल कसे होत जातात, याची माहिती मिळेल.

सहजच याला सांगायला गेले तर हा चिडवायला लागला, "तुझं हे पुस्तकांचं फॅड वाढतच चाललंय. अशी पुस्तकं वाचून काही कळतं थोडंच? मुलं मोठी व्हायला लागली; लगेच घरात पुस्तकं आली, 'HOW TO RAISE TEEN-AGERS', 'BETWEEN TEENAGERS AND PARENTS', ही आणि असलीच. आता ताई-काका येणार तर कर पुस्तकं गोळा. आपल्या लग्नाच्या वेळीही वाचलं असशील, 'नवऱ्याला मुठीत कसा ठेवावा?' सारखं एखादं पुस्तकं."

"चल रे, तेव्हा कुठली अक्कल! आम्ही आपले हिंदी सिनेमे आणि गुळगुळीत मराठी कादंबऱ्या वाचून संसाराची चित्रं बेतलेली."

आई-काकांचंही लक्ष इकडे लागलंय. मुलांना कधी बघतोय, असं त्यांना झालंय. चार वर्षांपूर्वी भारतात गेलो तेव्हा मुलं लहान होती, आता लहान नाहीत. अर्थात, आजी-आजोबांना नातवंडं काय लहानच वाटतात. त्यांना लहान समजून वागवलं जातं. पण ही इथे वाढणारी मुलं, आजूबाजूच्या जगाकडे समंजसपणे बघणारी, स्वतंत्रपणे विचार करणारी. ती मोठी झालीत, जबाबदारीनं स्वत:ची सर्व कामं ती करू शकतात, हे जाणून त्यांच्याशी तसं वागणं आईंना जमेल का?

मुलंही आजी-आजोबांची उत्सुकतेनं वाट पाहत आहेत. त्यांचं इथलं वास्तव्य जास्तीत जास्त आनंदाचं व्हावं, म्हणून सगळ्यांनी प्रयत्न करायचा. पण आमच्या उद्योगांतून सतत त्यांच्यासाठी वेळ कसा काढायचा? तिथली गोष्टच वेगळी. आजूबाजूला सगळे ओळखीचे. इथे अंतरं एवढी की, आम्ही नेल्याशिवाय त्यांना कुठे बाहेर जाताही येणार नाही.

घरात एवढी मराठी पुस्तकं आहेत. म्हटलं तर वाचनात वेळ चांगला जाईल. शिवाय, वेगवेगळ्या कार्यक्रमांच्या, गाण्यांच्या एवढ्या टेप्स आहेत, त्या ऐकता येतील. घरबसल्या हिंदी चित्रपट अधूनमधून बघता येतील. आईंना शिवणकाम, भरतकाम करण्याची एवढी हौस. त्यातही वेळ घालवता येईल. काकांनी अलीकडे टायपिंग केलेलं नसलं तरी वेळ घालवण्यासाठी थोडंफार तेही करता येईल. आईंना बागकामाचीही खूप आवड. बडोद्याच्या कादवेकर वाड्यातल्या जागेत मागीलदारी एवढ्या छोट्याशा परसातही त्यांनी केळी, पपई, कर्दळी, मोगरा, कण्हेरी अशी

असंख्य प्रकारची झाडं लावून केवढी तरी बाग फुलवली होती. इथे तर काय, पुढेमागे केवढी प्रचंड जागा. त्यांना मन रमवायला जमेल तशी फुलझाडंही लावता येतील. त्या उद्योगातही वेळ जाईल. घालवायचा म्हटलं तर आनंदात, मजेत वेळ घालवता येईल.

कधीकधी मला वाटतं, मी कुठल्याही गोष्टींचा फारच विचार करते. एकदा आई-काका इथे आल्यावर जसं होईल तसं होऊ द्यावं.

***

१६ फेब्रुवारी १९८६.

आज संध्याकाळी आई-काका येणार. घरातली उरलीसुरली कामं भराभर आटपून आम्ही चौघेही विमानतळाकडे निघालो. कालच मोठं हिमवादळ झालं, त्याच्या खुणा सगळीकडे विखुरल्या आहेत, थंडी प्रचंड आहे. आई-काकांसाठी मोठे कोट, हातमोजे, मफलर, टोप्या सगळं बरोबर घेतलंय.

विमान वेळेवर आलं. मात्र त्या दोघांना बाहेर पडायला वेळ लागला. अधीरतेनं आम्ही बाहेर उभे राहून वाट पाहत होतो. जेव्हा ते दिसले तेव्हा त्यांना पाहून खूप आनंद झाला. आम्ही सगळ्यांनी त्यांना एकदम, 'प्रवास कसा झाला?','त्रास झाला नाही नं?' वगैरे प्रश्न विचारायला सुरुवात केली. आई-काकांच्या अंगावर आम्ही बरोबर नेलेले कोट, गरम कपडे चढवले. त्यांचा प्रवास कुठलाही त्रास न होता, चांगला पार पडला होता. त्यांच्या तब्येती मात्र मागील वेळेपेक्षा उतरलेल्या दिसल्या.

घरी आलो, सामान उतरवलं. चहापाणी, गप्पा सुरू झाल्या. आई सगळ्या नातेवाइकांची खुशाली सांगत होत्या. शेजाऱ्यापाजाऱ्यांच्या हकीकती सांगत होत्या. मला मात्र ताई-दादा कसे आहेत, आमच्याकडचं कोण कोण भेटलं हे ऐकण्याची उत्सुकता होती. आईंना काही विचारण्याचा धीर मात्र झाला नाही. त्यांच्या त्या मागील पत्रामुळे त्यांच्या मनात काय आहे, हे कळायला मार्ग नव्हता. शेवटी न राहवून मी फॅमिली रूममध्ये बसलेल्या काकांकडे गेले. त्यांना विचारलं, ''काका, दादा कसे आहेत?'' काकांच्या चेहऱ्यावर गोंधळ. मी परत तोच प्रश्न विचारला. ते म्हणाले, ''कोण म्हणताय, आठवत नाही.''

''काका, काय चेष्टा करता? तुम्ही पार्ल्याला जाऊन आलात नं? दादा भेटले असतील. खूप गप्पा झाल्या असतील तुमच्या. ताई कशी आहे?''

त्यांना काही आठवेना. 'असं कसं शक्य आहे? यांना दादा कोण हेसुद्धा आठवत नाही?' मी त्यांना वेगवेगळ्या तऱ्हेने प्रश्न विचारून पाहिले.

काकांचा चेहरा शांतच. जसं मी त्यांना काही विचारलंच नव्हतं. आपल्याला

काही आठवत नाही, याची पुसटशी जाणीवही त्यांच्या चेहऱ्यावर नव्हती. त्या क्षणाला माझा गळा भरून आला. एक हुंदका दाटून आला. जर काकांना दादाच आठवले नाहीत तर माझं काय? त्यांच्या माझ्या मधला हा महत्त्वाचा दुवा असा हातातून निसटून कसा चालेल? किती लहानपणापासून दादांच्या तोंडून भाई चित्रे हे नाव कानावर पडलेलं. त्या नावाशी नातं जोडलं गेलं ते नंतर. या नात्याला दादांचे मित्र म्हणून माझ्या दृष्टीनं वेगळंच महत्त्व.

खरंच काकांची स्मरणशक्ती एवढी क्षीण झालीय? पण अजूनपर्यंत घरच्या पत्रांतून उल्लेख असायचा की, नुकत्याच घडलेल्या घटना त्यांच्या लक्षात राहत नाहीत, पण मागचं सगळं त्यांना आठवतं म्हणून. मग दादा कसे आठवत नाहीत? आणि दादा आठवत नाहीत तर मग यांना आणखी काय काय आठवत नाही? मी धास्तावले. माझ्या मनात एका क्षणात अनेक वादळं उठली.

आतमध्ये डायनिंग टेबलाशी बसून याच्या आणि आईंच्या गप्पा चालल्या होत्या. आई याला बडोद्याच्या एकेक हकीकती सांगत होत्या.

"दिलीप, तुला कळलं का, तो खारीवाव रोडला साळवी राहायचा बघ, सोडे विकायचा तो, तो गेला बरं का! आणि तो पिरामितार रोडवरचा फडके गेल्याचं कळलं का तुला?"

शेवटी हा म्हणाला सुद्धा, "अगं, जी माणसं अजून जिवंत आहेत हेसुद्धा मला माहीत नव्हतं, ती गेल्याचं कोण कळवणार मला?"

काका अगदी बावरून बसले होते. आम्ही आई-काकांना घर दाखवलं, सर्व खोल्यांतून फिरवलं. आई खूश झाल्या, काका मात्र काहीच बोलत नव्हते.

"काका, तब्येत कशी आहे?" यानं विचारलं.

"उत्तम!" काका म्हणाले.

"प्रवासानं थकला असाल?"

"कसला प्रवास?" काका म्हणाले आणि हसले. मग आम्ही सगळेच हसलो.

दुसरा दिवस उजाडला. लक्षात आलं की, काका संभाषणात भाग घेत नाहीत. कुठला प्रश्न विचारत नाहीत. त्यांना प्रश्न विचारला तर काहीतरी जुजबी उत्तर देतात. ते भांबावले. एका खोलीतून दुसऱ्या खोलीत जाणं त्यांना जमेना. मुलं सारखी त्यांच्या मागे आजोबा, आजोबा करत होती. पण मुलांचं अमेरिकन उच्चारातलं मराठी त्यांना समजत होतं की नाही देव जाणे. पण ते मात्र मुलांशी अर्धवट हिंदीत, अर्धवट गुजरातीत बोलायचा प्रयत्न करू लागले. त्यामुळे मुलं गोंधळली.

ऑफिसमध्ये फोन वाजला.

उचलला तर आईंचा फोन. त्या अगदी घाबरलेल्या.

"आई, शांत व्हा. काय झालंय? तुम्ही दोघे बरे आहात नं?" मी काळजीच्या

सुरात विचारलं.

"शोभा, तू आधी घरी ये. मी कुठलं बटण दाबलं की काय झालं कळत नाही. पण कसला तरी आवाज येतोय." आईंनी सांगितलं.

"तुम्ही काय करत होता?"

"जेवणाची तयारी केली. पापड भाजायला घेतले अन् एकदम हा आवाज सुरू झाला. मला तर कळत नाही कुठून येतोय ते. यांना म्हटलं उठून बघा जरा, तर हे कसले?"

"आई, घाबरू नका. तो स्मोक अलार्म वाजतोय. तुम्ही पापड भाजलात नं, त्याचा धूर झाला असेल. स्वयंपाकघरातला फॅन सुरू करा. समोरचं दार दोन मिनिटं उघडं ठेवा. बाथरूमचा फॅन चालू ठेवा. स्मोक अलार्म वाजायचा थांबेल. मी पाच मिनिटांनी तुम्हाला फोन करते."

आई-काका आल्यावर दोन दिवस सुट्टी घेऊन मी घरी राहिले होते. आईंना घरातल्या एकेक गोष्टी समजावून दिल्या. आमचे दोघांचे फोन दिले, दार आतून बाहेरून कसं लावायचं, उघडायचं हे समजावून सांगितलं आणि नेमकं ह्या स्मोक अलार्मबद्दल सांगायला विसरले.

थोड्या वेळानं मी फोन केला.

"शोभा, तू सांगितलं तसं केलं अन् तो आवाज थांबला. एकतर एवढ्या या घरात कुठे जायचं तेच लक्षात येत नाही. आपण कुठे आहोत तेच कळत नाही. या आवाजानं तर माझी चांगलीच तिरपीट झाली. यांना सांगते, तर यांचं तिसरंच! चटकन उठून कुठे काही बघतील तर ते नाही. यांना म्हटलं, निदान दिलीपला फोन करा; तर कसलं! शेवटी मीच दिलीपच्या ऑफिसात फोन केला."

"तुम्ही यांच्या ऑफिसात फोन केला?" मला नवल वाटून मी विचारलं.

"मग काय करणार? तू सांगितल्याप्रमाणे नंबर फिरवला आणि कोणीतरी फोन उचलल्यावर नुसतं 'दिलीप, दिलीप' म्हणाले. पण तो माणूस काय बोलला त्यातलं काही मला कळलं नाही. फक्त 'लंच' एवढा शब्द कळला. त्यावरून ताडलं की, दिलीप लंचला गेला असेल. मग मी सांगितलं त्या माणसाला, 'मी दिलीप मदर.' आणि नंतर तुला फोन केला. बरं झालं तूच फोन उचललास ते. नाहीतर माझी पुन्हा पंचाईत झाली असती."

मला आईंचं कौतुक वाटलं. त्यांना इंग्लिश बोलता येत नाही. थोडेफार शब्द माहीत आहेत. इंग्रजी मुळाक्षरं येतात. ती जुळवूनजुळवून वाचतात आणि काही अर्थबोध होतो का पाहतात. कोणी बोलत असलं तर लक्षपूर्वक ऐकतात, संदर्भ आणि हावभाव यावरून त्यांना काय चाललंय ते लक्षात येतं. त्यांचं कुठेही अडत नाही. 'गुड मॉर्निंग, हाऊ आर यू? फाईन, थँक्यू, सॉरी.' एवढ्या इंग्रजीच्या

भांडवलावर त्या कोणाशीही दडपून संवाद साधतात.

एकदा असाच ऑफिसमध्ये आईंचा मला फोन आला. रोज दिवसातून तीनदा मी आईंना फोन करते, त्यांची विचारपूस करते. सर्व ठीक आहे ना; हे विचारते. त्यामुळे मध्येच आईंचा फोन आलेला पाहून मला आश्चर्य वाटलं.

आई म्हणाल्या, "शोभा, आपल्याकडे कोणीतरी आलंय. दिलीपचे मित्र आहेत वाटतं. अगदी सुटाबुटात आहेत. उंचढाल, लालबुंद चेहऱ्याचे. युरोपियन आहेत. पण काय बोलतायत मला काही कळत नाही. यांना म्हटलं, तुम्हाला चांगलं इंग्लिश येतं तर पुढे होऊन बोला त्यांच्याशी, त्यांची चौकशी करा, नावगाव विचारा; तर हे कसले हालताहेत जागेवरून! बरं, त्यांचं बोलणं मला कळत नाही; पण माझंही त्यांना काहीच कळत नाही. इंग्लिशशिवाय दुसरी कुठलीच भाषा येत नाहीये त्यांना. बावळट मेले! मी त्यांच्याशी मराठी, हिंदी, गुजराती सगळ्या भाषांमधून बोलून बघितलं. शेवटी तुला फोन केला."

मी घाबरले. "आई, तुम्ही दार उघडून त्यांना घरात नाही नं घेतलंत? आधी जाऊन त्यांना नुसतं 'नो, नो' म्हणून सांगा आणि दार लावून घ्या. मी थांबते फोनवर तोपर्यंत."

आई दार बंद करून पुन्हा फोनवर येईपर्यंत माझ्या छातीत धडधडत होतं. घरात एकटी म्हातारी माणसं बघितल्यावर कुणी घरात शिरून यांना मारहाण करायचं, चोरी करायचं.

त्या दिवशी आम्ही दोघांनी पुन्हा आईंना समजावून सांगितलं की, दारात कुणीही येऊ दे; बायका, मुलं कोणीही असलं तरी दार उघडायचं नाही. तुम्ही घरात आहात हे त्यांना कळू द्या, पण दार उघडू नका. दिवस असे आलेत की, कुणाचा भरवसा नाही अलीकडे. कुणी काही विकायलाही येईल. पण दार उघडायचं नाही.

"पण ते सकाळी आलेले लोक चांगले दिसत होते. हातात बॅगा वगैरे होत्या. मला वाटलं दिलीपचे मित्र असतील. पण इथल्या लोकांना इंग्लिशशिवाय दुसरी भाषा कशी येत नाही? मी म्हणते, अगदी मराठी, गुजराती सोडा, पण हिंदीसुद्धा येत नाही म्हणजे कमालच झाली."

आई संभ्रमात पडल्या होत्या आणि आमची दोघांची हसून पुरेवाट झाली.

मागे जेव्हा आई-काका न्यूजर्सीला आले होते, तेव्हा त्यांना एकदा रस्त्यात दोन अमेरिकन बायका भेटल्या. त्या भारतात राहून आलेल्या होत्या. साडी नेसलेल्या आईंना बघून त्यांनी थांबून आईंची चौकशी केली. त्यांच्याशी त्या थोडं हिंदीत बोलल्या. त्यामुळे आईंची समजूत अशी की, इथे निदान थोडंफार हिंदी तरी

प्रत्येकाला येतंच.

"आई, इथे फोन केल्याशिवाय कोणी कोणाकडे असं अचानक कधी जात नाही. दिवसभर आम्ही कामावर असणार, मग ह्यांचे मित्र कशाला घरी येतील?"

"आपल्याकडे नाही का, दिलीप इथे आहे. पण त्याचे कोणी मित्र बडोद्याला आले, दांडिया बाजारमध्ये आले की, घरी चक्कर टाकतात आम्हाला भेटायला. फोन कशाला करायला हवा?"

"आई, तिथलं सगळं वेगळं."

***

आई उत्साहानं इथल्या एकेक गोष्टी जाणून घेत होत्या. पण काकांनी मात्र स्वत:ला जणू मिटून घेतलं होतं. कोणाशी बोलणं नाही, चालणं नाही.

घरात एवढं हीटिंग असताना, त्यांच्या अंगात स्वेटर असताना त्यांना थंडी वाजायची, हुडहुडी भरायची. चक्कर काय यायची, पोटात काय दुखायचं. जेवायची वेळ म्हणजे तिसराच गोंधळ असे. आम्ही सगळे आजूबाजूला उभे राहून त्यांना खाण्याचा आग्रह करणार आणि यांचं इथे कण्हणं–कुथणं चालू. बरं, काय होतंय, कुठे दुखतंय का, विचारावं तर ते आणखीनच भेदरून जाणार.

आम्ही दोघं हवालदिल झालो. हे असं किती दिवस चालणार? एवढ्या हौसेनं त्यांना बोलावलं इथे; आता हे कसं निभावणार?

एकदा मी याला म्हणाले, "काकांनी आपल्यालासुद्धा ओळखलेलं नाही."

"काहीतरी काय बोलतेस? अगं, तिथून आलेला प्रत्येक जण इथे आल्यावर भांबावतो, बावचळतो. इथल्या एकेक गोष्टी समजावून घेताना गोंधळतो. मग काकांचं तर वय झालेलं. त्यात त्यांना विस्मरणाचा त्रास."

"ते आपल्याला ओळखतात तर माझा उल्लेख 'अहो-जाहो'नं का करतात?"

"अगं, गायकवाडीतले लोक हे. मलासुद्धा पूर्वी अधूनमधून काका 'अहो-जाहो' करायचे."

"कुणास ठाऊक!"

मी विषय आणखी वाढवला नाही. मनात मात्र आलं की, काका आम्हाला कोणालाही ओळखत नाहीत. मलाच काय, पण दिलीपलाही त्यांनी ओळखलेलं नाही. आम्हालाच जर त्यांनी ओळखलं नाही तर पुढे काय? हे सत्य स्वीकारणं कठीण वाटतंय. कदाचित यालाही ते कळलं असावं, पण त्याचा उच्चार करणं याला नको वाटतंय.

हळूहळू काकांचं सतत चक्कर येणं, पानावर बसले की घाबरून जाणं, जेवण न जाणं हे प्रकार कमी झाले. कदाचित त्यांना आमची आणि आम्हालाही त्यांची

सवय झाल्याने असेल. मलाही एकेका गोष्टीचा अंदाज येऊ लागला. मी विचारपूर्वक गोष्टी हाताळू लागले.

आईंची तब्येत चांगली आहे. एक ब्लडप्रेशर सोडलं तर इतर त्रास नाही. सध्या बरोबर आणलेली औषधं आहेत. लवकरच संपूर्ण तपासणी करून घेतली पाहिजे. त्याशिवाय इथे डॉक्टर औषधही देणार नाही.

अजूनपर्यंत काकांच्या दुखण्याचा आम्ही दोघांनी फारसा विचार केला नव्हता. त्यांचं वय झालंय, त्यामुळे त्यांना आठवण राहत नाही. वाढत्या वयाने प्रत्येकाची स्मरणशक्ती थोडीफार क्षीण होणारच, असं वाटलं होतं. पण आता जवळून बघताना जाणवतंय की, आम्हाला जे वाटलं होतं तेवढंच काकांच्या विस्मरणाचं स्वरूप नाही, ते जास्तच गंभीर आहे.

काका आपणहून एका खोलीतून दुसऱ्या खोलीत जात नाहीत. बाथरूमला जाण्याची आठवण करून द्यावी लागते. तहान लागलेली कळत नाही. पाण्याचा ग्लास हातात दिला तरच पिणार. अंघोळीचं पाणी काढून देऊन पुन:पुन्हा त्यांना अंघोळीची आठवण करून द्यावी लागते. हे यांचं विस्मरण की केवळ परका देश, मोठी जागा, आजूबाजूला कुठे ओळखीच्या खुणा नाहीत म्हणून बुजलेत ते? केवळ परक्या वातावरणाने बुजलेत म्हणावं तर आपल्यासमोर असताना ओळखीची कुठलीच खूण त्यांच्या डोळ्यात कशी दिसत नाही?

काकांना काहीतरी उद्योग द्यावा, या हेतूनं ठरवलं त्यांना टाईपरायटर दाखवावा. हळूहळू जे जमेल ते टाईप करतील. मी त्यांना घेऊन मुलांच्या खोलीत गेले. तिथे टाईपरायटर लावून ठेवलेलाच होता. काकांना तो दाखवला.

टाईपरायटर बघून काकांचा चेहरा आनंदाने फुलून आला.

"हा कोणाचा?" त्यांनी विचारलं.

"काका, हा आपलाच टाईपरायटर आहे. इलेक्ट्रिकचा आहे."

"हा कोणाचा?"

"अहो, आपलाच. चालवून बघा नं. तुमचं नाव टाईप करा."

पण त्यांना तिथे कोणतंही अक्षर सापडेना. इंग्लिश आणि मराठीही उत्तम टायपिंग करणारे काका त्या टाईपरायटरकडे बघायलाही तयार नव्हते. त्यांची नजर दुसरीकडे वळली. रोहितच्या टेबलावर ठेवलेला कापडाचा उंदीर घेऊन ते त्याच्याशी खेळू लागले.

काकांना तिथेच मुलांजवळ सोडून मी खाली आले, थेट बेसमेंटमध्ये गेले. तिथे हा होता, मी याला झाला प्रकार सांगितला. मला मनापासून वाईट वाटलं, रडू आवरेना. काकांना हे झालंय तरी काय? काका आल्यापासून मी त्यांच्या विस्मरणाचा अंदाज घेत होते. वाटलं की, काकांना टायपिंगचं एवढं वेड होतं तर

टाईपरायटर बघितल्यावर त्यांच्या काही आठवणी जाग्या होतील. निदान दिवसाचा थोडा वेळ तरी ते दुष्काळी कामासारखे काहीतरी टाईप करण्यात घालवतील. पण माझा अंदाज चुकला.

वाटायचं, एखादा प्रसंग, घटना किंवा एखादा शब्द, कशाकशाने तरी काकांच्या स्मृतींची तिळा एकदम उघडावी आणि त्यांना सगळंसगळं आठवावं. कदाचित, काका त्यांच्या स्वभावानुसार आपली गंमत तर करत नसतील ना? कसं शक्य आहे कोणाला स्वत:चा मुलगासुद्धा न आठवणं? पण ही कसली गंमत?

काकांचा स्वभाव मुळात गोष्टीवेल्हाळ. दादांच्या आणि काकांच्या किती गोष्टी चालायच्या. आता मात्र नुसते गप्प बसून असतात. विचारलेल्या प्रश्नांना जेमतेम उत्तरं देतात, संभाषणात भागच घेत नाहीत. मी काकांना बोलतं करण्यासाठी वेगवेगळे विषय काढून पाहिले. त्यांच्या जुन्या आठवणी चाळवण्यासाठी मी पोलादपूर, महाडविषयी बोलायला सुरुवात केली. पोलादपूर हा शब्द उच्चारतातच त्यांचा चेहरा बदलतो, त्यांना खूप आनंद होतो. मग ते काहीतरी बोलण्याचा प्रयत्न करतात. त्यांना खूप काही सांगावंसं वाटतं. पण सलग, संपूर्ण वाक्य बाहेर पडत नाही. एरवी व्यवहारात एखादी व्यक्ती जे बोलते त्यापेक्षा जे बोलत नाही, ते जाणून घ्यावं लागतंच आणि असं हे जाणून घेणं तितकं सोपं नसतं. काकांच्या बाबतीत प्रश्न नाही. वाक्य पूर्ण न बोलता मी जरी नुसते काही शब्द उच्चारले तरी त्यांना आनंद झालेला दिसतो. उदा. छबिना, महाड, उत्सव, बहिरीची पालखी, सटवाई, सावित्री नदी वगैरे.

त्यांना माझ्या तोंडून पोलादपूरच्या गोष्टी ऐकून नवल वाटतं.

''तुम्हाला पोलादपूर कसं माहीत?''

''काका, आम्ही पोलादपूरकर चित्रे.'' मी सांगते.

''चित्रे! अरे वा!''

पण असं त्याच त्या विषयावर रोज बोलणार तरी किती? त्यात, माझ्या इतक्या वर्षांच्या आयुष्यात मी फक्त दोनदा पोलादपूरला गेले आणि दोन्ही वेळा मोजून एकंदर चार दिवस तिथे राहिले. तरी तेवढ्या भांडवलावर मी बडबड करते. त्यांना उलटसुलट प्रश्न विचारून, ओळखीचे दुवे देऊन त्यांच्या स्मृती जाग्या करण्याचा प्रयत्न करते.

काका चाचपडत त्या अंधाऱ्या गुहेत शिरतात. स्मृतींचे कण गोळा करण्याचा नकळत प्रयत्न करू लागतात.

आपल्या पोलादपूरच्या घरासमोरील सावित्री नदी. पावसाळ्यात तिला येणारा पूर. एकदा पुरानं दुथडी भरून खळाळत वाहणाऱ्या नदीच्या त्या विशाल पात्रात उडी टाकून पैलतीरावर पोहून जाण्याचा त्यांनी केलेला विक्रम, ही आठवण त्यांच्या

मनात कायमची कोरलेली. ती एकदा सांगून ते थांबत नाहीत. पुन्हा पुन्हा तीच सांगत बसतात. नदीवरची सटवाई, टेकडीवरील बहिरीचं देऊळ, घरात पेटाऱ्यात ठेवलेले देव, देवांना कौल लावणं या सगळ्या आठवणी त्यांना सांगाव्याशा वाटतात. पण शब्दच आठवत नाहीत. मग मी त्यांना शब्द सुचवत जाते. त्यांची वाक्यं पूर्ण करत जाते आणि फक्त एवढ्या संभाषणात ते रंगून जातात.

हे विस्मरण हा मन धास्तावणाराच प्रकार. तसं पाहिलं तर त्यांना दुसरं कुठलंही दुखणं नाही, कसलाही शारीरिक त्रास नाही. आहे ते फक्त विस्मरण. पण त्याचं स्वरूप असं की, त्यापुढे दुसरं कुठलंही दुखणं परवडावं!

हल्ली नुसतं घराबाहेर पडणं हीसुद्धा मोठी कसरत वाटते. मार्च अर्धा झाला तरी चांगलीच थंडी आहे अजून. आई-काकांना सगळा जामानिमा आधी करायला लावायचा, मग स्वत:च्या अंगावर गरम कोटांची चिलखतं चढवायची.

"इथल्या इथेच गाडीत बसायचंय मग कोट कशाला? भारीच जड आहे. आहे कुठे एवढी थंडी? बाहेर चांगलं ऊन पडलंय. मी नुसत्या चपलाच घालते पायांत. उगीच कशाला ते एवढे मोजे आणि बूट चढवायचे!" आई अशी भुणभूण करतात.

मग जरा दार उघडून बाहेर डोकावतात आणि लगेच दार बंद करतात.

"बाई गं! काय ही थंडी! केवढा वारा सुटलाय. घरात चांगलं गरम आहे. त्यामुळे बाहेरच्या थंडीचा अदमास कसा यायचा? अहो, चढवा सगळं. कोट, टोपी, मफलर नीट घाला. तुम्हाला तर थंडी सहन होत नाही मुळीच."

मग काकांना तयार करणं! मुलं त्यांना कोट घालायला मदत करतात, मफलर बांधतात, डोक्यावर टोपी घालतात. पण सर्वांत अवघड काम म्हणजे त्यांना हातमोजे घालणं. काही केल्या हातमोजे घालणं त्यांना जमत नाही. हातमोज्याच्या एकाच बोटात ते दोन-तीन बोटं अडकवतात. उजवा-डावा हातमोजा त्यांना कळत नाही. हातमोज्याच्या प्रत्येक बोटात एकेक बोट सरकवण्याची क्रिया त्यांच्या हातून होत नाही, मग ते चिडतात. हातमोजे नको म्हणून बाजूला टाकतात. काकांचे हात नेहमी तसे थंडच असतात. त्यात एवढ्या थंडीत त्यांना हातमोज्याशिवाय बाहेर कसं नेणार? मग प्रत्येकाच्या सूचना ते मोजे कसे घालायचे याच्या. एकूण सगळा गोंधळच.

मग रोहित म्हणाला, "Mom, Why don't we get him mittens?"

"अरे, ग्रेट आयडिया! Mittens असले तर नुसता हात सरकवून त्यांना घालता येईल."

पण या वेळेपर्यंत सर्व दुकानातला हिवाळी माल लुप्त झाला होता. सगळीकडे वसंताच्या स्वागताची तयारी चालू झालेली होती आणि आम्ही काकांसाठी सगळ्या दुकानांतून Mittens शोधत होतो. शेवटी रोहितनं अनेक ठिकाणी फिरून ते मिळवले. मग काकांच्या हातांत ते घालणं सोपं झालं.

एक दिवस ऑफिसमधून आल्यावर नेहमीसारखी काकांशी प्रश्नोत्तरं झाली.

"काय काका, काय म्हणता? कसे आहात तुम्ही?"

"उत्तम! मजामां!"

"कुठे जाऊन आलात?"

"कुठे नाही."

मी चहा ठेवला. आलेली मेल चाळताना आईंकडे लक्ष गेलं. त्यांचा चेहरा एकदम उतरला होता.

"आई, बरं नाही का तुम्हाला? काय होतंय?" मी विचारलं.

"काही नाही." त्या म्हणाल्या.

"मग चेहरा का असा दिसतोय? डोळे सुजलेले वाटतायत."

"काय सांगू यांची कथा!"

"का, काय झालं?"

"अगं, सकाळी सारंगचा फोटो बघत होते. इतका गोड फोटो आहे तुमच्या बेडरूममध्ये त्याचा. मला सारंगची खूप आठवण येते. सारखा माझ्या मागे असायचा आजी, आजी करून. एकटी बसले की, सारख्या तिथल्या आठवणी येतात बघ. सारंगची दांडगाई, त्याचं बोलणं सारखं आठवतं. तिकडे होते तेव्हा सारंगचं बोलणं, मस्ती पाहून मला लहानपणचा दिलीप आठवायचा. तोच नमुना. सारंग म्हणजे हिरा आहे हिरा आणि त्याला समज तरी केवढी आहे! मी यांना म्हटलं, आपल्याला सारंगची आठवण येते, कधी इकडे येईल तो? तर हे विचारतात, कोण सारंग?"

"मला काय वाटलं असेल सांग हे ऐकून? अगं, सारंग काल-परवापर्यंत सतत आमच्या जवळ असायचा. आजोबांचं किती वेड त्याला! आणि आज यांना सारंग आठवू नये? बाकी कोणाची आठवण यांना जरी राहिली नाही तरी निदान त्यांनी सारंगला तरी विसरू नये. सारंगला जर हे कळलं तर त्याला काय वाटेल?"

तुला सांगते शोभा, हे आजचंच नाही. पूर्वीपासून हाच स्वभाव त्यांचा. कोणाची लागणीच नाही. जिकडे जातील तिकडचे होतील. आठवण राहत नाही, राहत नाही म्हणजे किती राहत नाही? हे जराही प्रयत्न करत नाहीत काही लक्षात ठेवायचा. आठवत नाही म्हटलं की सुटले. माझा मेलीचा जीव तडफडतो." आईंची गाडी सुरू झाली.

आईंना कुठे, कसं थांबवावं हेच मला कळेना. आईंच्या शेजारच्याच खुर्चीवर काका बसले होते. आईंच्या तावातावाने बोलण्याचा त्यांच्यावर काहीही परिणाम झाला नाही. ते शांतपणाने टेबलक्लॉथवरचे चौकडे मोजत बसले होते.

"बघितलंस नं, मी एवढी बोलते आहे, पण यांचं लक्ष आहे का? आधी नीट

लक्ष द्यायचं नाही. सगळे जमले, गप्पा चालल्या असल्या तरी त्यात भाग घ्यायचा नाही. मग मी म्हणते, कुठल्या गोष्टी कशा लक्षात राहणार?''

आईंच्या मनाची तडफड मला दिसत होती; समजत होती. पण कुठल्या प्रकारे ती कमी करावी, हे मलाच कळत नव्हतं. असं कसं शक्य आहे माणसाला काहीही न आठवणं? एखाद्या वेळी एखादी घटना, प्रसंग, व्यक्तीचं नाव याचं स्मरण राहणार नाही. पण यांना तर दाताची कवळी लावणं, ती काढून ठेवणं, बाथरूमला जाणं, पाणी पिणं अशा गोष्टींचीही आठवण करून द्यावी लागते.

चार वर्षांपूर्वीच तर त्यांना आपण भेटलो होतो. त्या वेळी एखादा प्रश्न त्यांनी परतपरत विचारणं, नेमकी आपल्याला हवी असलेली वस्तू उचलून दुसरीकडे ठेवणं आणि नंतर ती कुठे ठेवली आहे, हे विसरून तिच्यासाठी शोधाशोध करणं, एवढंच आपल्या दृष्टीने त्यांच्या विस्मरणाचं स्वरूप होतं.

मागील वेळी भारतातून परत आल्यावर जाणवलं की, ही ट्रीप सर्वार्थाने चांगली झाली. मुलं अतिशय खूश होती. कोणाच्याही तब्येती बिघडल्या नाहीत. इथून निघताना जो कार्यक्रम आखला होता, त्यात कुठल्याही कारणाने फरक करावा लागला नाही. दोन महिन्यांची सुट्टी अगदी मजेत गेली.

मग परतल्यावर आम्ही दोघं सतत या ट्रिपबद्दल बोलू लागलो. या ट्रिपच्या आठवणी काढताकाढता माझ्या लक्षात आलं की, काकांबरोबर फारसं बोलणं, गप्पा झाल्याच नाहीत. हे असं कसं झालं? आई-काकांबरोबर कमी वेळ घालवला नाही. घरी सारखं येणंजाणं असतं. घरच्यांबरोबर जास्त वेळ वाट्याला येत नाही, म्हणून आधीच सर्व ठरवून बलसाडजवळच्या 'तिथल' या गावी आम्ही सगळे चार दिवस जाऊन राहिलो होतो. पावसाळ्याचे दिवस होते, चिक्कार पाऊस पडून गेलेला. तिथलला आम्ही पोहचलो तेव्हा कळलं की, राहायला बंगला आहे एवढंच; बाकी कसली म्हणजे कसलीच सोय नाही. आधी तिथल्या लोकांशी पत्रव्यवहार करूनसुद्धा आम्ही पोहचलो तेव्हा आचारी नेमका त्याच्या गावाला निघून गेलेला. मग महाप्रयासाने गावातल्या कोणाकडून दोन वेळचा चहा करून घ्या आणि जेवणासाठी बलसाड गाठा, असा प्रकार करावा लागला. तरीसुद्धा आमचे आम्हीच होतो. अगदी चार पावलांवर समुद्र होता. समुद्र खवळलेला, पण मुलांनी, आम्ही खूप मजा केली. इतका वेळ सतत आम्ही सगळे बरोबर असताना काकांशी गप्पा अशा झाल्या नाहीत. माझ्या मनाला या गोष्टींची आता चुटपुट लागून राहिली होती. ते इथे आल्यावर मात्र त्यांच्याशी खूप बोलायचं, असं मी ठरवलं होतं.

पण आता लक्षात येतंय की, त्याही वेळी काकांना संभाषणात भाग घेता येत नव्हता. संभाषण चालू ठेवणं जमत नव्हतं. विचारलेल्या प्रश्नांना फक्त ते काहीतरी

मोघम उत्तरं देत असत, इतकंच.

***

आई-काका इथे येण्याच्या काही दिवस आधी मी एका शॉपिंग मॉलमध्ये गेले होते. तिथे मला पूर्वी माझ्याबरोबर काम करणारी थेल्मा भेटली. पाच-सहा वर्षांनंतर आम्ही भेटत होतो. ती बरीच थकलेली दिसली. आमच्या गप्पा सुरू झाल्या. मुलंबाळं, नोकरी वगैरेची चौकशी केल्यावर तिनं फुलटाईम नोकरी सोडून वर्षापूर्वीच एक पार्ट टाईम नोकरी धरली असल्याचं ती म्हणाली.

मला आश्चर्यच वाटलं. मुलं लहान असताना एवढी धावपळ करून फुलटाईम नोकरी केली तिनं. मुलं मोठी होऊन घराबाहेर पडल्यावर हिला उसंत मिळाली. बहुतेक हिनं दुसरे काही उद्योग मागे लावून घेतले असतील. मी तिला तसं विचारलं.

"मोठाच उद्योग आहे माझ्यामागे. इतके दिवस मुलांना सांभाळलं, वाढवलं; आता आईला सांभाळते आहे." ती हसून म्हणाली.

"म्हणजे?"

"आईची तब्येत बरी नसते. सारखं लक्ष ठेवायला लागतं तिच्यावर. जवळच राहणारी माझी मावशी आणि मी मिळून तिची देखभाल करतो. मावशी आहे म्हणून निदान मी पार्ट टाईम नोकरी तरी करू शकते." थेल्मा म्हणाली.

"वय काय तिचं? काय झालंय तिला?"

"वय फार नाही. नुकतीच सत्तरी ओलांडलीये. पण तिला अल्झायमर झालाय."

मी दचकले. हा शब्द अलीकडे फार ऐकू येऊ लागलाय.

मी म्हणून गेले, "अल्झायमर म्हणजे?"

"तिला कसलीच आठवण राहत नाही."

काकांनासुद्धा काही काही गोष्टींची नाही आठवण राहत. पण म्हणून काय त्यांच्यावर चोवीस तास पहारा नाही ठेवावा लागत.

"आठवण राहत नाही एवढंच नं? पण बाकी कसलं दुखणं नाही नं?" मी विचारलं.

"दुसरं दुखणं परवडलं. पण हे दुखणं कोणाच्या वाट्याला येऊ नये. विस्मरण कुठल्या थराला जाऊ शकतं, याची सर्वसामान्यपणे कल्पनाही करता येणार नाही."

मग थेल्मा बोलतच राहिली, "अगं, माझी आई एवढी उत्साही. सगळीकडे हिंडणारी, फिरणारी. पण या दहा वर्षांत हळूहळू सगळं बदलत गेलं. आता तर जेमतेम एका खोलीतून दुसऱ्या खोलीत जाते. सुरुवातीला आम्हालाही कळलं नाही. मी तिच्यावर चिडायचे. मला वाटायचं, आई काहीकाही गोष्टी आपल्याला

सांगत नाही. आपल्यापासून लपवून ठेवते. पण तिला आठवण राहत नसेल, हे लक्षात येईना. त्या वेळी आमची दोघींची किती भांडणं व्हायची. आता वाईट वाटतं बघ.''

''ती फुलांच्या दुकानात नोकरी करायची. लोकांकडून ऑर्डर्स घेऊन आकर्षक पुष्परचना करून द्यायची. एकदा, टेक्सासमध्ये राहणाऱ्या माझ्या बहिणीकडून मला कळलं की, आईनं नोकरी सोडली म्हणून. मला आश्चर्य तर वाटलंच; पण रागही आला. मी इथल्या इथे असून मला ती बोललीसुद्धा नाही आणि बहिणीला मात्र तिकडे फोन करून कळवलं. मग आमची भांडणं सुरू झाली. ती म्हणायची, मी तुला हे सांगितलं होतं. तुझ्या लक्षातच राहत नाही. मीही हाच आरोप तिच्यावर करायचे. कधीकधी माझाच गोंधळ व्हायचा; लक्षात तिच्या राहत नाही की माझ्या राहत नाही याचा. पण आईमध्ये होणारा फरक डेव्हिडच्याही लक्षात आला. ती खूप हेकेखोर बनत चालली. भेटली, कधी फोन केला तर आरडाओरडा करायची. हिच्या वस्तू हिला कुठे जागेवर सापडायच्या नाहीत आणि तिला वाटायचं मीच येऊन तिच्या घरून वस्तू घेऊन जाते. एकदा तर तिनं भावाला कॅलिफोर्नियात फोन करून सांगितलं, ताबडतोब ये. माझ्याकडे चोरी झाली. माझी वेडिंग रिंग, सगळे दागिने कुणीतरी चोरले. त्याचा मग मला आणि मावशीला फोन आला. आम्ही आईकडे गेलो. तिला विचारलं तर ती म्हणते, मी जॉनला फोन केलाच नाही. माझे दागिने मी बँकेत ठेवते. चोरी कशी होईल?''

''नंतर मी फ्रीजमधून ज्यूस काढायला गेले तर हिची दागिन्यांची पेटी दुधाच्या गॅलनच्या मागे ठेवलेली होती.''

''आमच्या लक्षात आलं की, हिला काहीतरी होतंय. हिला डॉक्टरकडे न्यायला पाहिजे. पण ती कसली ऐकते! तिचं आपलं एकच, माझी तब्येत चांगली आहे. तुम्ही मला कुठेतरी नर्सिंग होममध्ये नेऊन टाकाल. माझं सगळं लुबाडाल. माझी आई इतकी प्रेमळ आणि शांत होती. तिचं हे असलं बोलणं ऐकून मला खूप वाईट वाटायचं. मी बहिणीशी आणि भावाशी बोलले. डेव्हिडनं तिला समजावलं. आम्ही तिला डॉक्टरांकडे नेलं. तिथे तिच्या सगळ्या टेस्ट्स झाल्या आणि तिला 'अल्झायमर' असल्याचं डॉक्टरांनी निदान केलं.''

''आम्ही सगळ्यांनी डॉक्टरच्या सल्ल्याप्रमाणे तिच्याशी बोलून तिला या दुखण्याचं स्वरूप सांगितलं. रोजच्या कामात जास्त गोंधळ होऊ नये म्हणून वस्तूंच्या याद्या करणं, मोठ्या अक्षरात चिठ्ठ्या करून त्या कपाटाला, फ्रीजला लावणं असे प्रकार केले. तिची गाडी विकून टाकली. कारण आता तिनं ड्रायव्हिंग करणंही धोक्याचं होतं. ती रस्ता विसरायची, कुठे चुकायची. तरी तिच्या घरी ती एकटीच राहत असे. आम्ही दोघं, तिच्या मैत्रिणी, मावशी कोणीतरी जाऊनयेऊन

राहायचं. सर्व आठवड्याचं सामान आम्ही तिला आणून देत होतो. एक दिवस फोनवर बोलताना ती म्हणाली, 'माझा टीव्ही बिघडलाय. लागतच नाही.' नंतर म्हणाली, 'मला थंडी खूप वाजतेय,' मी तिला सांगितलं हीटिंग वाढव घरातलं. दुसऱ्या दिवशी कामावरून येताना डेव्हिड थांबला तिच्याकडे तेव्हा त्याच्या लक्षात आलं की, घरात इलेक्ट्रिसिटीच नाही. घर नुसतं थंड, ही बिचारी कुडकुडत होती. जेवणपण तिला करता आलं नाही. फ्रीज वस्तूंनी भरलेला आणि ही घाबरून बसली होती. लगेच डेव्हिड तिला घेऊन आमच्या घरी आला. मग चौकशी केली तेव्हा कळलं की, हिनं इलेक्ट्रिकचं बिलच भरलं नव्हतं गेल्या दोन-तीन महिन्यांत. त्यांच्या आलेल्या नोटिसा वगैरे सगळं तसंच होतं. बरं, बिल भरलं नव्हतं ते जवळ पैसे नव्हते म्हणून नाही, तर ती ते भरण्याचंच विसरली होती आणि शेवटी बोर्डानं तिचा वीजपुरवठा कापला होता. मग मात्र आम्ही भावाशी, बहिणीशी बोलून तिला आमच्याकडे आणायचं ठरवलं. तिचं घर विकून टाकलं. पण घरी आणून तरी काय, तिला घरात एकटीला ठेवणंच धोक्याचं होतं. गॅस लावला तर तो बंद करायचंही ती विसरते. काहीतरी करायला घेते आणि धडपडून स्वत:ला लागून घेते. एकदा इस्त्री करायला घेतली आणि भाजून घेतलं. शेवटी मी पार्टटाईम नोकरी सुरू केली. मी कामावर जाते तेव्हा मावशी बघते तिला.''

थेल्मा तिच्या आईच्या एकेक हकीकती सांगत होती. त्या ऐकताना मलाच वाटलं, सतत खडा पहारा ठेवून आईला सांभाळताना हिच्या मनावर केवढा ताण पडत असेल! जरा कुठे ही शॉपिंगसाठी बाहेर आली आणि माझ्यामुळे पुन्हा हिला त्याच विषयावर बोलावं लागलं. मी तसं तिला बोलून दाखवताच थेल्मा म्हणाली, ''तसं नाही गं, उलट कुणाशी बोललं तर मोकळं वाटतं, मी अल्झायमर असोसिएशनच्या मीटिंग्जना जाते. तिथे एकेकाचे अनुभव ऐकते तेव्हा वाटतं, त्या मानाने आपल्याला फार त्रास नाही. मावशी आहे. शिवाय माझा भाऊ आणि बहीण मला थोडी आर्थिक मदतही करतात. मुलं अधूनमधून मदतीला येतात. मध्यंतरी आम्ही कॅनडात जाऊन आलो आठवडाभर. भावानं आणि बहिणीनंच सगळा बेत ठरवला. त्या दोघांनी आमच्या सगळ्या ट्रीपचा खर्च केला. माझी मुलगी आठवडाभर सुट्टी घेऊन इथे येऊन राहिली. तरीसुद्धा, आपली आई, जिनं आपल्याला वाढवलं, सांभाळलं तिची ही अवस्था पाहून वाईट वाटतं.''

थेल्माकडून सगळं ऐकताना वाटलं, 'बापरे! विस्मरण असं वाढतवाढत जाऊन माणसाला संपूर्ण ग्रासून टाकतं?' मी थेल्माकडून तिच्या आईच्या आजाराची हकिकत ऐकत असताना मला काकांची आठवण येत होती.

''तुझ्याकडे या संदर्भात काही माहिती आहे का?'' मी थेल्माला विचारलं.

''आहे नं! तुला हवी असली तर मी जरूर पाठवीन.''

आम्ही एकमेकींचा निरोप घेतला.

त्यानंतर थेल्मानं मला काही माहितीपत्रकं पाठवली.

मी ती माहितीपत्रकं वाचायला सुरुवात केली.

'अल्झायमर' हे नाव एक जर्मन डॉक्टर, 'ALOIS ALZHEIMER' , ज्याने एकोणिसाव्या शतकाच्या सुरुवातीला या रोगाचं वर्णन केलं, किंवा अशा तऱ्हेचा रोग आहे याचा शोध लावला, त्याच्या नावावरून देण्यात आलं.

अल्झायमरची लक्षणं या पत्रकात दिलेली होती. अगदी नुकत्याच घडलेल्या गोष्टींचं विस्मरण होऊन त्याचा कामावर परिणाम होणे. तसे आपण सर्वच अधूनमधून एखादी गोष्ट विसरतो. कधी कोणाचं नाव आठवत नाही, कधी कुठले तपशील चटकन लक्षात येत नाहीत. पण नंतर त्या गोष्टी आपल्याला आठवतात. पण अल्झायमरचा रुग्ण एखादी गोष्ट चटकन विसरून जातो. आपण एकदा प्रश्न विचारलाय आणि त्याला कोणी उत्तरही दिलंय, हेच विसरून परतपरत तोच प्रश्न विचारत बसतो.

विस्मरणामुळे रोजच्या व्यवहारातील परिचित गोष्टी करण्याची क्षमता गमावून बसणे. अगदी साध्यासाध्या गोष्टी, उदा. अंघोळ करण्याची आठवण न राहणं, जेवण झालंय याची आठवण न राहणं इत्यादी.

विचारशक्ती काम करेनाशी होते. साधे हिशोब, पैशाचे व्यवहार, बँकेचे व्यवहार काही करायला जमत नाही. लहानसं कामही जबाबदारीने पार पाडता येत नाही. स्थलकालाचं भान या रुग्णाला राहत नाही. नित्य परिचित रस्तेसुद्धा विसरायला होतात. घरातून बाहेर पडल्यावर कुठे जायचं आहे, हे लक्षात राहत नाही किंवा परत घरी येताना घर सापडत नाही.

भाषेचं विस्मरण होतं, बोलताना शब्दच आठवत नाहीत. या रुग्णाचा मूड कारणाशिवाय बदलतो. एकदम चिडणं, मध्येच रडणं, पुन्हा शांत होणं असे मूड्स बदलत राहतात. रुग्ण अतिशय संशयी बनतो. विस्मरणाने आपल्याला वस्तू सापडत नाहीत, हे लक्षात न येता आजूबाजूचे लोक आपल्याविरुद्ध आहेत, असा संशय त्याच्या मनात निर्माण होतो. स्वभाव हेकेखोर बनतो.

या रोगात रुग्ण अयोग्य जागी वस्तू ठेवतो. उदा. इस्त्री फ्रीजमध्ये जाते तर घड्याळ साखरेच्या डब्यात ठेवलं जातं. वस्तू वाट्टेल तिथे ठेवल्या जातात आणि त्या न सापडल्याने रुग्णाचा आणि इतरांचा गोंधळ वाढतो. घरात, आजूबाजूला चाललेल्या गोष्टींत भाग घेणं, त्यात रस घेणं जमत नाही. काहीही करण्याचा उत्साह राहत नाही.

हे सगळं वाचत असताना माझ्या डोळ्यांसमोर काका आले. या माहितीपत्रकात अल्झायमर या रोगाची काही ढोबळ उदाहरणं दिली होती, ती वाचल्यावर मला पूर्वी

घडलेले एकेक प्रसंग आठवले.

संदीपच्या लग्नाच्या वेळी १९७६ साली मी मुलांना घेऊन भारतात गेले होते तेव्हाची गोष्ट. मुलं लहान होती. सतत एकमेकांच्या खोड्या काढणं, भांडणं हे प्रकार चालायचे. एकदा रोहित अंघोळ करून आला. मग त्यानं अमितला चिडवायला सुरुवात केली, ''माझी अंघोळ झाली, तुझी नाही. तू डर्टी बॉय आहेस....''

झालं! लगेच अमितचा थयथयाट सुरू झाला, ''मम्मी, मला आत्ताच्या आत्ता अंघोळ हवी.''

मी मशीनमध्ये डाळ वाटत होते. अमितला तर पाच मिनिटं धीर नव्हता. काका म्हणाले, ''चल, मी घालतो तुला अंघोळ.''

''काका, त्याला फार वेळ पाण्यात खेळू देऊ नका. परवाच तापातून उठलाय तो.''

काका अमितला घेऊन बाथरूममध्ये गेले. मी माझ्या कामात होते. एक-दोनदा मी अमितला ''पुरे, आटपा आता, अमित, फार वेळ झाला.'' असं म्हणून पाहिलं.

माझी डाळ वाटून झाली आणि मी हात धुवायला गेले. बघते तर बाथरूममध्ये अमित एकटाच. त्याचं अंग तसं कोरडंच. तो बाजूच्या एका बादलीत भरून ठेवलेल्या थंड पाण्यात खेळत होता. मला आश्चर्यच वाटलं. ''अरे, आजोबा कुठे आहेत?'' मी विचारलं.

''मला नाही माहीत.''

पितळेची बादली रिकामी होती. बंब चांगलाच पेटला होता. मी पटकन पाणी सोडलं. सारखं करून घेतलं आणि घाईघाईने अमितच्या अंगावर चार गरम पाण्याचे तांबे ओतून त्याला पुसून आधी कपडे चढवले.

नंतर बघितलं तर काका बैठकीच्या खोलीत पलंगावर बसले होते. त्यांच्या आजूबाजूला कागद पसरले होते. मला वाटलं, काका अमितला घेऊन बाथरूममध्ये गेले असतील. पण पाणी तापलेलं नसल्यामुळे ते तापेपर्यंत त्यांनी काहीतरी काम काढलं असेल. पण अमितला कसला धीर! तो तसाच उघडा होऊन त्या थंड पाण्यात खेळत बसला असेल. मी अमितवर चिडले, त्याला ओरडले.

बाहेर येऊन काकांना सांगितलं, ''काका, तुमचं काम चालू द्या. मी अमितची अंघोळ आटोपली.''

काका त्यांच्या हातातल्या कागदांकडे पाहत होते. माझं बोलणं त्यांनी ऐकलं नाही.

एवढं कसलं काम चाललंय याचं नवल वाटून मी परत आतमध्ये आले.

आज वाटतं, 'अमितला अंघोळ घालायला बाथरूममध्ये घेऊन गेलेले काका आपल्याला काय करायचं आहे, याचं विस्मरण होऊन त्याला तसंच सोडून कसलेतरी कागदपत्र चाळत बसले असतील का तेव्हा?'

त्याच ट्रीपमध्ये आम्ही संदीपच्या लग्नानंतर पोलादपूरला गेलो होतो. रोहित भाजला होता, मी त्याला जपत होते. काका मुलांना आजूबाजूला फिरवत होते, आंब्याची, फणसाची झाडं दाखवत होते. मी काकांना म्हटलं, "काका, तुम्ही मुलांबरोबर आहात नं, मी आईंना मदत करायला जाते. जेवणं लवकर आटपू या. मुलांना आत्ता नदीवर नेऊ नका."

जेवायची वेळ झाली. मी, श्यामानं पानं घेतली. सगळ्यांना बोलवायला गेले तर काका विनायकभाऊजींशी गप्पा करण्यात रंगले होते. मी काकांना विचारलं, "मुलं कुठं आहेत?"

"मुलं माझ्याबरोबर नव्हती. मी तर केव्हाचा इथेच आहे."

आम्ही सगळेच मुलांना बघायला बाहेर ओट्यावर धावलो. दोघंच कसे कुठे गेले? समोर सावित्री नदी संथपणे वाहत होती. माझ्या काळजाचा ठोका चुकला. आमच्या लग्नाच्या आदल्या वर्षी इथंच विनायकभाऊजींचं लग्न झालं. लग्नघरी बरीच मंडळी जमली होती. उन्हाळ्याचे दिवस, नदीचं पाणी आटलेलं. पण कसा कुणास ठाऊक, या नदीतच लग्नाला आलेल्या एका पाहुण्यांचा आठ-नऊ वर्षांचा मुलगा बुडून गेला. मी नदीकडे परत नजर टाकली. नदीवर चिटपाखरूही नव्हतं.

तेवढ्यात बाजूच्या घरातून कोणी दत्तोबा की कोणीसे आले मुलांना घेऊन. "भाई, अरे मुलांना आमच्याचकडे सोडून आप्पाबरोबर बाहेर पडलास. मला वाटलं, परत येशील. शेवटी घेऊन आलो मुलांना."

"हे पोलादपूरला आले की, त्यांना कसलं भान राहत नाही. हा भेटला याच्याशी बोल, तो भेटला त्याच्याशी बोल, हेच चालू असतं सारखं. ठाऊक आहे किती तुम्हाला इथल्या सगळ्यांचं प्रेम आहे ते. पण इतरांची तरी आठवण ठेवा." आई म्हणाल्या होत्या.

ब्याऐंशी साली आम्ही भारतात गेलो होतो. त्या वेळी बडोद्याला गेल्यावर हा म्हणाला, "आधी पासपोर्ट काढून कपाटात ठेवू या. उगीच कुठे हरवायला नकोत." यानं ब्रीफकेसमधून पासपोर्ट्स काढून बाजूला ठेवले. कपाटात ठेवायचे तर कपाटाच्या किल्ल्या घ्यायला म्हणून हा आतमध्ये आला. पाच मिनिटांनी

किल्ल्या घेऊन बाहेर गेला तर पासपोर्ट्स नाहीत. पासपोर्ट्सची शोधाशोध सुरू झाली.

"काका आमचे पासपोर्ट्स पाहिलेत?" यानं काकांना विचारलं.

"कसले पासपोर्ट्स? मी नाही बघितले." काका म्हणाले.

नक्की आणले होते नं? पासपोर्ट्स मुंबईला नाही नं काढून ठेवले? इथपासून सगळ्यांनी नाना प्रश्न विचारून याला बेजार केलं. हा भयंकर चिडला.

संदीप म्हणाला, "आपण काकांच्या डेस्कमध्ये पाहू." संदीपनं डेस्क उघडला.

त्या डेस्कमध्ये अनेक कागदपत्र होते. नुसते रचल्यासारखे ते एकमेकांवर ठेवले होते. ते बघूनच हा वैतागला, "इथे एवढ्या कागदात आमचे पासपोर्ट्स कसे येणार?"

संदीपनी शांतपणानं त्या कागदांची उलथापालथ केली. शेवटी ते पासपोर्ट्स सापडले.

"काका, इथे कशाला ठेवलेत पासपोर्ट? कसे सापडले असते मला?" यानं काकांना विचारलं.

"काहीतरी काय बोलतोयस तू? मी कशाला हात लावीन तुमच्या वस्तूला?" काका एकदम चिडून म्हणाले होते.

त्याच ट्रीपच्या वेळी गणपती जवळ आले होते. ठिकठिकाणी गणपती तयार करण्याचं काम चालू होतं. काका एकदा मुलांना घेऊन हे गणपतीचे कारखाने दाखवायला गेले.

बऱ्याच वेळानं काका आणि मुलं परतली. "काय रे, खूप फिरलात नं? बघायला मिळाले गणपती? मजा आली की नाही?" मी मुलांना विचारलं.

मुलांकडून कळलं की, ते थोडा वेळ फिरले. गणपती बघितले आणि परत यायला निघाले तर घरी यायचा रस्ताच सापडला नाही म्हणे.

"अहो, तुम्ही बरोबर होतात नं? मग रस्ता कसा नाही सापडला? इथल्या इथेच कुठे गेला असतात तरी किती गणपती बघायला मिळाले असते. उगीच लांब कशाला गेलात?" आईंचे प्रश्न.

पण कुठे गेलो होतो, हे काही काकांनी सांगितलं नाही. ते एकदम चिडलेच.

काकांना एकदम असं चिडायला काय झालं? गल्ली बोळातून फिरताना नसेल सापडला रस्ता. बडोदं आता किती बदललंय. जुन्या इमारती पाडून ठिकठिकाणी चाललेलं नवीन इमारती बांधण्याचं काम. त्यामुळे काकांचा गोंधळ झाला असेल, असं त्या वेळी मला वाटलं होतं.

तर असे हे एकेक प्रसंग, म्हटलं तर लहानसे. पण या सगळ्याचा अर्थ?

मी याच्याशी या विषयावर बोलले, "काकांना अल्झायमर तर झालेला नसेल नं?"

"मूर्खासारखं बरळू नकोस. काहीतरी वाचतेस, काहीतरी डोक्यात ठेवतेस. काकांचं वय झालंय, आयुष्यभर कष्ट केल्यावर त्याचा शरीरावर, मनावर परिणाम होतोच. त्यामुळे त्यांना काही गोष्टी विसरायला होतात खऱ्या. पण दुसरं तर कसलं दुखणं नाही नं त्यांना?"

मी लायब्ररीतून MEMORY LOSS आणि ALZHEIMER वरची पुस्तकं वाचायला आणली. रोजच्या गडबडीत वाचायला वेळ मिळणं कठीण. पण हळूहळू काही गोष्टी समजू लागल्या. स्मरणशक्ती जाण्याची अनेक कारणं असू शकतील. थोडं स्थिरस्थावर झालं की, काकांच्या सगळ्या टेस्ट्स करून घेऊ. डॉक्टरी तपासणीत नेमकं काय झालंय ते कळेल. त्याप्रमाणे मग उपाययोजना करता येईल. वैद्यकीय शास्त्र एवढं पुढे गेलंय की, काकांच्या या दुखण्याला उपचार नक्की सापडेल. त्यांना अल्झायमर नसेलही. औषधोपचार सुरू झाले की, त्यांची स्मरणशक्ती निदान थोडी तरी परत येईल.

* * *

आई-काकांना येऊन आता दोन महिने होतील. दिवस कसे पळतात, तेच कळत नाही. पूर्वी तिघांभोवती फिरणारं माझं आयुष्य आता पाच जणांच्या भोवती फिरतंय. पाच मिनिटंही स्वस्थता मिळत नाही. घरी एखादं पत्र लिहायलाही वेळ नसतो. आज मात्र काही झालं तरी लंच टाईममध्ये बसून ताई-दादांना पत्र लिहिलं पाहिजे. आणखी दोन आठवड्यांनी त्यांच्या लग्नाचा पन्नासावा वाढदिवस! कधीपासून ठरवलं होतं आधीच पत्र लिहून पाठवायचं असं. पण का कोणास ठाऊक, पत्र लिहायला सुचतच नाही. गेल्या एक-दीड महिन्यात दादांचं पत्र नाही. इतर कोणाची पत्रं आली, न आली तरी दादांच्या पत्राचा नेम कधी चुकत नाही. पत्राला कधी उशीर होत नाही. त्यामुळे मला उगीचच काळजी वाटते. पत्राला एवढा उशीर म्हणजे काही तसा फार नाही, हे याचं म्हणणं. घरात तिकडे आता एवढी मुलं, त्यामुळे दादा नातवंडांमध्ये रमले असतील, असा निष्कर्ष काढून हा मोकळा. कुणास ठाऊक मलाच ही हुरहूर का लागते? तसं पाहिलं तर महिन्यापूर्वीच मी त्यांच्याशी फोनवर बोलले होते. लाईन अगदी क्लिअर होती. अलकाही तिथेच होती. पण माझा आवाज ऐकल्यावर अलकाला रडू का आलं? आणि इकडे मलाही? दादा मात्र त्यांच्या नेहमीच्या आवाजात बोलले. तरीही त्यांचं बोलणं असं निरवानिरवीचं का वाटलं? की हा माझ्याच मनाचा खेळ? लगेच पत्र टाकतो म्हणाले आणि

अजून पत्र का नाही? त्यांचं पत्र आल्यावरच लिहू म्हणून इतके दिवस मीही पत्र लिहायला थांबले, आता अधिक थांबण्यात अर्थ नाही.

ताई-दादांच्या लग्नाला पन्नास वर्षं पूर्ण होणार. पन्नास वर्षांचा काळ एकमेकांच्या सहवासात घालवलेला. दोघांनी सुखासमाधानानं संसार केला. जे जेवढं मिळालं तेवढ्यावर समाधान मानलं. कधी असमाधानाचा सूर, काही कमी पडल्याची तक्रार त्या दोघांकडून ऐकली नाही. दादा तापट, पटकन चिडणारे, संतापणारे. पण दुसऱ्याच क्षणाला राग विसरून जीव टाकणारे. ताई शांत, कधी चिडणं, संतापणं तिला माहीत नाही. सतत संसारात अडकली, पण तिच्याकडून कधी कसली तक्रार, कुरबूर काहीकाही ऐकलंच नाही. घरातलं कुठलंही काम करताना दादांना कधी कमीपणा वाटला नाही. त्यांच्या अधिकारपदाची जाणीव घरातली कामं करताना कधी आड आली नाही.

मनात अनेक विचार होते. लंचटाईममध्ये मनात येणारे हे सर्व विचार कसेबसे जास्तीत जास्त सुसूत्रपणे कागदावर उतरवण्याचा प्रयत्न केला. यानं मागच्या आठवड्यातच ताई-दादांना पत्र लिहून ठेवलं होतं. ही दोन्ही पत्रं, सोबत शुभेच्छा कार्ड पाकिटात घातलं. पत्र पेटीत टाकलं.

संध्याकाळी ऑफिसमधून निघताना घरी फोन केला. अमित नुकताच शाळेतून आला होता. तो म्हणाला, "सुभाषमामाचं पत्र आलंय."

मला खूप आनंद झाला. दादा-ताईंच्या लग्नाच्या वाढदिवसानिमित्ताने लिहिलं असेल. कसा करणार वाढदिवस? सगळे जमतील. नेहमीप्रमाणे मी मात्र इथेच.

घरी आले. पत्र फोडलं. वाचायला सुरुवात केली आणि एकदम मी खुर्चीतच बसले. मला पुढे वाचवेना, रडू आवरेना.

"अगं, काय झालं? काय लिहिलंय सुभाषनं?" आईंनी विचारलं.

"दादा... दादांना बरं नाही." मी कसंबसं म्हणाले.

"ब्लडप्रेशरचा त्रास असेल. बरं वाटेल." आई माझी समजूत घालत म्हणाल्या.

मी पत्र वाचून पुरं केलं. आईंना वाचायला दिलं.

सुभाषच्या पत्रात दादांना कॅन्सर झाल्याची बातमी होती. ही बातमी माझ्यापर्यंत पोहचवणं त्या सगळ्यांनाच अवघड वाटत होतं. ट्रीटमेंट चालू असून मी काळजी करू नये, असं त्यांनी सुचवलं होतं. ताईला अजून दादांच्या दुखण्याची कल्पना दिली नसल्याचं सुभाषनं लिहिलं होतं.

माझे हातपायच गळाठून गेले. आज दुपारी पत्र लिहिताना लहानपणापासूनच्या किती किती आठवणी डोक्यात होत्या. किती आनंदाने मी पत्र लिहिलं. इतक्या दिवसांत दादांचं पत्र न येण्याचं हे कारण होतं तर! कधी कसलंही दुखणं माहीत नसलेल्या दादांच्या मानेवर एक छोटी गाठ दिसते नि ती कॅन्सरची ठरते काय! मन

नुसतं सैरभैर झालं.

दुसऱ्या दिवशी रत्नाचं पत्र आलं. त्यानं सुभाषपेक्षा जास्त सविस्तर लिहिलं होतं. दादांना ट्रीटमेंट चालू आहे. पण त्या ट्रीटमेंटचा त्यांना फार त्रास होतोय, हे या पत्रातून कळलं.

'काय करावं? फोन करावा का? पण फोनवर मी कोणाशी बोलूही शकणार नाही. तिकडे जायला हवं, ताई-दादांना भेटायला हवं. पण एकदम उठून कसं जाता येईल?'

दुसऱ्या दिवशी ऑफिसमध्ये गेले. याचा थोड्या वेळानं फोन आला.

"कागद पेन घे. मी सांगतो त्या तारखा लिहून घे. कालपासून सतरा ठिकाणी फोन करत होतो तुझ्या तिकिटासाठी. मीही तुझ्याबरोबर यायला हवं खरं तर! पण इथे ताई-काका असल्याने ते शक्य नाही. तू जाऊन दादा-ताईंना भेटून ये. तुझी रजा किती शिल्लक आहे ते बघ. उरलेली बिनपगारी घे." यानं फोन बंद केला.

माझं लगेच बॉसशी बोलणं झालं. कालच तिला मी साधारण कल्पना दिली होती. पण इतक्यातच मी जायला निघेन, अशी खुद्द मलाही कल्पना नव्हती. माझी गडबड उडाली. ऑफिसची कामं, घरची कामं. त्यात दादांच्या तब्येतीची काळजी. तिथे जाईपर्यंत काय बघायला मिळणार, ही धास्ती. मनावर प्रचंड ताण आलाय. पण मी फक्त माझाच विचार करू शकत नाही. याच्यावरही तेवढाच ताण आहे.

काही कारणाने जर हा आणि मुलं असे तिघेच इथे राहणार असते, तर हा सहज सर्व व्यवस्थित करू शकला असता. पण आई-काकाही इथे आहेत. काकांचं विस्मरण, त्यांच्या पोटात दुखणं, चक्कर येणं. त्यात एखादी गोष्ट शांतपणे करणं याच्या स्वभावात नाही, आईंच्याही ते स्वभावात नाही. मायलेकाच्या स्वभावांत बऱ्याच प्रमाणात साम्य. त्यामुळे माझ्या अनुपस्थितीत इथलं सर्व नीट कसं काय होईल, ही मला काळजीच.

पुढील दोन-तीन आठवड्यांत आई-काकांच्या निरनिराळ्या टेस्ट्स आहेत. आम्ही दोघं असलो की त्यांना नेणं, आणणं सोपं होतं. काकांना तयार करून नुसतं कारमध्ये बसवतानाच मुश्किल होतं. आता ह्याची एकट्याची हे सर्व सांभाळताना धावपळ उडणार.

शिवाय, तीन जुलैला 'घाशीराम कोतवाल' नाटकाचा वॉशिंग्टनमधला प्रयोग. गेले कित्येक महिने हा नुसता पछाडला गेलाय. इथल्या प्रयोगाची जबाबदारी यानं घेतलीये. त्या संदर्भातली याची कामं आणि धावपळही चालू आहे. प्रयोगाचा दिवस जवळ येत चाललाय. याची कामं वाढलीत आणि नेमकी याच वेळी मी इथे नसणार!

मी मुंबईला जाण्याच्या आदल्या दिवशी रात्री आम्ही दोघं बाहेर डेकवर बोलत

बसलो होतो, हवा छान होती. आजूबाजूला सगळं शांत, आई-काका केव्हाच झोपायला गेले. मुलं त्यांचा अभ्यास आटोपून झोपली. रात्रीचे दोन वाजून गेले तरी आम्ही बोलतच होतो.

मी याला पुन्हा पुन्हा सांगत होते, ''नीट राहा. फार धावपळ करू नकोस. जरा धीराने गोष्टी घेत जा. मुलांकडेही जरा लक्ष दे. आई-काका आल्यापासून मुलांकडे फार दुर्लक्ष झालंय. त्यांच्या परीक्षेची आता गडबड आहे. मी परत येईपर्यंत त्यांच्या परीक्षा आटोपतीलही. मी बघ, जाते आणि पटकन चार आठवड्यांत परत येते. मग परत आल्यावर तुला 'घाशीराम'च्या कामात मदत करीन.''

हा मला समजावत होता, ''तू माझी काळजी करू नकोस. तिकडे जा, ताई-दादांबरोबर जास्तीत जास्त वेळ राहा. सगळ्यांना तू धीर द्यायला हवास, आधार द्यायला हवास. तिथे जाऊन तूच रडत बसू नकोस.''

शेवटी रात्री दोन वाजून गेल्यानंतर आम्ही झोपायला गेलो. परत सकाळी सहा वाजता उठून, तयार होऊन नोकरीवर जायचं होतं. तेही माझं मुंबईला जाण्याचं सामान बरोबर घेऊनच. कारण ऑफिस सुटल्यावर तिथूनच पुढे विमानतळ गाठायचा होता.

***

आज मला भारतातून परत येऊनसुद्धा एक महिना झाला. गेले त्या वेळी दादांची प्रकृती फारच खालावलेली होती, दादांकडे बघवेना. ताईलाही या दुखण्याचा अंदाज आला. त्यामुळे ती फारच घाबरली होती. पण त्या चार आठवड्यांत दादांच्या तब्येतीत खूप सुधारणा झाली. थोडं खाणं जाऊ लागलं, औषधाचा परिणाम होऊ लागला. दादा सोडून इतरांनीच या रोगाचा धसका घेतलाय. या रोगाच्या नावानंच पेशंट घाबरतो. पण दादा शांत आहेत. त्यांच्या मते, एवढं आयुष्य मिळालं हे खूप झालं. मुलंबाळं शिकली सवरली, मार्गी लागली. सगळं बघून झालं. आणखी आयुष्य हवं कशाला? सुरुवातीला ते औषधोपचार करून घ्यायलाही तयार नव्हते. शेवटी डॉक्टरांनी समजावलं, मग कसेबसे तयार झाले. या वेळी ताई-दादांबरोबर निवांतपणे मला बसता, बोलता आलं. मनाला खूप समाधान वाटलं. नाहीतर एरवी यायचं ते धावतपळत. इकडे जा, तिकडे जा. घरच्यांबरोबर वेळच वाट्याला येत नाही. पुढची ट्रीप लवकर केली पाहिजे. निदान दोनेक वर्षांनी तरी, याला आणि मुलांना घेऊन. शहाणी, समजूतदार झालेली मुलं दादांनी बघायला हवीत. पुढची दोन वर्षं काय पटकन जातील.

या वेळी मुंबई सोडताना मनाला खूप आवरलं. लवकरच आम्ही सर्व येऊ, असं ताई-दादांना आश्वासन देऊन मी निघाले.

पंधरा जूनच्या रात्री मी इथे पोहचले. ह्यानं विमानतळावरून येतायेताच दादांच्या तब्येतीची चौकशी केली, माझ्या तिथल्या वास्तव्याची विचारपूस केली. माझ्यासाठी आखून आणि राखून ठेवलेल्या कामांची यादीही मला दिली. दुसऱ्या दिवसापासून नोकरीचं चक्र. विमानप्रवासाने झालेली दमणूक, बदललेली वेळ, कुठे काही 'अॅडजस्ट' करायलाही वेळ नाही.

घाशीरामचा इथला प्रयोग हा अमेरिकेतील शेवटचा होता. तो नेहमीप्रमाणेच अप्रतिम झाला. १९७६ साली हे नाटक आम्ही मुंबईला पाहिलं. तेव्हाच याच्या मनानं घेतलं की, हे नाटक अमेरिकेत झालं पाहिजे. हे स्वप्न यानं पाहिलं, ते साकार झालं. खूप मेहनत, धावपळ झाली. कित्येक रात्रींची जाग्रणं, दिवसा नोकरी. पण सगळं मनासारखं झालं. 'घाशीराम'च्या ग्रुपची येथून व्यवस्थित पाठवणी केली.

याला सारखं वाटत होतं की, गेले काही महिने या सर्व गडबडीत मुलांकडे खूप दुर्लक्ष झालंय. त्यांच्याबरोबर वेळ घालवता आला नाही, म्हणून अतिशय थकलेला असतानाही लगेचच दुसऱ्या दिवशी यानं समुद्रकिनारी जाण्याचा बेत काढला. दिवसभर तिकडे काढून, भरपूर खाणं-पिणं करून, पाण्यात हुंदडून आम्ही परतलो. आईंना खूप आवडलं, काकाही मजेत होते. त्यांना आम्ही पाण्यात घेऊन गेलो. संध्याकाळी अगदी थकूनभागून आम्ही परत यायला निघालो. घरी जाऊन लवकर आटपून झोपायचं, उद्यापासून कामाची धावपळ आहेच. कधी एकदा घरी पोहचतोय, असं आम्हाला दोघांना झालं होतं.

गेल्या कित्येक रात्रींची अपुरी झोप, डोळे जडावले होते. हायवेवरून गाडी गावात शिरली, गाडीचा वेग कमी झाला. पाच मिनिटावर घर. गाडी आमच्या गल्लीत शिरली, वेग आणखी कमी झाला. इथून पुढे उजव्या बाजूला चौथं घर आमचं. मी गाडीतलं सामान आवरायला सुरुवात केली. एवढ्यात एक प्रचंड आवाज झाला. क्षणभर काय झालं तेच कळेना. अति थकव्याने याचे डोळे जड झाले. रस्ता वळणाचा असल्याने एका सेकंदात गाडी बाजूला उभ्या असलेल्या दुसऱ्या गाडीवर जोरात आदळली.

आई-काका आणि मोटार अपघात यांचा काहीतरी घनिष्ठ संबंध असावा. मागील बाजूला बेसावध असलेले काका एकदम जोरात पुढे आपटले. ते खूप घाबरले होते, ओरडत होते. रक्त येत होतं, पण नेमकं कुठे लागलंय तेच कळत नव्हतं. गल्लीतले सगळे लोक जमले. आईंनाही लागलं होतं, त्याही खूप घाबरल्या होत्या. त्यांची जोरजोराने बडबड सुरू झाली. लगेच अॅम्ब्युलन्स आली आणि आई-काकांबरोबर मी आणि रोहित निघालो. ह्याला, अमितला किती लागलंय ते

बघायलाही वेळ नव्हता. मलाही छातीत प्रचंड दुखत होतं. बरं तर बरं, पुढे बसणाऱ्या आम्ही तिघांनी सीट बेल्ट्स लावले होते. नाहीतर जास्तच दुखापत झाली असती. परवाच, एक तारखेपासून कायद्याने पुढे बसणाऱ्यांनी सीट बेल्ट्स लावणं आवश्यक केलं आणि कशाला ती सीट बेल्ट्स लावण्याची कटकट, असं म्हणत म्हणत आम्ही सीट बेल्ट्स बांधायला सुरुवात केली.

आम्ही हॉस्पिटलमध्ये पोहचलो. आमच्या पाठोपाठ अमितला आणि याला घेऊन आमचे शेजारी आले. हॉस्पिटलात इमर्जन्सी वॉर्डमध्ये प्रचंड गर्दी होती. काही ना काही अपघात होऊन आलेले लोक, त्यांतले बरेचसे मोटार अपघातातलेच. नर्सेसची धांदल उडाली होती. आमची सगळ्यांची तपासणी झाली, 'एक्सरेज' झाले. नशिबाने सगळ्यांनाच मुका मार बसला होता, तरी गंभीर स्वरूपाची दुखापत नव्हती. अमितचं डोकं खूप जोरात आपटल्याने त्याला चांगलाच मार बसला होता. पण एक्सरेमध्ये आत कुठे काही इजा झाली नसल्याचं कळलं आणि आम्हाला हायसं झालं. आईंच्या पायाला लागलं होतं. तिथे चार टाके घालावे लागले. जास्त मार काकांनाच बसला होता. बरं, नक्की कुठे दुखतंय, कुठे लागलंय हे त्यांना सांगताही येत नव्हतं. त्यांच्या दाताची कवळी तुटून खालचा ओठ आतून फाटल्याचं कळलं. चष्मा तुटलेला. रात्री बारा वाजता, मी आई आणि मुलांना घेऊन घरी आले. हा काकांजवळ थांबला.

आम्ही घरी आलो. डोक्यात काकांचे आणि याचेच विचार, 'आधीच हा किती थकला होता; त्यात पुन्हा ही धावपळ. असं कसं झालं? घर अगदी जवळ आलं होतं. आम्ही बोलत होतो. उतरायच्या तयारीत होतो. क्षणभरच रस्त्यावरची माझी नजर खाली वळली.' रस्ता जर सरळ असता तर याच्या डोळ्यांवर झापड येऊनही गाडी सरळ गेली असती. पण रस्ता वळत होता. वळणावर दुसरी पार्क केलेली गाडी. त्यामुळे अगदी कमी वेगाने आमची गाडी येऊनही त्या गाडीवर जोरात आपटली.

रात्री दोन वाजता हा घरी आला. काकांचा ओठ बराच फाटला होता, त्याला आतून-बाहेरून पंचवीस टाके घालावे लागले. उजव्या बाजूच्या दोन बरगड्याही मोडल्या होत्या. आता झोपेचं औषध देऊन त्यांना शांत झोप लागल्यावर हा घरी आला. याला खूप वाईट वाटलं. आपल्यामुळे हे सर्व झालं, अशी टोचणी लागली. मुलंही याची वाट पाहत जागीच होती. रोहितला मात्र कुठे मार बसला नव्हता. पण आजोबांना असं लागल्यामुळे दोघेही घाबरून गेले होते. हा मुलांशी थोडा वेळ बोलला, त्यांना समजावलं.

दुसऱ्या दिवशी सकाळी लवकर उठून हा हॉस्पिटलला धावला. काका उठायच्या आत यानं तिथे असणं आवश्यक होतं. एरवी कोणाला हॉस्पिटलमध्ये

ठेवणं आणि काकांना ठेवणं यात फरक होता. सुरुवातीला ते थोडे गुंगीत असायचे, पण हा सतत त्यांच्याजवळ बसून असायचा. त्यांचं खाणं-पिणं, त्यांना बाथरूमला नेणं सगळं हा करायचा. हॉस्पिटलचं अनोळखी जग पाहून ते अधिकच भेदरले. आपण कुठे आहोत, कशाला आहोत ते त्यांना कळेना. आपल्या आजूबाजूला जे काही आहे ते निराळंच आहे, याची त्यांना जाणीव झाली. एरवी ह्याला दिलीप म्हणून जरी त्यांनी ओळखलं नाही तरी त्या वातावरणात तो चेहरा त्यांना ओळखीचा वाटायचा. ते जागे असताना सतत त्यांच्याजवळ आमच्यापैकी कोणीतरी असणं आवश्यक असायचं. रोहित जरी जाऊन बसला तरी त्यांना सुरक्षित वाटायचं.

असे आठ दिवस गेले. काकांची तब्येत सुधारली. डॉक्टरांनी त्यांना घरी नेण्याची परवानगी दिली, त्यांना आणायला आम्ही गेलो. त्यांचे कपडे बदलले, तयारी केली आणि एकदम ते नर्व्हस झाले. आपण कुठे आहोत आणि कुठे जातोय, हेच त्यांना कळेना.

"काका, आपण दांडियाबाजारमधल्या डॉ. मनूभाई पटेल यांच्या दवाखान्यात आहोत. आपल्याला आता कादवेकर वाड्यात जायचंय. शैलाबाई तुमची वाट पाहत आहेत." मी त्यांना सांगितलं, मग त्यांना पटलं.

आम्ही खोलीतून बाहेर पडलो. खाली आलो, हा गाडी आणायला गेला. आम्ही हॉस्पिटलच्या दाराशी थांबलो. मी काकांना म्हणाले, "काका, आपण इथे थांबूया. दिलीप गाडी आणतील. मग गाडीत बसून घरी जाऊ या."

ते एकदम म्हणाले, "रेड गाडी?"

मी आणि रोहितनं चमकून एकमेकांकडे पाहिलं. आम्हाला आश्चर्य वाटलं, त्यांना रेड गाडी आठवली याचं. त्या गाडीची अपघातात बरीच मोडतोड झाल्याने ती दुरुस्तीसाठी टाकली होती. वाटलं, 'हा जुनी गाडी घेऊन आला तर काका लहान मुलांसारखं तीत बसणं नाकारतील का?' काकांना जुनी गाडी कधी आवडली नाही. मरून कलरची गाडी त्यांच्या मते रेड गाडी, त्यांच्या आवडीची. ती नवी आणि चकचकीत दिसणारी हे त्याचं एक कारण असावं. पण दुसरं कारण म्हणजे त्या गाडीची नंबर प्लेट "CHITRE" अशी. दारात गाडी उभी असली की, सारखं ते नाव वाचणं हा काकांचा चाळा आणि ही चित्र्यांची गाडी हा आनंद.

हा गाडी घेऊन आला, आम्ही त्यांना सावकाश बसवलं. घरी आलो. घरी आल्यावर समोर आईंना आणि अमितला बघून ते आनंदले. अमितला ते म्हणाले, "मला बरं नव्हतं, पण दिलीप आला नाही मला बघायला. तो खूप लांब वॉशिंग्टनला असतो."

तेवढ्यात हा घरात शिरला. मी काकांना म्हटलं, "बघा, तुम्हाला दिलीपची आठवण आली तर दिलीप आलेत तुम्हाला भेटायला."

"हो, खरंच? दिलीप आलाय?" त्यांचे डोळे लुकलुकले. त्यांनी दिलीपकडे बघितलं आणि दुसऱ्याच क्षणाला ते सर्व विसरून समोर ठेवलेलं वर्तमानपत्र उचलून वाचण्यात (?) गढले.

आईंनी विचारलं, "काय, कुठे जाऊन आलात?"

"मी कुठे जाणार? इथेच तर आहे." ते म्हणाले.

कुठेतरी एक वेडी आशा मला वाटत होती की, या अपघाताने कदाचित त्यांची स्मरणशक्ती परत येईल. अगदी फार नाही आठवलं तरी घरातल्यांची नावं, घडणाऱ्या घटना, प्रसंग निदान थोडा वेळ तरी त्यांच्या स्मरणात राहतील. पण ते शक्य नाही, हेही कळतंय.

चार दिवसांनी त्यांच्या लक्षात आलं आपल्या ओठाला काहीतरी झाल्याचं. ते काय आहे ते त्यांना कळेना. पण ते एकदम घाबरले. म्हणाले, "इथे बघा काय झालंय? कॅन्सर झालाय."

त्यांना काही आठवत नसताना हा कॅन्सर शब्द कसा आठवला?

परत परत आम्ही त्यांना अपघाताविषयी सांगत होतो. ते हॉस्पिटलमध्ये आठ दिवस होते, त्यांच्या ओठाला टाके आहेत, हे सर्व सांगितलं. पण पुन्हा यांचं एकच, 'मला कॅन्सर झालाय.'

"काय हे यांचं असलं अभद्र बोलणं! किती समजावून सांगा, पण पटवून घ्यायचं नाही." आईंचा तडफडाट.

याच वेळी मुंबईहून अलकाचं पत्र आलं, 'दादांची तब्येत सुधारत होती. पण एकदा ते पहाटे बाथरूमला जायला म्हणून उठले ते चक्कर येऊन स्वयंपाकघरात पडले. बराच मुका मार लागला. मात्र कुठे फ्रॅक्चर झालं नाही.'

लक्षात आलं, ज्या वेळी इकडे आम्हाला हा अपघात झाला, बरोबर त्याच वेळी दादाही तिकडे पडले. मी लगेच दादांना पत्र लिहिलं. आमच्या अपघाताची त्यांना काळजी वाटू नये इतपत माहिती दिली.

काकांची तब्येत हळूहळू सुधारू लागली. गेले काही महिने आमची प्रचंड धावपळ चाललीये. सगळी घडीच बदललीये. रोजच्या व्यापातून कुठेतरी दूर गेलं पाहिजे. मुलांना उन्हाळ्याची सुट्टी आहे, ती नुसती घरात बसून वाया चाललीये. मला सुट्टीचा प्रश्न असल्याने निदान शनिवार, रविवार जवळपास कुठेतरी ट्रीप करण्याचा विचार केला. दरवर्षी उन्हाळ्यात कॅम्पिंगला जाणं, हा आमचा आवडता छंद. दोनचारशे मैलांच्या परिसरात एखादी कॅम्पिंगची जागा नक्की करून दोन-चार

दिवसांसाठी जाऊन यायचं. कधी बरोबर मित्रमंडळी असतात. कधी आमचे आम्हीच.

गावापासून दूर, डोंगराच्या कुशीत, घनदाट जंगलामध्ये तंबू ठोकून राहण्यात आगळीच गंमत. आजूबाजूला असेच लहानमोठे वेगवेगळ्या आकाराचे रंगीबेरंगी तंबू. जवळच पिण्याच्या पाण्याची सोय. थोड्या अंतरावर स्वच्छतागृह. लाकडं आणून, ती पेटवून त्यावर केलेलं जेवण. त्याची चव औरच. उंच उंच झाडं. लवकर होणारा अंधार. प्रत्येक तंबूपढे पेटलेली शेकोटी, कोणी लावलेले पेट्रोमॅक्सचे दिवे. बाकी सगळा गुडूप अंधार. सतत चाललेल्या शहरी धावपळीला, गजबजाटाला कंटाळून उन्हाळ्याच्या सुट्टीत निदान दोन-चारदा असं कॅम्पिंग केल्याशिवाय चैन पडत नाही. त्या निमित्तानं मुलांबरोबरही जास्तीत जास्त वेळ घालवायला मिळतो.

पण आई-काका आल्याने त्यांना घेऊन, विशेषत: काकांना घेऊन, कॅम्पिंगला कसं जायचं? हा प्रश्न पडला. घरच्या घरी ते एवढे गोंधळतात. मग कुठल्या कुठे जंगलात जायचं, तंबूत राहायचं म्हणजे तर ते आणखीच गोंधळतील. तेव्हा निदान यानं तरी मुलांना घेऊन कुठेतरी जाऊन यावं, असं मी सुचवलं. पण याला ते पटणं शक्यच नव्हतं. आई-काका आल्याने आमच्या रोजच्या जीवनात बदल घडला होता. त्यात माझी भारताची ट्रीप, आमचा अपघात या सगळ्यातून आई-काकांकडे लक्ष पुरवता-पुरवता मुलांकडे मात्र दुर्लक्ष होत होतं.

शेवटी ठरवलं की, सगळ्यांनी मिळूनच जायचं. कुठेतरी अगदी जवळचं ठिकाण शोधून काढायचं. तिथे गेल्यावर काका जर खूप बावरले, त्यांना काही त्रास होतोय असं वाटलं, तर लगेच परत यायचं.

त्याप्रमाणे, आमच्या घरापासून शंभर-सव्वाशे मैलांवर असलेल्या 'कॅनिंगहॅम फॉल्स'ला गेलो. आईंना कॅम्पिंगचं वर्णन ऐकवल्यामुळे त्यांना तर खूप उत्सुकता होती. शिवाय त्यांना प्रवासाची, कुठे जायचीयायची मुळातच फार आवड. कॅम्पिंगला लागणाऱ्या सामानाची यादी केलेली आहेच. रोहित-अमितनं त्या यादीप्रमाणे सर्व तयारी करून घेतली. शुक्रवारी ऑफिसमधून दोन तास लवकर निघालो. घरी येऊन सामान गाडीत भरलं आणि निघालो. दीड तासातच इच्छित स्थळी पोहचलो. मुलांनी भराभर सामान काढलं. तंबूचे खोके काढले. या वेळी आई-काका असल्याने एक तंबू पुरला नसता. मुलांसाठी नवीन तंबू आणला. भराभर आम्ही सर्वांनी मिळून दोन्ही तंबू उभारले, सामान व्यवस्थित ठेवलं. काका मजेत होते. ती दाट झाडी बघून ते आनंदले. अधूनमधून ते काही बोलण्याचा प्रयत्न करत. बहुधा पोलादपूरची आठवण त्यांना येत असावी. आमच्याबरोबर ते सगळीकडे हिंडतफिरत होते. त्यांना बाथरूमला आठवणीने नेऊन आणण्याचं काम मुलं करत. दोन दिवस मजा करून आम्ही परतलो.

मुलांच्या शाळा लवकर सुरू होणार होत्या. सप्टेंबरच्या पहिल्या आठवड्यात

वीकएन्डला जोडून सोमवारची 'लेबर डे'ची सुट्टी होती. लाँग वीकएन्ड! किती आधीपासून सर्वांचे बेत ठरतात या वीकएन्डचे. कारण या वीकएन्डनंतर उन्हाळ्याच्या सुट्या संपतात, मुलांची शाळा-कॉलेजं सुरू होतात आणि लोकांच्या जीवनाची गाडी पुन्हा रुळावर येते. शिवाय, पुढे हळूहळू थंडीची चाहूल जाणवायला लागते.

या वेळी आम्हीही आमच्या मित्रमंडळींसमवेत कॅम्पिंगला जाण्याचा बेत आखला. कॅम्पिंगला गेलो, मुलांना कंपनी होती, आईंनाही कंपनी होती. सगळ्यांनी खूप मजा केली. हिंडणं, फिरणं, पोहणं, बोटिंग आणि भरपूर चटकमटक खाणं.

कॅम्पिंगहून आम्ही परतलो. याला जरा अस्वस्थ वाटू लागलं. छातीत दुखतंय म्हणू लागला. डॉक्टरला फोन करू या, हॉस्पिटलात जाऊ या म्हटलं तर हा तयारच होईना. बरं वाटेल थोड्या वेळानं हाच याचा धोशा.

"अरे दिलीपा, दोन दिवस वेळीअवेळी खाणं-पिणं झालं, रात्रीची जाग्रणं, त्यामुळे गॅस झाला असेल." आई म्हणाल्या.

मग त्यांनी ह्याला सोडा प्यायला दे, आलं चावायला दे असले प्रकार करून बघितले. अजून हा अस्वस्थच होता. थोड्या वेळानं बरं वाटेल म्हणत हा डॉक्टरचं नाव काढू देईना. रात्र तशीच तळमळत गेली, सकाळी आधी मी डॉक्टरांना फोन केला. त्यांनी ताबडतोब हॉस्पिटलला जायला सांगितलं.

आम्ही हॉस्पिटलला आलो. एरवी इमर्जन्सीमधे गेल्यावर सतरा फॉर्म्स भरण्यात एवढा वेळ निघून जातो की, प्रत्यक्षात डॉक्टरची आणि पेशंटची भेट होईपर्यंत होणारा त्रास थांबलेला असतो. आज मात्र याच्या छातीत दुखतंय म्हटल्यावर याला ताबडतोब आत घेऊन प्राथमिक चाचणी झाली, मग लगेच एक्सरे काढायला नेलं. मी बाहेर अस्वस्थपणे थांबले होते. आणखी काय वाढून ठेवलंय पुढे, तेच कळेना.

थोड्या वेळानं नर्स आली. ती मला आतमध्ये घेऊन गेली. हॉस्पिटलच्या डॉक्टरांनी याला तपासून निदान केलं होतं ते त्यांनी फोनवर आमचे फॅमिली डॉक्टर भोजराज यांना सांगितलं. डॉ. भोजराजांनी फोनवर दिलीपला काय झालंय ते मला सांगितलं.

"विशेष काळजी करण्यासारखं काही नाही. त्यांना 'PNEUMOTHORAX' झालाय."

"म्हणजे?" मी घाबरून विचारलं.

"म्हणजे त्यांचं उजव्या बाजूचं 'LUNG COLLAPS' झालंय."

"बापरे! म्हणजे नेमकं काय झालंय?" मी जास्तच घाबरले.

"म्हणजे असं की, टायर कसा फ्लॅट होतो गाडीचा, तसं फुप्फुस फ्लॅट झालंय. ते पंक्चर होऊन त्यातली हवा बाहेर पडून आजूबाजूला पसरली आहे. त्यामुळे छातीवर प्रेशर येऊन छातीत दुखतंय. लवकरच स्पेशालिस्ट येईल, तो

ताबडतोब शस्त्रक्रिया करेल, घाबरण्यासारखं काही नाही. मात्र हॉस्पिटलमध्ये आठ-दहा दिवस तरी राहावं लागेल. आमच्याकडे या केसचे पेशंट्स येतात तेव्हा साधारणपणे तीस ते चाळीस टक्के LUNG COLLAPS झालेलं असतं. पण मला हॉस्पिटलच्या डॉक्टरांनी नुकतंच सांगितलं की, दिलीपची पूर्णपणे, शंभर टक्के कोलॅप्स झालेली आहे.'' डॉ. भोजराज मला समजावून सांगत होते.

मी फोन बंद केला. या सगळ्याचा अर्थ हळूहळू कळला. मनात विचार आला, 'काल संध्याकाळी त्रास सुरू झाल्याबरोबर जर लगेच इथे आलो असतो तर? थोडा आग्रहीपणा मीच करायला हवा होता. याचं न ऐकता कालच इथे यायला हवं होतं. पण आता तसं वाटून काय उपयोग?'

मी याच्याजवळ गेले. हा अगदी थकून गेला होता. नाकामधून ऑक्सिजनच्या नळ्या घातल्या होत्या. कालपासून चालू असलेला त्रास, नीट धड श्वास घेता येईना. रात्रभर झोप नाही.

हा म्हणाला, ''बोललीस नं डॉक्टरांशी? झालं समाधान? काळजी करण्यासारखं काही नाही.''

मी उसनं हसू आणून म्हणाले, ''अरे, डॉक्टर म्हणत होते, इथे असे पेशंट येतात, तेव्हा जेमतेम तीस ते चाळीस टक्के लंग कोलॅप्स झालेलं असतं. पण आपण पोलादपूरकर चित्रे नं? मग आपलं कसं सगळंच मोठं असायला हवं! लंग कोलॅप्स, ते सुद्धा पुरेपूर शंभर टक्के!''

घरी आईंना फोन करून याच्या आजाराची जुजबी माहिती दिली. त्या बिचाऱ्या घाबरून माझ्या फोनची वाट पाहत होत्या.

''मी सांगते शोभा तुला, त्या दिवशी दिलीपनं एवढं बोटिंग केलं म्हणून हा प्रकार झाला. सारखं वल्हं मारूनमारून ताण पडला असेल.''

मी नुसतं हो, हो केलं. मग याच्या आणि माझ्या ऑफिसमध्ये फोन करून झाला प्रकार सांगितला.

दुसऱ्या दिवशी मी आई-काकांना आणि मुलांना घेऊन हॉस्पिटलमध्ये गेले. हा थकलेला होता, शस्त्रक्रियेनंतर जास्तच गळून गेला होता. बऱ्याच नळ्या इकडून तिकडे जोडलेल्या होत्या. ते बघूनच आई घाबरल्या.

''शोभा, हा काय प्रकार? तू तर म्हणालीस विशेष काही नाही म्हणून!''

याला पाहून काका म्हणाले, ''हे... हे... काय? लवकर बरे व्हा!''

याची तब्येत सुधारत होती. दोन दिवसांनी मी कामावर जायला सुरुवात केली. सारखीसारखी बिनपगारी सुट्टी तरी किती घेणार?

ऑफिसला पोहचले तर प्रत्येकाचे प्रश्न; काय झालं, कसं झालं? मात्र "LUNG COLLAPS" हा शब्दप्रयोग बहुतेकांना माहीत होता. घाबरण्यासारखं काही नाही, असा दिलासा मला सगळ्यांनी दिला.

थोड्या वेळानं मॅगी माझ्याजवळ आली आणि म्हणाली, "परवा लिंडाकडून मला दिलीपच्या आजाराचं कळलं आणि तुझीच काळजी वाटायला लागली. तू कशी आहेस सांग?"

"मी उत्तम आहे. मला आजारी पडून चालणार नाही." मी हसत म्हणाले.

"तसं नाही गं, पण तू नक्कीच घाबरली असशील! सारखं काहीतरी मागे लागलंय तुझ्या. मला तर तू गेल्या वर्षी तुला पडलेलं स्वप्न सांगितलं होतंस, त्याचीच आठवण येऊ लागली. वाटलं, तूही त्या स्वप्नाचा विचार करत असशील."

"स्वप्न? ओह, ते स्वप्न! मॅगी, मी ते विसरलेसुद्धा बघ."

मागे कधीतरी आमच्या स्वप्न या विषयावर गप्पा चालल्या होत्या. त्या वेळी, कशी काहीही स्वप्नं पडतात या संदर्भात मी सहज ते स्वप्न सांगितलं होतं आणि मॅगीनं तेच लक्षात ठेवलं होतं.

"अगं, मागील वेळी तुम्हाला अपघात झाल्याचं कळलं तर मी पहिला प्रश्न विचारला, शोभाचा नवरा कसा आहे? मला वाटतं, GOD IS TRYING TO TELL YOU SOMETHING!" मॅगीच्या सुरात काळजी.

"कुणास ठाऊक! परमेश्वराला जे काही आम्हाला सांगायचं असेल ते त्यानं सरळ मार्गानं सांगावं. असल्या मार्गानं कशाला?" मी म्हणून गेले.

दिलीपच्या आजारपणाचं कळल्यापासून सतत कोणाचे ना कोणाचे फोन येत असतात. खरंतर प्रत्येकाकडे तीचतीच रेकॉर्ड लावून मी अगदी कंटाळलेय.

काल मंदाताईंचा फोन आला. त्या म्हणाल्या, "शोभा, दिलीप घरी आल्यावर आधी सत्यनारायण घालून टाक. काय हे, तुम्ही या घरात राहायला आल्यापासून देवाधर्माचं काहीच केलं नाहीत. बघ, या घरात सारखं काहीतरी मागे लागलंय."

दुसरं कुणी असं बोललं असतं तर मला रागच आला असता. पण मंदाताई अगदी साध्या, भाबड्या आहेत. कसला सत्यनारायण नि कसलं काय! बरं झालं, आईंच्या कानावर हे पडलं नाही. नाहीतर त्यांनी सत्यनारायणाचा आग्रह धरला असता आणि मग हाही वैतागला असता.

आठ दिवसांत हा हॉस्पिटलमधून घरी आला. पुढे आठवडाभर घरी विश्रांती घेऊन पुन्हा कामावर जाऊ लागला. आमचं आयुष्य पूर्ववत चालू झालं.

एक दिवस संध्याकाळी कामावरून आम्ही घरी आलो. नेहमीप्रमाणे मी

विचारलं, "काय काका, कसे आहात?"

"काहीतरी होतंय." नेहमीपेक्षा हे वेगळं उत्तर. मी त्यांच्या शेजारी जाऊन बसले. "काय होतंय? पोटात दुखतंय का?" मी विचारलं.

"असं का होतंय?"

"कसं होतंय?"

"काही काही आठवत नाही बघा." काकांचा स्वर व्याकुळला होता. अंधारात क्षणैक चमकून जाणाऱ्या काजव्यासारखी त्यांना आठवण झाली की, आपल्याला काही आठवत नाही.

"एवढंच नं, त्यात काही विशेष नाही काका. मलासुद्धा होतं असं कधीकधी. गोष्टी लक्षातच राहत नाहीत. विसरायला होतात सारख्या."

"खरंच?"

"अगदी खरं! आपण त्याचा विचार नाही करायचा. जे लक्षात राहील ते राहील; नाही ते जाईल." मी त्यांचा हात थोपटत हसून म्हणाले. दुसरं तरी काय सांगणार? आणि सांगूनही पुढील क्षणाला ते सर्व विस्मृतीच्या दरीत कोसळणार.

तरीही आपल्याला बरंच काही आठवत नाही, ही जाणीव त्यांना होत असेलच. ती नुसती जाणीवच किती भेदरून सोडणारी!

'आजूबाजूला कोण आहे? पत्ता नाही. या माणसांची नावं काय? माहीत नाही. आपण कुठे आहोत? आठवत नाही. सगळंच अनोळखी. मग आपल्या ओळखीचं सगळं गेलं कुठे? हे शब्द कानांवर येत आहेत, त्यांचा अर्थ? कळत नाही. हरवलं तरी काय? मग शोधायचं कसं? कोणाची मदत घ्यायची? कोणाला सांगायचं तरी काय? काही काही आठवत नाही.'

काकांच्या मनात काय वादळं चालली असतील, याची मी कल्पना करत बसते. कदाचित वादळं नसतीलच. सगळंच उद्ध्वस्त झालेलं, भुईसपाट झालेलं. कोणाला न दिसणारं आणि सगळ्याला पुरून उरणारी एक नुसतीच प्रचंड पोकळी. पण हे सगळं तर अगदी आत्ता आत्ताचं. त्याची सुरुवात कशी झाली असेल... केव्हा झाली असेल... कुठून झाली असेल...?

...अलीकडे असं काय झालंय? काही करावंसं वाटत नाही. कसला उत्साह वाटत नाही. शरीर थकलंय की मन थकलंय? किती वेळा बाबाराव म्हणाले, 'घरीच असता, तर आखाड्यात तरी येत जा.' पण आखाड्यातसुद्धा जावंसं वाटत नाही. तिथे जाऊन करायचं काय? परवा कोण बरं भेटलं होतं; मीटिंग आहे म्हणून म्हणालं? कसली मीटिंग? आखाड्याची की अन्योन्य सहाय्यकारी बँकेची? मीटिंगला

जायला पाहिजे. पण कसली मीटिंग, कोणाची मीटिंग, किती वाजता आहे हे सगळं नक्की कळल्याशिवाय जाणार कसं? कोणाला बरं विचारावं?... त्या ह्यांना विचारायला पाहिजे... पण त्यांचं नाव काय?... आठवत कसं नाही...?

...आज पहाटे नेहमीप्रमाणे उठलो, बंब पेटवायला गेलो. शैलाची सकाळची शाळा. शैला अंघोळीला गेली आणि बंब पेटलेला नाही, हे बघितल्यावर अतिशय चिडली. रोज तर मीच बंब पेटवतो. आज पेटवला नाही, असं कसं होईल? मी बंब पेटवल्यावर कोणी विझवला तर नसेल? पण पेटलेला बंब कशाला कोण विझवेल! श्यामानं गडबडीनं शैलाला गॅसवर पाणी गरम करून दिलं. या गोंधळात शैलाला शाळेत जायला उशीर झाला....

...असं झालंय तरी काय? काहीकाही गोष्टी आठवत नाहीत. एकदम घाबरायला होतं. काहीतरी बोलायला जावं आणि प्रश्न पडतो आपण कोणाशी बोलतोय त्याचा....

...परवा ते हे आले होते. मला वाटलं हे परळीकर आहेत. मी गप्पा करायला सुरुवात केली. श्यामा म्हणाली, "काका, तुम्ही यांना ओळखलंत ना, हे चिटणीस आहेत." ...मी हसलो. "अगं, चिटणिसांची ओळख मी कसा विसरेन? मी तुमची गंमत करत होतो." मग सगळेच हसले. पण पुढे कोण हे चिटणीस, त्यांच्याशी काही बोलणं जमेना. ...घरी सारखं कुणी ना कुणी येतं. कुणी आलं की, आनंद वाटतो. पण कोणाशी काय बोलायचं तेच कळत नाही... चेहरे ओळखीचे वाटतात. पण नावं आठवत नाहीत. समोरची व्यक्ती कोण आहे हेच जर कळलं नाही तर बोलणार तरी काय? बरं, नाव नुसतं कळून काय उपयोग? काहीतरी बोलून वेळ मारून न्यायची झालं....

...आज जाऊन इलेक्ट्रिकच्या बिलाचे पैसे भरायचे होते. शैलानं सकाळी दहादा आठवण करून दिली. शेवटी मी चिडलो. एवढं काय माझ्या लक्षात राहत नाही का? नेहमी नाही का मीच पैसे भरून येत! त्यात काय एवढं मोठं? शैला शाळेत निघून गेली. मी बिल घेतलं, इलेक्ट्रिकचे पैसे भरायला निघालो. पण लक्षात आलं की, माझ्याजवळ पैसे नाहीत. पैसे भरायचे आहेत, पण पैसे आहेत कुठे? कपाटात असतील. पण कपाटाची किल्ली? बाहेर जाऊन पैसे भरायचेत, याची आठवण आहे. पण कसले बरं पैसे भरायचेत?... आपण मघापासून काय शोधतोय इथे?... आणि हे बिल कसलं...?

...गॅसवाल्याची सकाळपासून वाट पाहिली, पत्ताच नाही. शैलाची, श्यामाची केवढी गडबड! गॅस कालपासून संपलाय. सकाळपासून येणारा गॅसवाला दुपारी आला. बरे संदीपनं पैसे दिले होते गॅसवाल्याला द्यायला. गॅसवाल्यानं त्याचं काम केलं, त्याला पैसे दिले. तो गेला... तो गेला... त्याला किती पैसे दिले आपण?

शंभराची नोट होती ती?... मग उरलेले पैसे? असं छातीत का धडधडतंय?... पैसे कुठे आहेत?...

...या सगळ्यांना झालंय तरी काय? काही विचारायला जा. त्यांचं म्हणणं एकच; हा प्रश्न तुम्ही पूर्वी दहा वेळा विचारलाय. कमाल झाली. मी जर विचारला असता तर तुम्ही कोणी त्याचं उत्तर दिलंच असतं. मग पुन्हा तोच प्रश्न मी कसा विचारला असता?... हे असं काय होतंय?... काय चाललंय?... आपल्याला आठवत नाही की, या सर्व मंडळींचा आपल्याविरुद्ध काही कट चाललाय?...

...डॉक्टर म्हणतात म्हातारपणात स्मरणशक्ती क्षीण होत जाते. कसलंतरी औषध त्यांनी दिलंय. त्या औषधावरून पुन्हा पुन्हा घरात ओरडा होतो. कारण औषध घ्यायची आठवण राहत नाही. औषध घेतलं की नाही घेतलं?... गोळ्या किती घ्यायच्या... केव्हा घ्यायच्या? डॉक्टरांनी गोळ्या दिल्या होत्या की वैद्यांकडे गेलो होतो त्यांनी पुड्या दिल्या होत्या?... लक्षात काही राहत नाही बुवा...! बरं, कोणी धड सांगतही नाही. परत मलाच सगळा दोष; मी हे केलं नाही... मी ते केलं नाही....

...काय करावं कळत नाही. नुसतं बसून कंटाळा येतो. काहीतरी काम करायला जावं तर भलतंच होऊन बसतं. घरातल्या सगळ्या वस्तू आठवणीनं मीच उचलून ठेवायच्या. महत्त्वाच्या वस्तू, पैसा-अडका काय उघड्यावर ठेवायचा... मी सगळं नीट जपून ठेवायला जातो... एखाद्या वेळी नाही आठवत नेमकं काय कुठे ठेवलं ते... मग सगळ्यांचं म्हणणं, 'तुम्ही हात लावताच कशाला घरातल्या वस्तूंना?...'

...मागच्या गॅलरीत श्यामानं खलबत्ता धुवून ठेवला होता उन्हात. लहानगा सारंग अवखळ आहे. नेमका तो तिथे जाईल, धडपडेल. पायावर बत्ता पाडून घेईल. तो तिथून उचलून पुसून नीट जागेवर ठेवायला हवा....

...पायाला ठणका लागलाय. पाय हालवताच येत नाही. पायाची बोटं फ्रॅक्चर झालीत. कशा या वेदना सहन करतोय ते माझं मला माहीत. पण हे पायाला काय लागलं?... कळा मस्तकात जाताहेत आणि प्रत्येकाचा प्रश्न एकच; तुम्ही खलबत्ता घेऊन काय करत होतात? मी कशाला खलबत्त्याला हात लावीन? त्या शेजारच्या गंगूबाई म्हणाल्या, 'भाईराव, खलबत्त्यात काय कुटत होतात?' मग शैला माझ्यावरच चिडली....

...हा पैशांचा घोळ काय चाललाय कळत नाही. इतका पुन्हा पुन्हा हिशोब करतोय, पण पैसे कमीच भरतायत दरवेळी. आयुष्यभर ऑडिटर म्हणून काम केलं. गावड्या गावात जाऊन सहकारी सोसायट्यांचे हिशोब तपासत होतो. प्रत्येक पै पैचा हिशोब लावत होतो. कधी कुठली चूक झाली नाही, कसला घोटाळा झाला

नाही की कोणी कधी अविश्वास दाखवला नाही. आता हे म्हणतात मला हिशोब जमत नाहीत....

दुकानात जाताना नीट यादी करून घेतली, बाहेर पडलो. बाहेर पडलो खरा, पण जायचं कुठे? या वस्तू कुठे मिळतात? आपल्याला इतकंही आठवत नाही, हे कसं शक्य आहे? संदीपनं तरी सांगू नये कुठे जायचं ते? हा रस्ता असा लांब लांब का चाललाय? किती वेळ चालतोय आपण तरी संपतच नाही. कुठे आहोत आपण? कुठे निघालोय? काहीतरी आणायचंय. पण काय आणायचंय?...

...आज दुकानात आठवणीने गेलो, यादी दिली. पैसे परत परत मोजून घेतले. वस्तू घरी आणल्या, कुठलाही गोंधळ झाला नाही, सुटलो. कसं मोकळं वाटतंय आज! नाहीतर बाहेर पडायचंच दडपण येतं. सांगणार तरी कुणाला?

शैला-श्यामानं पिशव्या उघडल्या आणि शैला संतापली. या वस्तू सांगितल्याच नव्हत्या. असं कसं होईल? यादीप्रमाणेच मी वस्तू आणल्या. श्यामानं शांतपणे माझ्याकडची यादी मागितली. यादी कुठे आहे? शोधता शोधता सापडली एकदाची ती यादी. श्यामा म्हणाली, ''काका, आधी लिंबू सरबत प्या. उन्हातून आलात. ही यादी जुनी आहे. मी जाऊन घेऊन येते सामान.''

...परवाची मुंबईची ट्रीप चांगली झाली. आणखीही कुठे कुठे जाऊन आलो खरा! पार्ल्याला जाऊन आलो. चिंतोबांनी शोभाचं आलेलं पत्र, फोटो दाखवले. आम्हालाही गेल्याच आठवड्यात पत्र आणि फोटो आलेत. मुलं मोठी झालीत. मुलांचे फोटो बर्फात खेळताना काढलेत. उगीच बर्फात कसली खेळतात मुलं! सर्दी व्हायची. चिंतोबांशी खूप गप्पा झाल्या. वेळ कसा गेला कळलंच नाही. अगदी थेट महाडच्या गप्पा निघाल्या. शाळेतला तो पहेलवान भाई देशमुख... वर्गातला तो किडकिडीत बाबा देशपांडे... जोशी मास्तर... चांदे मास्तर... कितीतरी आठवणी. त्या शेजारच्या खाष्ट ताराबाई... तिथून उठूच नये असं वाटत होतं....

...आज सकाळी बाहेर केळीवाला ओरडत होता. शैला कामात होती. ती म्हणाली, ''बाहेर केळीवाला आलाय, केळी घ्या थोडी.'' आज तिचा उपवास. शैला फराळाला बसली. मग केळ्यांची शोधाशोध. काय झालं? कुठे ठेवली? घेतली होती की नाही मी केळी? काही आठवत नाही बुवा!...

मग शैला खूप चिडली. ''एवढं कसं आठवत नाही? सांगूनसुद्धा कामं कशी करता येत नाहीत? काम तरी कसलं मोठंसं? आठवत नाही म्हटलं की, तुम्ही सुटता; आमचा इतरांचा गोंधळ काय होतो त्याची किंमत नाही. काही लक्षातच ठेवायचं नाही. कोण काय बोलतंय तिकडे लक्ष द्यायचं नाही. मला हवी होती नं केळी, मग तुम्ही कशाला घ्याल? आठवत नाही म्हणता मग पार्ल्याला गेलो होतो तिकडे किती वेळ तुमच्या गप्पा चालू होत्या. महाडची शाळा, तुमचे मास्तर,

वर्गातली मुलं; सगळंसगळं बोलून झालं. ते बरं सगळं आठवलं? तुमचे घरात काय गोंधळ चालतात, आमच्यामागे काय मगजमारी आहे, हे कोणाला सांगितलं तर विश्वास कोण ठेवेल?''

कितीतरी वेळ शैला बोलत होती. तिची तरी काय चूक? पण आपण त्या केळीवाल्याकडून केळी घेतली की नाही घेतली? मी त्या केळीवाल्याला हाक मारली होती का? एवढं कसं आठवत नाही? कसं आठवत नाही? एखादी गोष्ट मनातून निसटते कशी? पण आपल्या स्मरणशक्तीला जर काही झालं असलं तर अगदी एवढ्या जुन्या जुन्या गोष्टी कशा नीट आठवतात? पोलादपूर... ती बहिरोबाची पालखी... महाड... महाडची शाळा... तिथून पुढे बडोदा... भाऊंच्या आखाड्यात त्यांच्याबरोबर केलेली कामं... आखाड्यात होणारी गुरुपौर्णिमा... हनुमानजयंतीचा उत्सव... भाऊंच्या बरोबर केलेलं प्रतापसिंह गायकवाडांच्या शस्त्रागाराचं काम! सगळंसगळं काल घडल्यासारखं आठवतं. मग आत्ता शैला कशावरून आपल्यावर चिडली होती?

...सारंगबरोबर बाहेर पडलो, सामान घेतलं. आम्ही दोघं परत निघालो. मी चालायला लागलो. सारंगनं माझा हात ओढला, "आबा, इकडे कुठे चाललात; आपल्याला घरी जायचं आहे.'' असं कसं झालं? आयुष्य बडोद्याला गेलं. हजार वेळा या रस्त्यानं आलो, गेलो. मग आज सगळं हरवल्यासारखं का वाटावं? कुठे जावं तेच कळेना. बरं तर बरं; सारंग बरोबर होता. हसून त्याला म्हणालो, "बघत होतो तुला रस्ता माहीत आहे का?''

...श्यामा संदीपनं कुठे बाहेरगावी जाण्याचा बेत काढला. सगळी तयारी झाली. निघायची वेळ झाली. संदीप रिक्षा आणायला गेला. मला आठवलं, माझं दाढीचं सामान घ्यायचं राहिलं. दाढीचा डबा उघडला आणि लक्षात आलं की, आज दाढी करायचीच राहिली. जुनी ब्लेड टाकून दिली, नवीन ब्लेड काढली.

श्यामा कुलूप लावायला का निघाली? आणि माझ्या हातातून एवढं रक्त कसं येतंय? काय लागलं? मला ते बघूनच चक्कर आली. हा हात असा कापला कसा? ब्लेड कशी आली माझ्या हातात?...

...दिलीप तिकडे लांब राहतो, वॉशिंग्टनला आहे. दिलीप, शोभा, रोहित, अमित किती वर्षांत भेटले नाहीत. पोरं मोठी झाली असतील. गणपतीला येऊन गेले, असं शैला म्हणत होती. मग मला भेटल्याशिवाय ते सर्व गेले कसे? मी तर इथेच आहे. मग भेट कशी नाही झाली?...

...दिलीप, शोभा तिकडे खूप दूर राहतात... वॉशिंग्टनला आहेत....

...वाड्याच्या बाहेर जायचं कसं? रस्ता हरवला तर? हे रस्ते तरी कसे इकडचे तिकडे जातात? ही बिल्डिंग कसली? कसलीच खूण पटत नाही. ही मंडळी

आपल्याकडे बघून हसतायत का? मला तर कोणी ओळखीचं वाटत नाही. म्हणूनच घराबाहेर पडणं नकोसं होतं....

...कुठे निघालोय आपण? हे कोण कोण? एवढी गर्दी? पण कोणी ओळखीचं कसं नाही? केवढी ही माणसं? आपण कुठेतरी हरवणार. कुठे जायचंय? शैला बरोबर आहे. ती नेईल तिकडे जायचं. तिच्यावर लक्ष ठेवायला हवं. ती सोडून गेली तर? काहीतरी होतंय... दुखतंय... कुठेतरी दुखतंय... भीती वाटतेय.

...कुठे आलो आपण? ही माणसं कोण? शैला आपल्याला इकडे का घेऊन आली? किती दिवस राहायचंय लोकांकडे. थंडी... थंडी वाजतेय सारखी. हात दुखतायत, पायही दुखत असतील. काहीतरी दुखतंय... दिलीप... दिलीप कुठे आहे?...

...दिलीप खूप दूर राहतो, वॉशिंग्टनला. हे वॉशिंग्टन आहे का? पण दिलीप कसा इथे नाही? पंडितजींच्या शाळेत जाणारा, भाऊंचा लाडका. सतत मस्ती करणारा दिलीप गेला कुठे? कसं लक्ष ठेवायचं त्याच्यावर? हा मुलगा कोण? हा दिलीप तर नाही? मी पुन्हा पुन्हा त्याला त्याचं नाव विचारतोय. तो दुसरंच नाव सांगतोय. काही लक्षातही राहत नाही. त्याच्याबरोबर हा दुसरा थोडा मोठा मुलगा कोण? पण दिलीप कुठे आहे? तो खूप लांब राहतो. हा पांढऱ्या दाढीचा माणूस कोण आलाय इकडे? सारखी आपली चौकशी करतोय. पण त्याच्याशी तरी काय बोलणार? शब्द आठवत नाहीत आयत्या वेळी. कोणाला तरी आठवणीनं विचारलं पाहिजे ही मुलं कोण? हा दाढीवाला कोण? ही मुलं संदीप-दिलीप तर नव्हेत? आणि ही बाई कोण? सारखी आपल्या आगे-मागे असते. हे खा, ते घ्या. दूध घ्या, पाणी प्या. सारखं काहीतरी बोलत असते. ही कोण आहे तेच कळत नाही. पोलादपूर, पोलादपूर म्हणत असते. तिथलीच असावी, तिलाही आपल्यासारखी पोलादपूरची आठवण येत असावी....

...दाढी करायची, अंघोळ करायची म्हणजे नेमकं काय करायचं? या लोकांची तरी कमाल झाली. नुसतं हे करा, ते करा म्हणून सांगतात. पण म्हणजे काय करायचं त्याचा अर्थ कोणी समजावून सांगत नाहीत! ही बाई कोण? ही आपली काकी?

...या पाण्यात हात बुडवला तर बिघडलं कुठे? हात धुवायचा होता. या बाईनं मला इथे आणलं. समोर पाणी दिसलं त्यात हात बुडवला. एकदम कोण म्हणालं, "शी: शी:, ते घाण पाणी आहे." कसली घाण? हे... हे माझे दात आहेत. ही बाई माझ्या मागे का लागते? तिला माझे दात का हवेत? मी मुळीच कोणाला माझे दात देणार नाही. खुशाल कोणाला आरडाओरडा करू दे. मलाही ओरडता येतं....

...पोलादपूरची मंडळी भेटायला आलीत?... कुठे आहेत ती?....

... हे पोलादपूर आहे का? कुठे आहोत आपण? हे कोणाचं घर? ही एवढी झाडं कसली? आंब्याची? फणसाची? पण सावित्री नदी कुठे आहे? किती दिवसांत सावित्री नदीवर पोहायला गेलो नाही. असं घाबरायला का होतंय? पोटात दुखतंय की छातीत दुखतंय? आजूबाजूला आपलं कोणी नाही. आपली काकी कुठे गेली? आणि दादा? असं काय होतंय? काय दुखतंय? डोकं दुखतंय का? पण डोकं म्हणजे काय? पोट म्हणजे काय? हात म्हणजे काय? ...अंधार, अंधार... नुसता अंधार!!

***

काकांचा या दुखण्यापासून सुरू झालेला हा सर्व प्रवास माझ्या डोळ्यांसमोर उभा राहतो. मी अस्वस्थ होते. आज विचार करताना वाटतं, गेल्या इतक्या वर्षांत हळूहळू या दुखण्यानं त्यांना गिळंकृत करताना त्यांच्या मनावर केवढा ताण आला असेल! त्याची ते कोणाकडे चर्चाही करू शकले नाहीत. आम्हीही कोणी त्यासंबंधी त्यांच्याशी मोकळेपणानं बोललो नाही. आज मात्र ते सर्व सुखदु:खाच्या पलीकडे पोहचलेत. मागचा क्षण त्यांना अजिबात आठवत नाही. पुढच्या क्षणाचा विचार त्यांच्या डोक्यात येऊ शकत नाही.

'अल्झायमर' या रोगावर जेवढी काही माहिती मिळेल ती मिळवण्याचा, ती वाचण्याचा मी प्रयत्न करते. डॉक्टरांनी निरनिराळ्या पेशंटविषयी लिहिलेली माहिती, पेशंट्सच्या नातेवाइकांनी दिलेली माहिती; ती सगळी वाचणं, ती समजावून घेणं आणि त्या दृष्टीनं काकांकडे पाहणं मला सोपं जातं. त्यांच्या हातून घडणाऱ्या किंवा घडू न शकणाऱ्या गोष्टींकडे मी तो त्यांच्या विस्मरणाचा भाग म्हणून बघू शकते. पण मला जे काही समजलंय त्यावरून मी काकांविषयी बांधलेली अनुमानं, त्यांच्या वागण्याकडे माझं बघणं हा एक भाग आणि हे सर्व आईंना सांगणं, समजावणं हा दुसरा भाग. तो जितका महत्त्वाचा तितकाच कठीण!

आईंच्या स्वभावाची जडणघडण वेगळीच. त्यांचं शिक्षणही फारसं झालेलं नव्हतं. भोवती परंपरा जपणाऱ्या नातेवाइकांचा गोतावळा. लग्नानंतरची आर्थिक परिस्थिती अगदीच बेताची. अशा परिस्थितीत संसाराचा गाडा जर रेटायचा असेल तर बाईनं द्रव्यार्जन करण्याचं महत्त्व त्यांनी ओळखलं. मग त्यांनी शिवणाचा कोर्स केला, परीक्षा दिल्या, डिप्लोमा घेतला. प्राथमिक शाळांमधून शिवणकाम-भरतकाम हा विषय सुरू करावा म्हणून त्या धडपडल्या, त्यात यश मिळवलं. आपल्यासारख्या इतर बायकांना स्वत:च्या पायावर उभं राहण्यास त्यांनी प्रचंड मदत केली. महिना फक्त सात रुपये पगारावर त्यांनी शिवणशिक्षिकेची नोकरी सुरू केली. त्या वेळी

त्यांच्या वाट्याला आली ती फक्त नातेवाइकांची अवहेलना आणि उपेक्षा. पण आई सगळ्यांना पुरून उरल्या. आपल्याला पुढे जायचं असेल, तर आहे त्या परिस्थितीत समाधान न मानता, लोकांची पर्वा न करता नोकरी चालू ठेवली पाहिजे, आपल्या कुटुंबाला पुढे नेलं पाहिजे हे त्यांनी जाणलं. त्यातून त्यांचा आत्मविश्वास वाढीस लागला. मग त्यांनी बायकांसाठी संस्था चालवल्या, विद्यार्थ्यांसाठी शिवणकलेचे क्लासेस उघडले. विविध हस्तकलेच्या द्वारे लघुउद्योग उभारण्याची धडपड केली. सहकारी संस्थांमधून कामं केली. आपल्या हिमतीने आणि कर्तबगारीने त्या गरीब परिस्थितीतून बाहेर पडल्या. घरात राहून फक्त चूल आणि मूल करणाऱ्या इतर बायकांपेक्षा त्या कितीतरी वेगळ्या.

तरीही, दुसऱ्यांच्या आयुष्यात, संसारात घडणाऱ्या गोष्टींकडे बघणं, त्यावर भाष्य करणं वेगळं आणि स्वत:च्याच आयुष्यातल्या प्रसंगांकडे बघणं, ते स्वीकारणं हे वेगळं. यांत खूप फरक आहे. त्यामुळेच काकांच्या या दुखण्याचं स्वरूप आईंना समजावून सांगणं, यापुढे काकांचं हे विस्मरण वाढत जाऊन काय होऊ शकतं, हे सांगणं फारच कठीण आहे. पुष्कळदा आईंची प्रतिक्रिया, 'ह्यांना आठवण राहत नाही एवढंच, त्याचा काय एवढा बाऊ करायचा?' अशीही होते.

परवा एक जाहिरात बघितली. रात्री टीव्हीवर एक चित्रपट दाखवणार होते त्याची. जाहिरात पाहिल्यावरच ठरवलं की, हा चित्रपट आपण पाहायचा. सगळ्यांनी मिळून पाहायचा. चित्रपटाचं नाव होतं "DO YOU REMEMBER LOVE?"

आम्ही सर्व चित्रपट पाहायला बसलो. अर्थात काकाही बाजूला होतेच. मी अधूनमधून आईंना समजावून सांगत होते.

एक हुशार प्रोफेसर बाई. तिच्यात होत जाणारे बदल. तिच्या विस्मरणामुळे उडालेले गोंधळ. त्यामुळे नवऱ्याशी उडालेले खटके, वादविवाद. हिच्या वागण्यामुळे मुलांची झालेली चमत्कारिक अवस्था. शेवटी वैद्यकीय तपासणीत तिला अल्झायमर असल्याचं निदान होतं. सुरुवातीला घरच्यांच्या मदतीनं ती या दुखण्याला तोंड देते. पण हे दुखणं झपाट्याने कुठल्या थराला जातंय, याची जाणीव ठेवून नाइलाजाने ती नर्सिंग होममध्ये दाखल होते. एका तडफदार बाईच्या आयुष्यात घडत जाणारी केविलवाणी स्थित्यंतरं यात दाखवलेली होती.

हा प्रश्न फक्त आपल्या कुटुंबापुरता मर्यादित नसून आज जगाच्या पाठीवर अनेक कुटुंबं या प्रश्नाला तोंड देत आहेत, हे आईंना आम्ही समजावून सांगितलं.

आईंना मी नेहमी सांगते, 'आई, आपण काकांच्या वागण्याकडे दुर्लक्ष करायला हवं आणि वागणं म्हणजे तरी काय तर आपण त्यांना एखादी गोष्ट करायला सांगून

त्यांनी ती न करणं हेच नं? आई, काकांचा उद्देश आपल्याला त्रास द्यायचा नसतो. पण आपण काय सांगतोय हेच त्यांच्या लक्षात येत नाही. लक्षात जरी आलं तरी ती कृती कशी करायची हे त्यांना आकलन होत नाही. मग मानसिक ताणामुळे त्यांना एकदम चक्कर आल्यासारखं वाटत असावं, पोटात दुखत असावं. अहो, नुसती अंघोळ म्हटली तर आपल्या मते ती अगदी साधी गोष्ट, अंगवळणी पडलेली एक क्रिया. पण काकांच्या बाबतीत, त्यांना कसलीच आठवण राहत नसल्याने 'अंघोळ करा', म्हणजे नक्की काय करायचं, हे त्यांच्या लक्षात येत नाही. आपण जरी त्यांना अंघोळीसाठी पाणी काढून दिलं तरी अंघोळ या लहानशा कृतीत कितीतरी क्रिया दडल्यात. अंगातले कपडे काढायचे, अंगावर पाणी घ्यायचं, साबण लावायचा, अंग चोळायचं, परत पाणी घ्यायचं, अंग पुसायचं आणि वर कपडे चढवायचे. पण हे आधीचे कपडे नाही तर दुसरे चांगले धुतलेले. आई, ज्यांना काही आठवतच नाही, शब्दांचे अर्थही लक्षात राहत नाहीत त्यांना एवढ्या सगळ्या गोष्टी करणं किती कठीण आहे. आपल्याला जर कोणी पाच, दहा कामं एकदम करायला सांगितली तर आपलाही गोंधळ उडेल की नाही?'

खरं म्हणायचं तर, आईंच्या वयाला काकांच्या दुखण्याचं हे स्वरूप जाणून घेणं आणि दिवसेंदिवस त्यांची काय अवस्था होत जाणार आहे, ते कटू सत्य स्वीकारणं, हे तसं सोपं नाही. गेल्या पंचेचाळीस वर्षांच्या त्यांच्या वैवाहिक आयुष्यात अनेक मान, अपमान सोसून दोघांनी भरपूर कष्ट केले. त्या कष्टांची आता समोर असलेली फळं दोघांनी मिळून मनमुराद लुटायची, तर त्या अगदी एकट्या पडल्या. तसं लौकिक अर्थानं त्यांना भरपूर सुख मिळालं. इतर मध्यमवर्गीय बायकांपेक्षा त्यांचं आयुष्य कष्टाचं होतं, तसं वेगळंही होतं. घरात कोंडून घ्यावं लागलं नाही. सासरच्या लोकांचा अंकुश डोक्यावर नव्हता. त्यांच्या त्या स्वतंत्र होत्या. आर्थिक स्वातंत्र्य त्यांना होतं. मुलं मार्गी लागली. त्यांनी स्वत: हौसेनं सगळा हिंदुस्थान पालथा घातला होता. परदेशात नुसतं फिरायला नाही तर राहायला त्या आल्या. या वयात आता दोघांनी मिळून स्वस्थ बसून जुन्या आठवणी चाळवत, आनंदात आणि आरामात वर्तमानकाळाचा उपभोग घ्यायचा, तर समोर काका असूनही त्या एकट्या पडल्या. सोबती असूनही साथ हरपली. काकांशी कुठल्याही विषयावर मग बोलणं नाही, चर्चा नाही, हसणं नाही, विनोद नाही. दिवसभर काकांबरोबर घरात त्या एकट्याच. त्यामुळे आईंच्या मनाचा कोंडमारा होणं स्वाभाविक आहे. त्या एकटेपणातूनच मग चीड, संताप, भीती, उद्वेग, खिन्नता उफाळून वर येत असेल. त्यातूनच त्या चिडत, वैतागत असतील.

काकांशी माझं नातं सुनेचं. या दुखण्याने त्यांचं मन एखाद्या लहान बाळासारखं झालंय, हे मी समजू शकते. समोर आपले सासरे आहेत, याचा विसर पडू न देता

मी त्याप्रमाणे वागू शकते. पण आईंनी बायकोच्या भूमिकेतून काकांचं सगळं करताना त्यांना एखाद्या लहान बाळासारखं जपणं, सांभाळणं किती कठीण आहे!

ऑफिसमधून निघताना नेहमीप्रमाणे मी घरी फोन केला. आईंना म्हणाले, "आज घरी आल्यावर अमितला घेऊन दिलीप बाहेर जाणार आहेत. अमितला बाजारातून काही आणायचं आहे. तुम्ही दोघंही आम्ही घरी येऊ तोपर्यंत तयार राहा. म्हणजे त्यांच्याबरोबर तुम्हालाही बाहेर पडता येईल. थोडं कारमधून फिरून आलात की, तुम्हाला बरं वाटेल."

हे डिसेंबरचे दिवस. चार वाजताच अंधार होतो. दिवसभर घरात बसून आई कंटाळतात. पण ऑफिसमधून थकून आल्यावर, घरात इतकी कामं असताना रोज बाहेर कुठे कसं जाणार? उन्हाळ्यात बरं होतं; त्यांचे ते दोघे जण जवळपास फिरून यायचे. घराजवळच्या पार्कमध्ये जाऊन बाकावर बसून मुलांचा खेळ पाहायचे. पण थंडी पडायला सुरुवात झाली आणि आई, काकांचं बाहेर जाणं थांबलं.

सांगू की नको अशा अवस्थेत आई म्हणाल्या, "आज बाहेर नाही जाता येणार आम्हाला."

"का हो, तब्येती बऱ्या आहेत नं?" मी काळजीच्या सुरात विचारलं.

"काय सांगायचं? आज सकाळपासून यांनी माझं डोकं खाल्लंय. सकाळपासून एकसारखी मी यांच्या मागे लागले की, तुमचं दातांचं चोखटं लावा म्हणून. तर लावायलाच तयार नाहीत. आता चोखटंच नाही लावलं तर खाणार कसे? मी पुन्हा पुन्हा आठवण केली तर चिडले एकदम. जोरजोरानं काय हातवारे करायला गेले तर डोळ्यावरचा चष्मा उडून खाली पडला. इथे बरी बाई कार्पेट आहे म्हणून तो फुटला तरी नाही. पण कसं कुणास ठाऊक, त्यांचंच त्यांच्या डोळ्याला नख लागलं. तिथून रक्त येतंय."

"ठीक आहे. आम्ही येतोच लवकर. मग आम्ही आल्यावर बघू काकांच्या डोळ्याचं."

घरी जाताना याच्या कानावर ही हकीकत घातली. आमची समजूत अशी की, डोळ्याला म्हणजे बाहेरच्या बाजूला नख लागून त्यातून रक्त आलं असेल. पण घरी जाऊन बघतो तर भलताच प्रकार. काकांच्या डोळ्याला आतल्या बाजूला लागलं होतं आणि तिथून रक्त ठिबकत होतं. मुलं नुकतीच शाळेतून घरी आली होती. आजोबांना लागल्यामुळे तीही घाबरून आमची वाट बघत बसली होती. ताबडतोब यानं डॉक्टरांना फोन केला. डॉक्टर भोजराज त्या दिवशी क्लिनिकला जाणार नव्हते. ते हॉस्पिटलच्या राऊंडवर होते. त्यांना झाला प्रकार सांगितला. त्यांनी

आम्हाला लगेच क्लिनिकला यायला सांगितलं. तेसुद्धा हॉस्पिटलमधून क्लिनिकला यायला निघाले.

आम्ही सगळे काकांना तयार करायला लागलो. ते अतिशय घाबरले होते, थरथरत होते. तोंडानं त्यांची काहीतरी बडबड चालू होती. आईंना घरीच मुलांजवळ ठेवून आम्ही दोघं काकांना घेऊन निघालो. मी गाडीत मागल्या बाजूला काकांच्या जवळ बसले होते. त्यांना थोपटून धीर देत होते. आपल्याला काहीतरी भयानक होतंय म्हणून डॉक्टरकडे नेण्यात येतंय, असं त्यांना वाटलं असावं आणि ते अगदीच गडबडले. मी उगीचच पोलादपूर, महाड असले शब्द उच्चारून त्यांचं मन दुसरीकडे वळवण्याचा प्रयत्न केला. पण तो असफल झाला. कसेबसे आम्ही डॉक्टरकडे पोहचलो. डॉक्टर भोजराज नुकतेच तिथे येऊन पोहचले होते. मी काकांना म्हटलं, ''हे पाहा, हे भोजराज! हे महाडचे आहेत. तुम्हाला भेटायला आलेत.''

''महाडचे! अरे वा!'' काकांनी त्यांना हसून नमस्कार केला.

डॉक्टरांनी तपासणी केली. थोडक्यात वाचलं नाहीतर टाके घालावे लागले असते. डॉक्टरांनी डोळ्यांत घालायला औषध लिहून दिलं आणि परत हात लागून आणखी दुखापत होऊ नये म्हणून जखम भरून येईपर्यंत थोडे दिवस डोळा बांधून ठेवायला सांगितलं.

आम्ही काकांना घेऊन घरी आलो. औषध आणून डोळ्यांत घातलं. डोळ्यांवर पट्टी बांधली.

काका फॅमिली रूममध्ये बसून टीव्ही पाहत होते. मग त्यांना काय वाटलं कुणास ठाऊक, त्यांनी न बांधलेल्या डोळ्यांवर हात ठेवला आणि एकदम घाबरले.

''बघा, मला दिसत नाही. काहीतरी झालंय.'' असं म्हणू लागले. आम्ही त्यांची समजूत घालून त्यांना न बांधलेला डोळा उघडायला सांगितला. पण तसं करायला ते तयारच होईनात. खूप घाबरले, कण्हायला लागले. रोहितनं हळूच त्यांना तिथून उठवलं, लिव्हिंगरूममध्ये आणलं आणि पटकन पोवाड्याची टेप लावली. पोवाडा सुरू झाला. शिवाजी, तोरणा, सिंहगड, रायगड हे शब्द आले आणि काकांनी क्षणापूर्वीचा सगळा गोंधळ विसरून हातानं एकदम ताल धरला. ते खूश झाले.

''बघितलेस नं यांचे गोंधळ? आता रोज चार वेळा डोळा पुसून त्यात औषध घालून तो बांधायचा म्हणजे काय तमाशे करतील!''

''आई, तुम्ही काळजी करू नका. फारसा त्रास न होता जर तुम्ही औषध घालू शकलात तर फक्त दुपारी एकदा घाला. रोहित सकाळी शाळेत जायच्या आधी आणि शाळेतून आल्यावर औषध घालेल. रात्रीचं मी घालेन.'' मी आईंना समजावलं.

पुढचे चार दिवस मात्र काका अनेक वेळा न बांधलेला डोळा झाकून घेऊन आपल्याला दिसत नाही म्हणून घाबरून जायचे. मग त्यांना चक्कर येणं, पोटात दुखणं असले प्रकार व्हायचे. त्यांना पुन्हा पुन्हा समजावून सांगताना सगळ्यांची सहनशक्ती संपुष्टात यायची वेळ आली. पण डोळ्यावरची पट्टी निघाली आणि हा गोंधळ थांबला.

वर्ष संपत आलं. केव्हापासून सगळीकडे नाताळची तयारी जोरात चालू झाली. दुकानं सजली होती. लोकांची खरेदीसाठी झुंबड उडाली होती. आई-काकांचा हा पहिला नाताळ. आम्ही त्यांना ठिकठिकाणी घेऊन जात होतो. डोळे दिपवणारी रोषणाई पाहून आईच काय, काकाही आनंदले. सगळीकडे ख्रिसमसच्या पार्ट्या सुरू झाल्या. मुलांनी घरात रोषणाई केली. ठिकठिकाणी दिव्यांच्या माळा लावल्या. ख्रिसमस ट्री उभारली. आईंना तर असल्या गोष्टींमध्ये फारच रस. त्यांनी भारतातून येताना लहान हिरवे मणी आणले होते. बारीक तारा आणल्या होत्या. त्यांनी छोट्या हिरव्या पानड्या करून त्या एकमेकांना जोडून एक छोटीशी सुंदर ख्रिसमस ट्री केला. हळूहळू ख्रिसमस ट्रीभोवती भेटवस्तू जमू लागल्या. आम्ही आईंच्या नकळत त्यांच्यासाठी इलेक्ट्रिकचं शिवणाचं मशीन आणलं. काकांसाठी कपडे आणले. मुलांनीही आजी-आजोबांसाठी भेटवस्तू आणल्या. त्या रंगीत कागदांत गुंडाळून ठेवल्या. आईंना या सगळ्याची मजा वाटली.

"शोभा, एवढ्या काय वस्तू जमल्यात इथे? रोज मी बघते तर नवनवीन खोकी दिसतात. काय गं आहे त्यांत?"

"आई, पंचवीस तारखेला बघालच तुम्ही. मुलांसाठीच आम्ही काही कपडे वगैरे आणलेत, त्याची बॉक्सेस आहेत."

बाहेर गावाहून मित्रमंडळी जमली. आनंदात, उत्साहात ख्रिसमस पार पडला. सगळ्यांना नव्या वर्षाचे वेध लागले. मलाही वाटलं, 'हे वर्ष काही तसं खास गेलं नाही. काही ना काही सतत चालूच राहिलं. मन अगदी कंटाळून गेलंय. नवीन वर्ष चांगलं उजाडेल.

किती दिवस मनात होतं दादांना पत्र लिहायचं. एकदा पार्ट्यांची गडबड आटोपली की लिहिलं पाहिजे.'

***

१० जानेवारी १९८७

ती. रा. दादांना सा. नमस्कार,

तुमचं अमितच्या आणि माझ्या वाढदिवसानिमित्तानं पाठवलेलं कार्ड, पत्र मिळालं. आमच्याकडची ख्रिसमस पार्टी छान झाली. त्याचं वर्णन यासोबत सौ.ताईला

लिहिलेल्या पत्रात आहे. नवीन वर्ष उजाडलं. तुम्हा सर्वांना नववर्षाच्या शुभेच्छा.

नवीन वर्ष, नवीन वर्ष म्हणून घोकायचं आणि ते बघताबघता कधी जुनं होतं ते कळत नाही. दिवस नुसते पळताहेत. मागे पडलेला क्षण मागचा, पार दूरचा वाटतो. उद्याचा विचार करण्यापूर्वीच तो 'उद्या' 'कालात' जमा होतो.

दादा, तुमची पत्रं नियमित येतात, ती सविस्तर असतात. वाचून खूप बरं वाटतं. इथल्या घाई-गडबडीच्या आमच्या आयुष्यात घरचं पत्र येण्याचा आनंद काही वेगळाच असतो. खरंच, तुम्ही आम्हाला पत्रं पाठवणं थांबवू नका. तुमचं अक्षर आम्हाला व्यवस्थित लागतं आणि तुमची पत्रं मुळीच असंबद्ध नसतात. मला वाटतं, असलीच तर माझीच पत्रं असंबद्ध होत असावीत. कारण घरी पत्र लिहायला वेळच नसतो. लंच टाईममध्ये रोज थोडंथोडं करून लिहिते. पत्रातून अनेक गोष्टी लिहायच्या असतात. पण आयत्या वेळी घाईत त्या राहूनच जातात.

या पत्रात मी जे लिहिणार आहे, ते यापूर्वीच लिहायला हवं होतं. पण पत्र लिहिताना नेहमीचीच घाई. मग दरवेळी, पुढचं पत्र जरा सावकाश पण सविस्तर लिहायचं असं ठरवते; पण तशी वेळच येत नाही. आज मात्र ठरवून सर्व सविस्तर लिहिणार आहे.

ती. काकांच्या विस्मरणाबद्दल तुम्हाला ठाऊक आहेच. गेल्या वर्षीच, ते इकडे येण्यापूर्वी तुमची त्यांच्याशी प्रत्यक्ष भेट झाली होती. त्यानंतर मी मे महिन्यात तिकडे आले होते तेव्हा त्यासंबंधी बोलले होते. त्याच वेळी त्यांच्या इकडे निरनिराळ्या टेस्ट्स झाल्या. त्यांना 'अल्झायमर' आहे, असं निदान झाल्याचं मी तुम्हाला कळवलं होतंच. या रोगावर औषध-उपचार आजच्या घटकेला सापडलेले नाहीत. अगदी अलीकडेच या रोगाबद्दल जास्त बोललं जायला लागलंय. हा कशानं होतो याचंही नक्की कारण सापडलेलं नाही. इकडे फार मोठ्या प्रमाणावर यावर संशोधन चालू आहे. हुशार, बुद्धिमान, सामान्य, श्रीमंत, गरीब कुणीही या रोगाचा बळी होऊ शकतो. जसा कॅन्सर, हृदयरोग, मधुमेह तसाच हा एक रोग. नुसतं वाढत्या वयामुळे येणारं हे विस्मरण नाही. इतर दुखणी लोकांना सांगता येतात, ती दिसू शकतात. पण हे चटकन लक्षात येणारं दुखणं नाही. दिवसेंदिवस विज्ञानाची प्रगती होते आहे. वैद्यकशास्त्र पुढे जात आहे. सर्वसामान्यपणे माणसांचा आर्थिक, सामाजिक दर्जा सुधारत आहे आणि आयुष्यमर्यादाही वाढत चालली आहे. या वाढत्या आयुष्यामुळे समाजापुढील प्रश्नही वाढले आहेत. पूर्वी ज्ञात नसलेल्या रोगांचं अस्तित्वही जाणवू लागलंय. 'अल्झायमर' हा त्यातलाच एक प्रकार.

या रोगावर इथे बरीच माहिती उपलब्ध आहे. काकांचा विषय सतत डोळ्यांसमोर असल्याने ह्या विषयावर जे, जेवढं दिसेल ते वाचण्याचा मी प्रयत्न करते. अर्थात वैद्यकीय परिभाषेत लिहिलेलं सर्वच मला आकलन होत नाही. तरी शेवटी असं

लक्षात येतं की, या रोगाला बळी पडणारी व्यक्ती आणि तिच्या भोवतालचे नातेवाईक यांचे कुठल्याही देशात, कुठल्याही समाजात अनुभव मात्र एकाच स्वरूपाचे असतात. त्यात साधर्म्य असतं. इतर लोकांचे अनुभव वाचून मला अनेक गोष्टींचा उलगडा झाला. काकांकडे बघण्याचा माझा दृष्टिकोन बदलला. त्यांच्या कुठल्याही कृतीकडे मी शांतपणे बघू शकते. 'काकांना एवढं कसं आठवत नाही?', 'बायको, दोन मुलं, दोन सुना आणि तीन नातवंडं एवढ्यांची सुद्धा नावं त्यांच्या लक्षात कशी राहत नाहीत?' हे प्रश्न मला पडत नाहीत.

इथे ठिकठिकाणी संस्था आहेत. त्या संस्थांमधून या रोगाची माहिती दिली जाते. लोकांना जागरूक केलं जातंय. हे सर्व बघत असताना, वाचत असताना वाटतं की, हा रोग काही या देशापुरता मर्यादित नाही. तो सगळीकडेच आहे. मग आपल्याकडे या रोगाची किती माहिती उपलब्ध आहे? भारतातून इकडे येणाऱ्या अनेक पाहुण्यांशी मी या विषयावर बोलते. पण याविषयी तसं विशेष कोणालाच काही माहीत नसतं. 'स्मृतिभ्रंश' हा शब्द माहीत असला तरी, हे एक दुखणं आहे; केवळ वार्धक्यामुळे येणारं विस्मरण एवढंच याचं रूप नाही, हे लोकांच्या लक्षात येत नाही.

हा एक रोग आहे, जो माणसाचं मन आधी खिळखिळं करून सोडतो. मग हळूहळू खिळखिळं झालेलं मन मृत्युमुखी पडतं. मनाचा मृत्यू होणं यासारखी दुसरी भयंकर गोष्ट नाही. बरं, हा मृत्यूसुद्धा इतरांना न दिसणारा, ज्याच्यावर झडप घालेल त्याच्या आयुष्यावर आपल्या खोल खुणा रूतवणारा, आपल्या लक्ष्याला त्याच्या प्रियजनांपासून हिरावणारा, त्याचं आयुष्य एकाकी करून सोडणारा. मग त्यातूनच निर्माण होणारे समज, गैरसमज, ताणतणाव सगळंच. त्याचा त्रास रुग्णाला तर असतोच, पण त्याहून जास्त तो इतरांनाच.

काकांचंच बघा ना, अमितला ते अनेक वेळा विचारतात,

"तुझं नाव काय?", "तुला भाऊ किती?", "घरी कोण कोण असतं?" अर्थात ते प्रश्न असे एवढे सरळ नसतात. पण याच अर्थाचे असतात. त्यांना त्यांच्या वडील बंधूंची, वसंतरावाची, खूप आठवण येते. नेहमी अमितला सांगतात, "आमचे बंधू वसंतराव आहेत."

मग अमितही त्यांच्याशी काहीतरी बोलत राहतो. त्यांना विचारतो,

"दिलीप कोण?"

"माझा भाऊ." काका सांगतात.

"शोभा कोण?"

"माझी मुलगी."

मग ते अमितला विचारतात, "तुला पोलादपूर माहीत आहे?"

अमित 'हो' म्हणाला की, त्यांना खूप आनंद होतो. अमितवर काकांचा खूप जीव आहे. कदाचित तोच घरात लहान आहे, हेही एक कारण असेल. ते सारखी त्याची काहीतरी थट्टा करतात. अमितही त्यांना चिडवतो. काकांना शेपूची भाजी आवडत नाही, म्हणून मुद्दाम त्यांना सांगतो, "आजोबा, शेपूची भाजी घ्या थोडीशी. फार छान झालीये." ते हसतात. "नको, नको" म्हणतात. कधी अमितला खोटंखोटं मारतात. मग तो खोटाच रडतो. पण दुसऱ्याच क्षणाला विचारलं, "काय काका, काय चाललंय? कोणाशी बोलताय?" तर त्यांना काहीच सांगता येत नाही.

कधी कोणी घरी आलं की, आईंकडे बोट दाखवून ते सांगतात, "या आमच्या मातोश्री." आईंना खूप वाईट वाटतं. मग मी आईंना समजावते की, त्यांच्या डोक्यात लहानपणी पाहिलेलं त्यांच्या आईचं रूप, आईचं चित्र असणार. त्यामुळे म्हाताऱ्या झालेल्या, केस पिकलेल्या आईंना पाहून त्यांच्या तेच लक्षात येत असेल. मी मुद्दाम काकांना निरनिराळे अल्बम काढून फोटो दाखवते. त्यांचा आणि आईंचा फोटो बघून ते सांगतात की, हे आमचे आईवडील. त्यांचा स्वतःचा फोटो पाहून ते तो त्यांच्या वडिलांचा आहे म्हणून सांगतात. त्यांच्या डोक्यात तेच चित्र पक्कं बसलेलं.

मला वाटतं, 'हे तर कितीतरी बरं! याच्या अगदी विरुद्ध हकीकत मी वाचली आणि माझ्या अंगावर काटाच आला.'

एका गृहस्थानं त्याचा अनुभव लिहिला होता. त्याच्या आईला अल्झायमरनं ग्रासलं होतं. मुलं सगळी नोकरी निमित्तानं पांगलेली. याचे वडील नर्सच्या मदतीनं बायकोची देखभाल करायचे. त्यांचंही वय झालं होतं. एकदा या गृहस्थाच्या मनात आलं की, वडील सारखं आईचं सगळं करून थकून जात असतील. त्यांना थोडा बदल हवा, म्हणून यानं आठ दिवस येऊन आईची देखभाल करायची आणि वडिलांनी कुठेतरी हवापालट करायला जायचं, असं ठरलं. आईचं हे दुखणं कुठल्या थराला गेलंय, याची मुलाला काही कल्पना नव्हती. तो त्याच्या परीनं आईची सेवा करत होता. दोन दिवसांनी त्याच्या लक्षात आलं की, आई आपले लाड करते आहे. पण ते आईंनं मुलाचे करावेत तसे नाहीत. त्याला आश्चर्य वाटलं, लाज वाटली. मग त्याच्या डोक्यात प्रकाश पडला; आईच्या आठवणीत तरुणपणीचा नवरा असावा. मध्ये इतकी वर्षं गेली, मुलं मोठी झाली, नातवंडं झाली. पण तिच्या आठवणीत हे सगळंसगळं पार धुरकटलं. या मुलाला पाहिल्यावर मात्र एकदम तिला तरुणपणीचा नवरा आठवला असावा.

मध्यंतरी आमच्याकडे पाहुणे आले होते. त्यांच्याशी काकांच्या या दुखण्यावरून चर्चा सुरू झाली. मग बोलण्याच्या नादात बाई सांगू लागल्या की, त्यांच्या वडिलांना शेवटीशेवटी विस्मरणाचा त्रास झाला. काहीच आठवेना. पण एक गोष्ट मात्र ते सगळ्यांना पुन्हा पुन्हा सांगायचे. त्यांचं आपलं सारखं एकच, 'लग्न आहे, वाजंत्री वाजवा, मला मुंडावळ्या लावा.' घरात सुना, नातवंडं, सगळ्यांची अवस्था चमत्कारिक व्हायची. आमची आई गेली, तेव्हा आम्ही सगळी मुलं लहान होतो. आम्हाला सावत्रपणाचा जाच व्हायला नको म्हणून त्यांनी दुसरं लग्न केलं नाही. तरुणपणात त्यांनी इच्छा दाबून टाकल्या आणि त्या म्हातारपणी अशा उफाळून आल्या.

हे ऐकून मी म्हटलं, "तुमच्या आईवडिलांचं लग्न लहान वयात झाल्याचं तुम्ही म्हणालात. कदाचित त्यांच्या डोक्यात तुमच्या आईशी त्यांचं लग्न झाल्यावेळच्याच आठवणी घर करून असतील. बाकीच्या सगळ्या विरून गेलेल्या. त्यामुळे ते सारखं लग्नाबद्दल बोलत असतील."

त्या दचकल्या. म्हणाल्या, "तुम्ही म्हणता तशी शक्यता वाटते. पण आम्ही भलताच अर्थ काढून मोकळे झालो बघा."

तर हे दुखणंच असं विचित्र की, रुग्ण आणि त्याच्या आजूबाजूचे लोक यांच्यात या रुग्णाच्या वागण्याने अनेक गैरसमज निर्माण होतात. इतर दुखण्यात रुग्णाच्या वाट्याला इतरांची सहानुभूती येते. इथे हा आजार आहे हेच जिथे कळत नाही तिथे सहानुभूतीचा प्रश्नच नाही.

आठवतं, आपण नागपूरला होतो तेव्हा कॉलनीत गोऱ्यांची आई त्यांच्याकडे राहायला आली होती. लोक म्हणायचे म्हातारीला वेड लागलंय. ती अंगावर कपडा राहू देत नाही. ती गोऱ्यांची आई, जिनं नवऱ्याच्या मागे पाच मुलांना स्वयंपाकाची कामं करून वाढवलं, शिकवलं, तिलाच म्हणे पुढेपुढे स्वयंपाक जमेनासा झाला. भाजी-आमटीत तिखट-मिठाचं प्रमाण वाटेल ते असायचं. साधा चहाही करणं जमेना तिला. कदाचित तिलासुद्धा असा स्मृतिभ्रंश झाला असेल का?

मी जेव्हा इथल्या एकेका पेशंट्सचे अनुभव वाचते, तेव्हा मन सुन्न होतं आणि वाटतं त्या मानानं काका खरंच बरे आहेत. त्यांचा तसा त्रास नाही.

माझ्या एका मैत्रिणीच्या आत्यानं पन्नाशीनंतर दुसरं लग्न केलं. मुलं मोठी होऊन मार्गी लागली होती. त्या माणसांचंही हे दुसरं लग्न होतं. त्याचीही मुलं मिळवती होऊन घराबाहेर पडलेली. लग्नानंतर पंधरा वर्षांचा काळ या जोडप्यानं आनंदात घालवला. मग हळूहळू या माणसात बदल व्हायला लागले. बिलं भरण्यात घोटाळे. बँकेच्या व्यवहारात घोटाळे, नेहमीच्या गोष्टी न करणं, टाळाटाळ करणं, बायकोवर चिडणं, आदळआपट असे प्रकार सुरू झाले. स्मरणशक्ती दगा

देत असल्यामुळे हा माणूस असा वागतोय, हे बायकोला आणि इतरांना कळायला वेळ लागला. बघताबघता पाच-सात वर्षांतच त्याला झपाट्यानं पूर्ण विस्मरण आलं. माझ्या मैत्रिणीच्या आत्याला त्याला सांभाळणं कठीण झालं. तिचंही वय झालेलं, मनुष्यबळ नाही, आर्थिक बळही नाही. पन्नाशीच्या जवळपास आलेली त्याची मुलं स्वत:च्या प्रापंचिक अडचणीत बुडालेली आणि हिच्या मुलांच्या दृष्टीने तसा हा परकाच माणूस. शिवाय त्यांनाही त्यांचे व्यवसाय होतेच.

इथल्या लोकांचे प्रश्न खूप बिकट असतात. आपण म्हणतो की, परदेशात माणसं म्हातारी झाली की, लगेच त्यांची रवानगी वृद्धाश्रमात होते. हे तितकंसं खरं नाही. म्हातारपण म्हणजे काय? किती वय? म्हातारपण या शब्दाची व्याख्या आता बदलायला हवी. आपल्याकडे पन्नाशी नाही उलटली की, आपण म्हणतो वय झालं, म्हातारपण आलं. लोक दिवसातून दहा वेळा स्वत:च आपण म्हातारे झालो हे घोकतात आणि वयापेक्षा अन् शरीरापेक्षा मनानं अधिक म्हातारे होतात. इथे तसं होत नाही. जीवनाचा उपभोग घेण्याची लोकांची ताकद इकडे अचाट आहे. अर्थात, अनेकदा त्याचा अतिरेकही होतो. साठी, सत्तरी पलीकडले लोकही अतिशय आनंदाने, उत्साहाने जीवन जगत असतात, हिंडत-फिरत असतात. मौज, मजा करतात. आयुष्याचा उपभोग घेताना हळूहळू वाढत्या वयाबरोबर शरीरातली प्रतिकारशक्ती कमी होत चालल्याने कुठलं दुखणं चोरपावलानं शरीराचा कब्जा घेईल ते सांगणं कठीण. ऐंशी, नव्वद वर्षे वयाच्या आईवडिलांची अशी दुखणी उद्भवली तर हजारपाचशे मैलावर राहणाऱ्या, स्वत: MIDDLE AGE CRISIS मध्ये गुरफटलेल्या मुलामुलींना इच्छा असूनही नोकरीचे प्रश्न, सुट्ट्यांचे प्रश्न यामुळे आईवडिलांकडे येणं, राहणं सोपं नसतं. स्वत:च्या घरी जरी आईवडिलांना न्यायचं म्हटलं तर दिवसभर बघायला कोणी नसतं. मनुष्यबळाची उणीव खूप भासते. विशेषत: अल्झायमरसारखं दुखणं असेल तर चोवीस तास लक्ष ठेवायला हवं. शेवटी नाइलाजाने नर्सिंग होममध्ये रवानगी होते. इथे ठेवणंही प्रचंड खर्चाचं असतं. दीर्घायुष्य हा शाप ठरतो.

'ALZHEIMER IS A DISEASE OF SEPARATION' हे वाक्य कुठेतरी वाचलं आणि मनाला एकदम पटलं. दुसऱ्या कुठल्याही दुखण्यात रुग्ण आणि त्याच्या सभोवतालची माणसं, नातेवाईक यांच्यात एक प्रकारच्या सहानुभूतीचं, जवळिकीचं नातं असतं. इथे रुग्णामध्ये आणि इतरांमध्ये न जाणवणारी एक खोल दरी असते. आपलं प्रेम, भावना, आपलं अस्तित्व, हालचाल काही कुठेच त्या व्यक्तीपर्यंत पोहचू शकत नाही. कुठलाही संवाद साधणं कठीण होऊन बसतं.

काकांना काय वाटतं, त्यांना काय म्हणायचंय ते आम्हाला समजत नाही. आमचं सांगणं एखाद्या क्षणापुरतं त्यांच्यापर्यंत पोहचलं तरी पुढल्या क्षणाला सगळं पुसलं जातं. पाटी कोरीच राहते!

मध्ये एकदा ऑफिसमधून आल्यावर चहा ठेवला आणि आलेली पत्रं चाळत होते. अल्झायमर असोसिएशनचं बातमीपत्र त्यात दिसलं म्हणून ते उचललं. त्यात एका बाईनं तिचा अनुभव लिहिला होता. तिच्या नवऱ्याला अल्झायमरनं ग्रासलं होतं. होईल तितके दिवस तिनं नवऱ्याला घरी ठेवलं. मग शेवटल्या अवस्थेत त्याला नर्सिंग होममध्ये दाखल केलं. ही नित्यनियमानं त्याला भेटायला जायची. अधूनमधून कोणी नातेवाईक, मुलं भेटून यायची. त्याच्या जवळ बसायची, बोलायची. या माणसाकडून कधीच कुठली हालचाल व्हायची नाही, प्रतिसाद मिळायचा नाही. कधीतरी चेहऱ्यावर पुसटसं हसू उमटायचं एवढंच. या माणसाचा पंचाहत्तरावा वाढदिवस आला. त्याच्या मुलांनी, नातेवाइकांनी सर्वांनी तो साजरा करायचं ठरवलं. बायको, मुलं, नातवंडं, इतर आप्त सर्व नर्सिंग होममध्ये जमले. केक आणला, कापला, गाणी म्हटली, त्याला भेटकार्ड दिली, भेटवस्तू दिल्या. सगळ्यांनी उत्साहाने हा सोहळा साजरा केला. अर्थात एवढं सगळं चालू असताना त्या रुग्णाकडून मात्र कसलीच हालचाल नव्हती. त्याच्यापर्यंत हे सारं पोहचलंसुद्धा नसावं. हा समारंभ आटोपून सर्व परतले. बायको एकटीच मागे थांबली. तिनं त्याच्यासाठी आणलेलं भेटकार्ड त्याला पुन्हा पुन्हा वाचून दाखवलं. नंतर कार्ड तिथे त्याच्याजवळ ठेवलं अन् ती उठली, घरी आली. पुढल्या चारच दिवसांत त्या माणसाची जीवनयात्रा संपली. नंतर ती बाई नर्सिंग होममधलं त्याचं सामान वगैरे बघायला, आणायला गेली. तिनं दिलेलं कार्ड तेवढंच त्याच्या उशीखाली नीट जपून ठेवलेलं होतं. उत्सुकतेनं हाती घेऊन तिनं ते उघडलं तर त्यावर अतिशय वेड्यावाकड्या अक्षरात, फार परिश्रमपूर्वक त्यानं लिहून ठेवलेलं होतं, "I LOVE YOU."

दादा, मी हे वाचलं आणि मलाच भरून आलं. इकडे मी गॅसवर ठेवलेला चहा उतू गेला होता.

तर काकांचा हा विषय सतत डोळ्यांसमोर आहे, डोक्यात आहे. मला वाटतं, मी यावर काहीतरी लिहावं. ते कसं लिहायचं, कुठल्या स्वरूपात लिहायचं यासंबंधी निश्चित कल्पना आज तरी मला नाही. तुम्हाला वाटेल, जो रोग कशाने होतो हेच माहीत नाही, त्यावर काही औषध योजना उपलब्ध नाही तर मी लिहिणार तरी काय? कशासंबंधी? या प्रश्नांचं उत्तर असं की, माझ्या लिहिण्याचा उपयोग

रुग्णांपेक्षा त्याच्या आजूबाजूच्या लोकांना, त्याची काळजी घेणाऱ्यांना व्हावा.

केवळ न आठवल्याने काय काय होऊ शकतं, याची सर्वसाधारणपणे कल्पना करणं कठीण. काहीही न आठवल्याने या व्यक्तींकडून अशी काही कृती होऊ शकते की इतरांना वाटावं की यांच्या डोक्यावर परिणाम झालाय. पण हे वेड नाही.

आपल्याला एखादी गोष्ट सापडली नाही, कुठे ठेवली ते आठवलं नाही की, आपण चिडतो, वैतागतो. समोरच्या व्यक्तीवर राग काढतो. आपण नीट जपून ठेवलेली वस्तू बहुधा दुसऱ्या कोणी हालवली, असा समज करून घेतो. ती वस्तू सापडेपर्यंत आपल्याला मग चैनच पडत नाही. इथे या व्यक्तींच्या बाबतीत तर एवढ्या वर्षांचा संपूर्ण आयुष्यातल्या आठवणींचा मौल्यवान खजिनाच हातून बेसावधपणे निसटून गेलेला असतो. त्यांनी कोणावर चिडायचं? रागवायचं?

आज काकांना त्यांच्या मुलांची नावं आठवत नाहीत. आपण कुठे आहोत, हे सांगता येत नाही. समोर उभा आहे तो आपला मुलगा आहे, आपली सून आहे, हे समजत नाही. जेवायला बसले तर काय जेवतायत ते सांगू शकत नाहीत. जेवण झाल्यावर ते झालंय की नाही, हे लक्षात राहत नाही. एका क्षणापूर्वीचं काहीच आठवत नाही.

फक्त अजूनही ते हातानं जेवू शकतात. सांगूनसांगून का होईना, हातानं कपडे घालू शकतात, अंघोळ करू शकतात, आठवण केली तर बाथरूमला जाऊ शकतात आणि मुख्य म्हणजे दुपारी आणि रात्री त्यांना शांत झोप लागते. इतर दुसरं कुठलंही दुखणं त्यांना नाही.

आज वयाच्या त्र्याहत्तराव्या वर्षी ते अमेरिकेत आले. आरामात मुलाकडे राहायचं, खायचं-प्यायचं, हिंडायचं-फिरायचं, नातवंडांची प्रगती पाहायची, आयुष्यभर केलेल्या कष्टांना आलेलं फळ पाहून आनंदाने, समाधानाने उरलेलं आयुष्य व्यतीत करायचं, पण...?

तसे त्यांच्यापरीनं ते आरामात आहेत. प्रत्येक ठिकाणी ते आमच्याबरोबर असतात. अगदी माझ्या ऑफिसच्या पिकनिकपासून आम्ही उन्हाळ्यात ठिकठिकाणी कॅम्पिंगला जातो तिथपर्यंत. पण वाईट याचं वाटतं की, यातलं काहीच त्यांच्यापर्यंत पोहचत नाही. सुखाचा घास ओठापर्यंत आला तरी तो पोटात जाईल की नाही, याची शाश्वती नसते म्हणतात. इथे सुखाचा घास पोटात जाऊनही तो सुखाचा घास आहे, हे समजण्याची शक्तीच हरवली. काय करायचं?

पण हे सगळं अनुभवत असताना वाटतं की, याच परिस्थितीतून जाणाऱ्या इतरांना आपण एकटेपणानंच या प्रश्नांना सामोरे जातोय, असं वाटू नये म्हणून यासंबंधी काही लिहिलं पाहिजे.

मात्र, मला यात तुमची मदत हवी आहे. तुम्हा दोघांचा लहानपणीचा काळ

एकत्र गेला. त्या वेळची काकांची आर्थिक आणि कौटुंबिक परिस्थिती, त्यांना शिकण्यासाठी घ्यावे लागलेले कष्ट, त्यांचे आईवडील, इतर नातेवाईक आणि या सर्वांतून झालेली त्यांच्या स्वभावाची जडणघडण मला जाणून घ्यायची आहे. त्या वेळच्या काही घटना, विशिष्ट आठवणी मला तुम्ही कळवू शकलात तर बरे होईल. हा काळ तसा पन्नास-साठ वर्षांपूर्वीचा आहे. पण तुमची स्मरणशक्ती इतकी दांडगी आहे की, तुम्हाला सर्व निश्चितच आठवत असेल. जसं आणि जेव्हा सुचेल तसं आणि तेव्हा लिहून पाठवा. तुम्हाला एवढं लिहिणं त्रासाचं आहे, याची मला कल्पना आहे. पण थोडंथोडं लिहून पाठवलंत तरी चालेल. मला घाई नाही. मी ह्यांच्या काकांनाही पत्र लिहिणार आहे. त्यांच्याकडूनही मला काही माहिती मिळावी, असं वाटतं. काकांच्या नात्यात असं दुसऱ्या कोणाला झालं होतं का?

काकांसाठी दुसरं काहीच करता येत नाही. निदान यावर काही लिहावं असं वाटतंय. मनात भावना आणि विचारांचा कल्लोळ उडालाय. त्यावर काहीतरी उतारा हवाय.

तब्येतीची काळजी घ्या. तुमच्या पत्राची वाट पाहते.

तुमची
शोभा

नवीन वर्ष उजाडलं. हे वर्ष चांगलं जाणार, हे मी स्वत:ला सांगत होते. थोड्याच दिवसांत माझं पहिलंवहिलं पुस्तक 'गोठलेल्या वाटा' प्रसिद्ध होणार होतं. गंमत म्हणजे, दादा नेहमी पत्रातून याच्या मागे असायचे की, यानं काही लिहावं म्हणून. दिलीपनं इतर उद्योगात न अडकता फक्त लिहिण्याकडे लक्ष केंद्रित करावं, अशी दादांची इच्छा ते नेहमी बोलून दाखवत. मी कधी काही लिहू शकेन असं त्यांनाच काय, खुद्द मलाही कधी वाटलं नव्हतं आणि आता जावयाच्या आधी मुलीचं पुस्तक दादांना बघायला मिळणार होतं.

मी, दादांना पाठवलेलं पत्र एव्हाना त्यांना पोहचलं असेल, या विचारात होते. ऑफिसमधून आले; बघते तर अलकाचं पत्र. ते पाहून मला आश्चर्यच वाटलं. नुकतंच दोन आठवड्यांपूर्वी अमितच्या आणि माझ्या वाढदिवसाच्या निमित्तानं तिचं शुभेच्छाकार्ड आणि पत्र आलं होतं. अजून मला त्या पत्राला उत्तर लिहिणंही जमलं नव्हतं. मी घाईघाईनं पत्र उघडून वाचायला सुरुवात केली.

ताई-दादांना भेटायला अलका सहज एकदा पार्ल्याला गेली, तर दादांची प्रकृती बिघडलेली. ते अगदी पडूनच आहेत, खाणं-पिणंही विशेष जात नाही, असं तिनं लिहिलं होतं. पण पुढे तिला लिहवेना, म्हणून प्रविणनंच ते पत्र पुरं केलं.

मन बधीर झालं. 'असं कसं झालं? दादांची तब्येत तर सुधारत होती. त्यांचं आत्ताच तर मला पत्र आलं होतं. माझ्या वाढदिवसानिमित्तानं लिहिलेल्या पत्रात त्यांनी लिहिलं होतं, 'माझी तब्येत चांगली आहे. काळजी करू नकोस. सहा महिन्यांचा बोनस मला मिळालाय. एकेक कामं हातावेगळी केली. आपलं पनवेलचं घर विकलं गेलं.'

त्यांच्या 'सहा महिन्यांचा बोनस...' या वाक्याला मी हसले होते. दादा तरी काय, काहीही लिहितात.' असं ते वाचताना मला वाटलं. आठवलं, त्यांना कॅन्सर झाल्याचं जेव्हा कळलं तेव्हा त्यांनी लगेच मला एक पत्र लिहिलं होतं. त्यात त्यांनी या दुखण्याचा शांतपणे स्वीकार करून एवढं आयुष्य आपल्याला मिळाल्याबद्दल, सगळ्यांचं चांगलं झालेलं बघायला मिळालं याबद्दल समाधान व्यक्त केलं होतं. एकेक व्याप आपण आता आवरता घेणार असून पनवेलचं घरही विकायला काढत असल्याचं त्यांनी लिहिलं होतं. लिहिल्यावर ते पत्र त्यांनी ताईला दाखवलं तेव्हा, लांब राहणाऱ्या माझी काळजी वाढू नये म्हणून तिनं ते पत्र पोस्टात टाकू दिलं नाही. नंतर मी भारतात गेले, तेव्हा ते वाचलं होतं.

अलकाचं पत्र मी पुन्हा पुन्हा वाचलं. वाटलं, कॅन्सरच्या दुखण्याचे चढउतार असतात. दादा बरे होतील. नक्की बरे होतील.

त्याच रात्री फोन कर्कशपणे वाजला. झोपेतून धडपडत, धडधडत्या अंत:करणाने फोन उचलला. फोन सुभाषचा होता. दादांची तब्येत बरीच बिघडली असून ते आता केवळ दोन-चार दिवसांचे सोबती असल्याची कटू बातमी त्यानं दिली.

त्या रात्री मग झोपच लागेना. आता उठून तिकडे जाणंही शक्य नाही. बरेच दिवसांत दादांशी फोनवर बोलणं झालं नव्हतं आणि आता बोलताही येणार नव्हतं. दुसऱ्या दिवशी कामावर जायला मन लागेना, घरीच राहिले. पण घरी चैनही पडेना. सारखी घशाला कोरड पडत होती आणि पाणी पिताना दादांच्या घशात पाण्याचा घोटही जात नाही, या विचारानं अपराधी वाटत होतं. 'तिथे काय चाललं असेल? ताई कशी असेल?' फोन दादांच्या उशाशी, त्यामुळे फोनही करता येईना.

मग वाटलं, 'घरी राहून तरी काय करणार? कामात लक्ष गुंतवलं पाहिजे. दुसऱ्या दिवशी आम्ही दोघं ऑफिसला जायला निघालो. परवा संध्याकाळपासून कशातच लक्ष नसल्याने टीव्ही बघितला नव्हता. बातम्या पाहिल्या, ऐकल्या नव्हत्या. हवामान खात्यानं केलेले अंदाज ऐकले नव्हते. बघतोय तर हिमवादळाला सुरुवात झाली होती, जोर वाढतच होता. हे नेहमीसारखं हिमवादळ नसल्याचं लक्षात आलं. पण आम्ही घरातून बाहेर पडलो होतो, रस्त्यावर होतो. शिवाय

कालची सुट्टी घेतली होती. त्यामुळे आज ऑफिसला जाणं भागच होतं. नेहमीपेक्षा तासभर उशिरा मी ऑफिसला पोहचले. सगळा शुकशुकाट, तुरळक लोक आलेले. मग हळूहळू आणखी काही आले. रेडिओ लावला तर बातम्यांवर आजचं हे हिमवादळ फार भयानक असून निदान दीड-दोन फूट तरी स्नो पडेल असं सांगण्यात आलं. त्यातच, दोन दिवसांपूर्वी झालेल्या हिमवादळाच्या खुणा अजून शिल्लक होत्याच. बर्फाचे ढीग सगळीकडे पसरलेले. त्यावर आता होणाऱ्या या भयानक हिमवर्षावाची भर. वॉशिंग्टनला एवढा बर्फ क्वचितच पडतो. त्यामुळे सगळ्यांचं धाबं दणाणलं. मुलांच्या शाळा लवकर सोडल्याचं रेडिओवर ऐकलं. दोघं सुखरूप घरी परतल्याचं ऐकून मनावरचं एक ओझं उतरलं. ऑफिसमध्येही आता जास्त वेळ थांबण्यात अर्थ नव्हता. खूपशी ऑफिसं लवकर सोडून दिली होती. सगळ्यांना घरी सुखरूप कसे पोहचणार, हीच काळजी. रेडिओवरून कळत होतं की, एवढ्या हिमवादळामुळे ठिकठिकाणी अपघात झाले असून सगळीकडे 'ट्रॅफिक जॅम' झालाय. बऱ्याच गाड्या रस्त्यातच बंद पडल्याने वाहतुकीचा आणखीच गुंता. हा याच्या ऑफिसमधून मला घ्यायला आला. रोजचाच रस्ता; पण सकाळपासून सतत वेगाने चाललेल्या हिमवर्षावामुळे त्याचं रूपच बदललेलं. अगदी जीव मुठीत धरून आम्ही निघालो. गाडी कुठे बंद पडेल ही भीती. गाडीतला गॅसही संपत आला होता. नेहमी सुसाट पळणाऱ्या गाड्या आज मुंगीच्या गतीनं पुढे सरकत होत्या. जेमतेम अर्ध्या-पाऊण तासाचा रस्ता. पण आम्हाला तीन तास लागले घर गाठायला. घरी आलो, सुटकेचा निःश्वास टाकला. मुलं आणि आई काळजीतच होती. आम्हाला बघितल्यावर त्यांनाही हायसं झालं.

सगळ्या गोंधळात दादांच्या तब्येतीची काळजी मनात होतीच. मुंबईला प्रकाशकडे फोन केला. दादांच्या तब्येतीत सुधारणा नसल्याचं कळलं. एरवी भराभर सरणारा वेळ काही केल्या सरेना. शनिवार उजाडला, बाहेरचं तांडव थांबलं होतं. पण सगळा आसमंत नुसता बर्फाखाली गाडलेला, थंडीही चांगलीच होती. कामाचा डोंगर समोर असून हातपाय चालेनात. डोक्यात सारखे तिथले विचार. लांब राहून काहीही न करता येणं, ही जाणीवच घायाळ करून टाकणारी. जरा फोन वाजला की, जीव धसकायचा.

शेवटी याला म्हटलं, "काहीतरी जुन्या स्लाइड्स वगैरे तरी काढ बघायला. त्या बघण्यात जरा वेळ जाईल. नेहमी कामाच्या गडबडीत निवांत मिळत नाही आणि कधी जरा बसू, काही बघू म्हटलं तर होत नाही."

रात्री जेवणं लवकर आटोपून आम्ही स्लाईड्स बघायला बेसमेंटमध्ये गेलो. यानं प्रोजेक्टर लावला, पडदा लावला. पहिली स्लाईड पडद्यावर आली. खूप वर्षांपूर्वी आम्ही केलेल्या फ्लोरिडाच्या ट्रीपच्या स्लाईड्स यानं लावल्या होत्या. त्या

जुन्या स्लाईड्स बघताना मजा वाटली. मुलं केवढीशी होती तेव्हा. आईंना आम्ही पडद्यावरल्या एकेक स्लाईडची माहिती सांगत होतो. काका शांतपणे पडद्याकडे बघत होते.

फ्लोरिडा ट्रीपच्या स्लाईड्स संपल्या आणि समोर बघते तर ताई-दादा उभे. मी एकदम दचकले. हा कसला भास? एवढ्यात हा म्हणाला, ''दादा-ताई आले होते इथे, त्या वेळच्या या स्लाईड्स बघू या.''

पडद्यावरची स्लाईड बघून काका एकदम म्हणाले, ''अरे, हे तर चिंतोबा प्रधान. माझे जुने स्नेही आहेत आणि त्यांच्या बरोबर आहेत त्या त्यांच्या मिसेस.''

आम्ही सर्वच अवाक झालो. काका गेल्या वर्षी इथे आले तेव्हापासून इतकी सलग, सुसंबद्ध वाक्यं कधीच बोलले नव्हते आणि ती नुसतीच कोणतीही वाक्यं नव्हती. मी किती वेळा त्यांच्याशी दादांच्या आठवणी काढून बोलण्याचा प्रयत्न केला होता. 'दादा कोण?' या त्यांच्या प्रश्नाला परोपरीनं समजावून सांगण्याचा प्रयत्न केला होता. काकांना कितीतरी वेळा आल्बम दाखवले होते. दादांचे फोटो दाखवले होते. पण त्यांनी कधी चुकूनही दादांना ओळखलं नव्हतं आणि आज दादा आणि ताई दोघांनाही त्यांनी ओळखलं होतं. पडद्यावरच्या त्याच चित्रामध्ये दादा-ताईंच्या बरोबर मी आणि मुलं होतो. पण आम्हाला कोणालाच ते ओळखू शकले नाहीत.

ह्या स्लाईड्स किती सजीव दिसतात. जुन्या घरात मागीलदारी बसलेले ताई-दादा इथे समोर जणू प्रत्यक्ष बसल्यासारखे वाटत होते. एकामागून एक अशा त्यांच्या स्लाईड्स पडद्यावर येत होत्या. प्रत्येक स्लाईड् पडद्यावर आली की, काकांची तीच वाक्यं पुन्हा पुन्हा येत, ''अरे, हे तर चिंतोबा प्रधान. हे माझे जुने स्नेही आहेत.'' या स्लाईड्स बघून ते खूपच आनंदले आणि त्यांच्या आठवणींची तार अशी कशी छेडली गेली असेल, या गोष्टींचं आम्हा सर्वांनाच फार आश्चर्य वाटलं.

त्या स्लाईड्स संपल्या, दुसऱ्या आल्या. पण काका पुन्हा पहिल्यासारखे निर्विकार झाले. आमचंही मन शेवटी त्यात रमेना. मग कंटाळून तो कार्यक्रम बंद केला, टीव्ही लावला. एरवी कधी टीव्ही बघणं होत नाही. आता टीव्हीसमोर बसूनही समोर चाललेल्या कार्यक्रमाचा संदर्भ लागेना. शेवटी बारा वाजता झोपायला गेलो. अंथरुणावर पडलो आणि फोन वाजला. धडपडत उठून फोन घेतला.

''दादा गेले.''

वाक्य कानी पडलं. दोनच तासांपूर्वी ज्या वेळी आम्ही पडद्यावर दादांना बघत होतो, काका जेव्हा पुन्हा पुन्हा 'हे चिंतोबा प्रधान, माझे जुने स्नेही....' ही वाक्यं उच्चारत होते, त्याच वेळी दादांनी झोपेतच शांतपणे या जगाचा निरोप घेतला होता.

दादांची तब्येत बिघडल्याचं कळल्यापासून, आता त्यात सुधारणा होणं शक्य नाही, हे जाणवल्यापासून मी देवाला विनवत होते, 'दादांना यातना देऊ नकोस, शांतपणे घेऊन जा, पण प्रत्यक्षात तसं घडल्यावर मात्र मन थरकलं', 'खरंच फोन वाजला का? मी जे ऐकलं तेच सुभाषला सांगायचं होतं का?'

मला हुडहुडी भरली, हातपाय थंड पडले, घशाला कोरड पडली. आपण कुठेतरी अधांतरी आहोत, असं वाटायला लागलं. दुसऱ्या क्षणाला अंगाला घाम फुटला, जीव कोंडल्यासारखा झाला, काय होतंय तेच कळेना. हा माझी समजूत घालत होता. 'दादा गेले म्हणजे नक्की काय झालं? एक नातं संपलं! नाती अशी संपतात? फोन वाजेपर्यंत आपल्याला वडील होते. फोन वाजला आणि कळलं ते गेल्याचं. फोन लागलाच नसता तर? तिकडे काय झालं असेल सगळ्यांचं? ताई... ताई कशी असेल? हा आघात ती कसा सहन करेल?'

रात्र संपेना. जरा डोळा लागायचा आणि दचकून जाग यायची. सहा महिन्यांपूर्वी तिथून निघताना वाटलंही नव्हतं की, दादांची ही भेट शेवटची ठरणार. पण शेवटल्या क्षणी आमची आणि दादांची भेट झाली नाही, असं कसं म्हणू? दादा गेले तेव्हा सगळा परिवार तिकडे त्यांच्याभोवती जमला होता. आम्हीच फक्त एवढे दूर होतो. पण पडद्यावर स्लाईडच्या रूपाने नेमकं त्याच वेळी आम्ही त्यांना पाहिलं, नव्हे, ते प्रत्यक्ष जणू आम्हाला भेटायलाच आले. काकांच्याही स्मृती जाग्या झाल्या. ते परतपरत त्यांचं नाव उच्चारू लागले. हा एक विलक्षण योगायोगच म्हणायचा.

दादांना स्वतःला मरणाची चाहूल लागली होती का? कॅन्सरचं कळल्याबरोबर त्यांनी निरवानिरवीला सुरुवात केली होती. परवाच्या पत्रात पनवेलचं घर विकलं गेल्याचं लिहिलं होतं. त्याआधी, आपल्याला सहा महिन्याचा बोनस मिळालाय, असंही लिहिलं होतं आणि ते वाचून मी हसले होते.

मध्येच डोळा लागायचा. स्वप्नं पडायची. ती अर्थात तिथलीच. मग जाग यायची. मनाची तडफड होत होती. पण आता तिकडे जाणंही शक्य नाही. कशीबशी रात्र संपली, दिवस उजाडला. सगळीकडे नुसती नीरव शांतता. आकाश करडं. सगळं जग जणू निपचित पडलंय. कुठे कसली हालचाल नाही की, कसली चाहूल नाही. आज परत हिमवादळ येणार आहे. ही शांतता आपल्याला गिळू बघतेय. ...तिकडे सर्व कसे असतील?

मनात आलं, 'दादा गेले, ही बातमी काकांपर्यंत पोहचायला हवी. मनावर अतिशय ताबा ठेवून मी जमेल त्या शब्दांनी काकांना ही बातमी सांगण्याचा प्रयत्न केला. पण माझे सगळेच उपाय हरले. आज काका जर ठीक असते तर या बातमीनं त्यांना केवढा धक्का बसला असता. पण तरीही त्यांनी मला धीर दिला असता. माझं सांत्वन केलं असतं. त्यांच्याशी बोलून माझं दुःख हलकं झालं असतं.

समोर काकांना बघताना मला सारखी दादांची आठवण येते. एकत्र आल्यावर किती गप्पा चालायच्या दोघांच्या. अगदी अजूनअजून पर्यंत दादा पत्रात लिहायचे, 'भाईला जरी आत्ताचं विशेष नाही आठवलं तरी जुन्या आठवणी चांगल्या आहेत. किती वेळ माझ्याशी बोलत होते.'

काकांच्या हातात वर्तमानपत्र आहे. ते उलटसुलट करून बघण्यात ते गढलेत. 'दादा गेले, ही बातमी काकांपर्यंत कशी पोहचवायची? कदाचित मी जर तिकडे असते तर सगळ्यांना धीर देताना माझं दुःख थोडं कमी झालं असतं. पण इथे मी एकटी आणि समोर काका. मला माझ्या दुःखाची जाणीव न बोलता सतत करून देणारे.'

मग मात्र मी ठरवलं की, लगेच कामाला जायचं. निदान तेवढाच वेळ तरी जाईल. इकडे नुसतं घरी बसून मी काहीच करू शकणार नाही. स्वतःला कामात जास्तीत जास्त गुंतवून टाकायचं. शरीराला आणि मनाला स्वस्थपणा नकोच.

चार दिवसांनी वाटलं घरी पत्र लिहायला हवं. यानं लगेच सुभाष, रत्नाला सगळ्यांना एक पत्र लिहिलं होतं. पण मला अजून धीरच होत नव्हता. ताईला पत्र पाठवणं किती अवघड काम! पत्रातून तिला धीर द्यायचा, समजूत घालायची आणि हे करताना तिला आपली काळजी वाटू नये म्हणून आपल्या भावना दडवायच्या.

डोळे गळतच होते आणि मी ताईला पत्र लिहायला बसले. पत्र लिहायचं म्हटलं खरं, पण मायन्याशीच अडखळले, आता पत्राची सुरुवात नेहमीसारखी 'सौ.ताईस....' अशी करायची नाही. मग लिहायचं तरी काय? 'सौ.' ही अक्षरं गाळणं मला क्रूर वाटतंय. जे सत्य तिला माहीत आहे तेच आधी मी पत्राच्या मायन्यातून इतक्या बटबटीतपणे उघडं करायचं आणि मग तिला धीर द्यायचा? माझे शब्दच हरवले. जे मनात आहे ते लिहिता येत नाही. तरीही कसंबसं मी पत्र लिहिलंच.

त्यानंतर घरची सगळ्यांचीच पत्रं आली. मी लांब राहून काळजी करत बसणार म्हणून सर्वांनी पत्रं लिहिली. दादांच्या शेवटच्या आठ-दहा दिवसांत कायकाय झालं ते सांगणारी पत्रं आली. या वेळी मला तिकडे जाणं शक्य नाही, हे दादा जाणून होते. त्यामुळे त्यांनी माझ्या भेटीची तशी इच्छाही दर्शवली नाही. शेवटपर्यंत सगळ्या गोष्टींचं त्यांना भान होतं. अलकाला त्यांनी खास बजावलं, 'मी गेल्यावर शोभाला फोन कराल तो टाईम डिफरन्स लक्षात घेऊन करा. दिलीपराव अन् ती, दोघेही घरी असतील अशा वेळी करा.' शेवटल्या क्षणापर्यंत ते प्रत्येक गोष्टीचा अन् प्रत्येकाचा असा साक्षेपाने विचार करत होते. त्यांची स्मरणशक्ती अखेरपर्यंत एवढी चांगली राहिली होती. त्यांना भान होतं. त्यांनी अलकाला पंचांग बघायला

सांगितलं. एकादशी कधी आहे, ते विचारलं. अलकानं सांगताच ते हसले आणि दोन दिवसांनी एकादशीलाच पहाटे झोपेतच या जगाचा त्यांनी शांतपणे निरोप घेतला.

दादा गेले आणि त्यांच्या अनेक आठवणी सारख्या ध्यानीमनी येऊ लागल्या. त्यांचं वागणं, त्यांचं बोलणं सतत आठवू लागलं. लहानपणापासून त्यांच्याकडून ऐकलेल्या एकेक हकिकती, घटना, प्रसंग. त्यातून घडलेले संस्कार. त्यांची उभी हयात तशी मुंबईलाच गेली. पण गावच्या लोकांना ते कधी विसरले नाहीत. किती जणांना नोकऱ्या लावून दिल्या. कोणाला कसली, तर कोणाला कसली मदत ते नेहमी करत आले. लहान-मोठं हा भेदभाव त्यांनी कधी मानला नाही. कुठलंही काम करताना त्यांना कमीपणा वाटला नाही. बायको नोकरी करत असताना घरात काडीचीही मदत न करणाऱ्या पुरुषांवर त्यांचा राग होता. बायकांनी नोकरी करणं त्यांना विशेष पसंत नव्हतं. कारण नोकरीच्या चक्रात अडकणाऱ्या बायकांची फरफट त्यांना दिसत होती. बायकांचा छळ बायकांइतका दुसरं कोणी करत नाही, हे अगदी लहानपणापासून त्यांच्या तोंडून ऐकलेलं वाक्य. त्याचा अर्थ मात्र त्या वयात कळला नव्हता.

ऐंशी साली ताई-दादा इथे आले होते. आम्हाला कोण आनंद झाला. आपला संसार आई-वडिलांनी बघावा, ही प्रत्येकीचीच इच्छा असते. त्या चार महिन्यांत ताई-दादांशी खूप मनमोकळ्या गप्पा झाल्या. दादा म्हणाले होते, 'तुझा संसार इतक्या वर्षांनी पाहायला मिळाला. खूप आनंद झाला. हे सगळं तुम्ही तुमच्या हिमतीनं कमवलंत; मला फार अभिमान वाटतो. जेमतेम तीन-साडेतीन पौंड खिशात घेऊन दिलीपनं देश सोडला, याची मला चांगली आठवण आहे. बाई, तू सुखात आहेस, हे पाहून मला खूप समाधान वाटतंय. काय सांगू, तुझं लग्न ठरवताना भाईचा मुलगा आहे म्हटल्यावर मी कसली कसलीच चौकशी केली नाही. एकदम सर्व ठरवून मोकळा झालो. मग मात्र वाटायचं मी चूक तर नाही करीत? तू जर सुखी झाली नसतीस तर मी स्वत:ला कधीच क्षमा करू शकलो नसतो.' दादांचा स्वर ओला झाला होता.

दिवस काय, येत होते, जात होते. मी मनाला खंबीरपणे आवर घातला खरा, पण दादा गेले या घटनेचा माझ्या शरीरावर एवढा परिणाम होईल, याची मला कल्पनाच नव्हती. कुठेही कोणी भेटलं की आधी प्रश्न यायचा, 'आजारी आहेस का तू?' मग मला वाटायचं, 'इतक्या दूर राहणाऱ्या माझ्या शरीरावर या घटनेचा इतका परिणाम होतो तर मग ताईचं काय झालं असेल? अलका, सुनील सगळे कसे असतील?'

...काकांकडे बघितलं की, दादांची आठवण तीव्रतेने येते. मी पुन्हा पुन्हा त्यांच्याकडे बघते. ते स्वस्थ असतात, नुसते सोफ्यावर बसलेले. कधी समोर टीव्ही चालू असतो, कधी नसतो. नुकताच यांचा मित्र गेला, दादा गेले. माझं दुःख मी मनात पार दाबून टाकलंय. ते कुणाच्या समोर डोळ्यांतून बाहेर येऊ देत नाही. तरीही मन काकांचा विचार करतं, 'विस्मृती... विस्मृती म्हणजे केवढी ही! काहीही न आठवल्याने त्यांच्या मनात काय आंदोलनं असतील? की काहीच नसतील? सगळंच शांत... एखाद्या जुनाट विहिरीच्या खोल, काळ्याकुट्ट तळासारखं!!

बापरे! असं होणं हा किती भयानक प्रकार! कसला शाप हा!!'

आपण जन्माला येतो जरी एकटेच तरी आपल्याबरोबर काही नातीगोती घेऊनच येतो. मग हळूहळू आणखी नाती निर्माण होतात. वाढत्या वयाबरोबर आपल्या नात्यांचा आणि आजूबाजूच्या स्नेहसंबंधाचा विस्तार वाढत जातो. आपण त्यानं सुखावतो. वय हळूहळू पूर्णत्वाकडे झुकू लागतं. मग आणखी नाती येऊन मिळतात, आयुष्य कृतार्थ करणारी आणि असं हे होत असतानाच सगळंच कुठेतरी चिमटीत पकडलेल्या वाळूसारखं हातून निसटून गेलं तर? मग काय उरलं? एक पोकळी प्रचंड अंधार, विस्मरणाचा. त्या अंधारात आपले आपण गुदमरलो, घुसमटलो तरी बाहेरच्या जगाला त्याचा पत्ताही लागणार नाही. आपला आणि आपल्या पलीकडच्या जगाचा संबंधच उरणार नाही. एक पोकळी नुसती चहूबाजूंनी आपल्याला वेढून टाकेल. नातीगोती, सुखदुःखं, शब्द-भाषा, भावना-जाणिवा सगळंच कुठेतरी हरवेल. ते शोधू म्हटलं तरी सापडणार नाही. मग आपले आपण राजे, विस्मृतीच्या एका विशाल राज्याचे!

...असले काही तरी विचार मनात येतात. मी घाबरते, पटकन उठून काकांचा हात थोपटते, ते हसतात. एखाद्या लहान मुलासारखे. मी पाण्याचा ग्लास त्यांच्या हातात देते, ते पाणी पितात.

"अगं, पाच मिनिटांपूर्वीच मी त्यांना विचारलं होतं पाणी हवं का म्हणून. तेव्हा नको म्हणाले." आई म्हणतात.

"आई, आपण काकांना शक्यतो प्रश्न विचारायचे नाहीत. आपले प्रश्न तसे साधे असतात. पाणी हवं का? दूध पिणार का? तुम्ही कुठे आहात? संदीप आठवतो का? प्रश्न विचारले की, ते गोंधळतात आणि मग कधी चिडतातही. आपल्याला जर कोणी कसले गहन प्रश्न विचारत राहिलं तर त्याची उत्तरं आपल्याला अर्थातच देता येणार नाहीत अन् समोरची व्यक्ती आपल्याला बुद्दू ठरवण्यासाठी मुद्दामच आपल्याला उत्तरं ठाऊक नसलेले वेडेवाकडे प्रश्न विचारत आहे, असं वाटून आपल्याला राग येईलच. अगदी तसंच हे. जे आपल्याला अगदी साधं वाटतं, ते त्यांच्या दृष्टीनं तसं

साधं नसतं. कधी आपण काय विचारतो आहोत हे न कळून, बावचळल्यामुळे ते 'नाही' किंवा 'हो' असं उत्तर देऊन टाकतात.''

''तू त्यांची लाडकी सून नं, मग ते तुझं बरोबर ऐकतात. मी दिवसभर एवढं करते त्यांच्यासाठी, पण मला एक चांगला शब्द माहीत नाही. आज तर दिवसभर डोकंच उठवलं माझं. एकही गोष्ट मी सांगितलेली करत नव्हते. आजचा नाही हा स्वभाव. आता तर काय, निमित्तच झालंय. स्वत:ला काही जमत नाही; मग दुसरं कुणी काय सांगतं ते ऐकावं, तर तेही नाही. हट्टीपणा तरी किती करायचा? बोलायला गेले की, तुम्हाला माझं तोंड दिसतं.''

आईंना कुठे, कसं थांबवावं हे मला कळत नाही.

''मी दिवसभर एकटी सापडते त्यांना. मग त्यांची दमदाटी सुरू होते. रोहित घरी असला की, घाबरून असतात. मग सगळं व्यवस्थित करतात. आमचा काही आवाज ऐकला की, रोहित धावत येतो. मला बाजूला करतो. मग रोहितला बघितल्यावर तो जे सांगेल ते सगळं निमूटपणे करतात.''

आईंचं हे बोलणं ऐकून मला हसावं की, रडावं हेच कळत नाही. रोहित समोर असला की, काका सर्व गोष्टी नीट करतात. याचा अर्थ एवढाच की, रोहितला आजोबांना सांगूनसांगून त्यांच्याकडून हवं ते नीट करून घेता येतं. घरात कमीत कमी बोलणारा हा मुलगा. त्याचं अस्तित्व जाणवू नये इतका शांत. आपण विचारलेल्या दहा प्रश्नांपैकी एखाद्या प्रश्नाला उत्तर देणारा. पण 'आजोबा' हा रोहित-अमितचा 'वीक पॉइंट'. धड मराठी नीट न बोलणारा रोहित कमीतकमी शब्दात, स्पर्शानं, कृतीनं काकांकडून हव्या त्या गोष्टी करवून घेऊ शकतो.

''शोभा, अगं हे थंडीचे दिवस. चांगली कढतकढत पाण्यानं अंघोळ करायची तर यांचा नुसता ओरडा अंग भाजतं म्हणून. किती कोमट पाण्यानं अंघोळ करायला लागलेत आताशा. मी म्हणते, थंडीच्या दिवसांत इतकं कोमट पाणी सहन होतं कसं? एवढ्या थंड पाण्यानं अंघोळ करून सर्दी झाली म्हणजे मी आहेच मग निस्तरायला.''

''आई, त्यांना सहन होईल तेवढंच गरम पाणी द्या. आपल्याला जरी ते कोमट वाटलं तरी चालेल. वाढत्या वयात काही वेळा माणसाच्या शरीराचं तपमानही बदलत असावं.''

''अगं, केवढं गरम पाणी लागायचं यांना. बंब धडधडत पेटलेला असायचा. जरा निवलेलं पाणी चालायचं नाही. दिवसेंदिवस वेगळंच थेर. माणसाला नाचवायचं म्हणजे किती नाचवायचं? मला काय आता सोळावं लागलंय?'' आईंचा संताप.

आईंना शांत करण्यासाठी मी पटकन विषय बदलते, ''आई, मावशींना पत्र मिळालं असेल तुमचं.''

"कशी आहे तिची तब्येत कुणास ठाऊक!" आई म्हणाल्या.

दोन-चार दिवस गेले. अपरात्री फोन वाजला. फोन संदीपचा होता. बायजी मावशी गेल्या हे सांगणारा. ऐकलं आणि वाईट वाटलं. याची एकुलती एक मावशी. आईपेक्षा वयानं मोठी. पण प्रश्न पडला की, आता अपरात्री मुद्दाम आईंना उठवून ही बातमी कशी सांगायची? आत्ता तर त्या झोपलेल्याच होत्या. सकाळी लवकर उठून, आमचं आवरून आम्ही ऑफिसला जाण्यासाठी घराबाहेर पडतो. त्यानंतर त्या सावकाशीनं उठतात. सकाळच्या आमच्या घाई गडबडीत त्यांना उठवून, नुसतं ही बातमी सांगून आम्ही कामावर निघून जाणंही योग्य वाटेना.

हा म्हणाला, "उद्या सकाळी एक आणि दुपारी एक अशा दोन महत्त्वाच्या मीटिंग्ज आहेत मला. ऑफिसला जायलाच हवं."

"मलाही दांडी मारता येणार नाही."

"असं करूया, उद्या संध्याकाळी ऑफिसातून आल्यावर आपण ताईला सांगूया, रात्री संदीपचा फोन आल्याचं आणि परवा मी घरी राहतो तिच्याजवळ." यानं उपाय सुचवला.

दुसऱ्या दिवशी संध्याकाळी आईंना बातमी दिली. एरवी, तिथे असत्या तर मावशींच्या आजारपणाचं कळल्यावर लगेच बडोद्याहून मुंबईला धावल्या असत्या. पण आता इथून, इतक्या लांबून काय करता येणार? आईंना खूप वाईट वाटलं. एकच बहीण; ती गेली. मामा तर मागेच गेले. आम्ही आईंची समजूत घालत होतो, "तसं मावशीचं सगळं चांगलं झालं. मुलं सगळी मार्गी लागली, सगळ्यांची लग्नं-वऱ्हाडं झाली. नातवंडं पाहिली, लेकींचे संसार चांगले चाललेत. सगळं व्यवस्थित झालेलं त्यांना बघायला मिळालं." अर्थात, हे जरी खरं असलं तरी ज्याचं दुःख त्याला असतंच. आईंना रडताना बघून काका बावरले. नेमकं काय हे जरी त्यांना कळलं नसलं तरी, काहीतरी घडलंय, एवढं मात्र त्यांना कळलं. ते काहीतरी बोलून आईंची समजूत घालू बघत होते.

रोज संध्याकाळी घरी आल्यावर काकांशी ठरावीक प्रश्नोत्तरं होतात. मला गंमत वाटते की, काहीही न आठवणाऱ्या काकांना केव्हाही विचारा, "काय काका, कसे आहात तुम्ही?" त्यांचं नेहमी एकच उत्तर, "उत्तम!"

संध्याकाळी माझा स्वयंपाक चालू असताना मी त्यांना मुद्दाम स्वयंपाकघरात बोलावून घेते. निदान त्यांच्या हाताला, डोक्याला, विचारांना काहीतरी चाळा असावा म्हणून मी त्यांना कागद आणि पेन घेऊन काहीही लिहायला सांगते.

"काका, आपल्याकडे पार्टी आहे आता. खूप मंडळी जमणार आहेत. चला,

आपण दोघं कछीयावाडीत जाऊन गांध्याकडून सामान आणूया. मला मदत कराल नं?''

मदत म्हटली की, काका खूश होतात. ते लगेच म्हणतात, ''जरूर, जरूर.''

''मग एवढी सामानाची यादी करा. काय काय लागेल बरं आपल्याला?'' त्यांच्याकडून कसलाच प्रतिसाद नसतो.

''लिहा, वीस किलो तूरडाळ.''

''काय?''

''तूरडाळ.''

''हं, पुढे लिहा, दोन किलो केशर.''

एखाद्या वेळी परत परत सांगूनही त्यांना हवा तो शब्द लिहिणं जमत नाही, मग दुसरा शब्द सांगायचा. काहीतरी करून थोडा वेळ त्यांना गुंतवून ठेवणं आणि सर्वांत महत्त्वाचं म्हणजे त्यांचा आपल्याला उपयोग आहे, त्यांच्या मदतीची गरज आहे, ही भावना त्यांच्या मनात निर्माण करणं, हे महत्त्वाचं, असं मला वाटतं.

कधी मी सांगते, ''काका, जरा हे हिशोब करा पाहू. मला काय चुकतंय ते कळतच नाहीये. थोडी मदत करा, म्हणजे मला जमेल.'' मग काहीतरी आकडे सांगून मी त्यांना बेरीज-वजाबाकी करायला सांगते. ती बरोबर की चूक, हा प्रश्नच नसतो.

कधी मी त्यांना नुसती वेगवेगळ्या भाज्यांची नावं सांगून यादी करायला सांगते, तर कधी नुसती फळांची. कधी कधी जोडाक्षरं लिहायला सांगते, तर कधी आमचीच सगळ्यांची नावं. आधी त्यांना त्यांचं स्वत:चं नाव सांगते.

काका लिहितात, ''विष्णू केशव चित्रे'', मग ''शैलजा विष्णू चित्रे'', ''दिलीप विष्णू चित्रे....''

''दिलीप कोण तुमचा?''

''माझा भाऊ.''

''लिहा, संदीप विष्णू चित्रे.''

काका सगळ्या चित्रे कुटुंबीयांची नावं सांगू तशी लिहून काढतात. मग ती पुन्हा पुन्हा मोजत बसतात. एवढे चित्रे! त्यांना खूप आनंद होतो. रोज संध्याकाळी त्यांना मी असं लिहितं करते. त्यांचं मूळचं रेखीव अक्षर अजूनही माझ्या अक्षरापेक्षा चांगलं आहे. काकांना शब्द आठवत नाहीत. एखादा शब्द अगदी चुकीचाही लिहितात. पण लिहितात ते अगदी मार्जिन सोडून, एकाखाली एक— व्यवस्थित. ते बघून माझी मलाच लाज वाटते. मला स्वत:ला व्यवस्थित मार्जिन सोडून, नीटनेटकं लिहिणं प्रयत्न करूनही जमत नाही आणि इथे काकांना शब्द सुचत नसताना ते जे काही लिहितात त्यात दोन शब्दांतलं अंतर, मार्जिन सगळं अगदी

मोजूनमापून असावं तसं.

रोज मी काकांना सांगते, ''काका, मी आत्ताच आखाड्यात जाऊन आले.''

'आखाडा' या शब्दानं खूश होऊन काका बोलण्याचा प्रयत्न करतात, ''भाऊ... भाऊ... दोन तुकडे... काय अगदी बरोब्बर....''

काकांचा चेहरा भाऊंच्या आठवणीने उजळतो. त्यांना भाऊ - माणिकराव - अस्थिसंधनात किती निष्णात होते, ते सांगायचं असतं.

मग मीच भाऊंविषयी बोलत राहते. मध्येच कधी काकांना विचारते, ''काका, भाऊंची फॅमिली कुठे असते? त्यांची बायको, मुलं... वगैरे?''

काकांना भाऊ आजन्म ब्रह्मचारी होते हे नेमकं आठवतं. ते मान हालवतात, ''नाही, नाही... छे... भाऊ... फॅमिली कशी?... भाऊच.''

भाऊंविषयीच्या गोष्टी त्यांना सांगता आल्या नाहीत तरी त्यांच्या तुटक उद्गारांवरून, हावभावांवरून त्यांना त्या पक्क्या माहीत असल्याचं मला जाणवतं. या गोष्टीचं मला फारच आश्चर्य वाटतं.

घरात ठिकठिकाणी असणाऱ्या टिश्यू पेपरच्या डब्यातून टिश्यू काढून काका नीट शर्टाच्या खिशात, पायजम्याच्या खिशात भरून ठेवतात. त्यांच्या उशीखाली सुद्धा टिश्यू पेपर्सच्या घड्या, बोळे ठेवलेले असतात.

हा काकांच्या आणि आईंच्या वादाचा आणखी एक विषय. ''एवढे टिश्यू लागतात कशाला? उगीच सगळे बिघडवता.'' आई तक्रार करतात. तर काका चिडून हमरीतुमरीवर येतात, ''हे... हे... माझे आहेत. मला हवेत....''

आम्ही आईंना समजावतो, ''जाऊ दे, टिश्यू पेपरची काय किंमत! घेऊ द्या त्यांना हवे तेवढे.''

मग माझ्या वाचनात आलं; या अल्झायमरच्या रुग्णांना इतरांच्या दृष्टीने क्षुल्लक वाटणाऱ्या गोष्टींचं आकर्षण वाटतं. त्या साठवाव्याशा, जपाव्याशा वाटतात.

असं का व्हावं?

हा मनुष्यस्वभावाचा तर भाग नसेल? अगदी लहानपणापासून हे माझं, ते माझं असा अनेक गोष्टींचा फापटपसारा आपण स्वत:भोवती गोळा करत राहतो. ही 'माझं'ची यादी कमी न होता वाढतच असते. ह्यात माझं म्हणून कपडालत्ता, भांडीकुंडी, संसार, पुस्तकं ह्या साऱ्या भौतिक वस्तूंपासून आपले स्नेहीसोबती, नातेवाईक हीसुद्धा असतात आणि हे जे जे म्हणून 'माझं' असतं, त्या सर्वांचा आपल्याला सार्थ अभिमान असतो. एवढं सगळं माझं म्हणून आयुष्यभर गोळा

केल्यावर कधीतरी हातून सर्वच निसटून गेलं तर? अशा वेळी इतरांच्या दृष्टीने क्षुल्लक असणारी गोष्टसुद्धा महत्त्वाची वाटून 'माझी' म्हणून जपून ठेवावीशी वाटत असेल. सुरक्षित ठेवावीशी वाटत असेल.

काका त्यांच्या दाताची कवळी सर्वांत जास्त जपतात. रात्री जेवण झाल्यावर कितीतरी वेळ ते कवळी धुत बसतात. अनेकदा सांगूनही ते डबीत काढून ठेवायला तयार नसतात. त्यांच्याजवळ उभं राहून मी पुन्हा पुन्हा त्यांना ती डबीत ठेवायची आठवण करते.

"माझे आहेत...." त्यांचं हे एकच पालुपद.

"तुमचेच आहेत. पण आता झोपायचं आहे नं? मग इथे डबीत ठेवा आत्ता. सकाळी उठल्यावर लावा."

"कोणी घेईल ते...."

आमचं संभाषण ऐकून आई म्हणतात, "तुमचं चोखटं कशाला कोण घेणार? किती हट्टीपणा करायचा?"

जेवण झाल्यावर त्यांनी नुसतं बसून राहू नये, त्यांच्या शरीराला थोडंसं चलनवलन हवं म्हणून मी त्यांना सांगते, "काका, चला; आपल्याकडे कोणी मंडळी आलीत पोलादपूरहून."

ते लगेच उठून येतात. मग थोडा वेळ मी या खोलीतून त्या खोलीत फिरत राहते आणि माझ्या मागोमाग तेही फिरतात. पोलादपूर वगैरे सगळं त्यांच्या डोक्यातून निघून गेलेलं असतं. ते कंटाळले असं वाटलं की, मग मी त्यांना फॅमिलीरूममध्ये आणून बसवते.

कधी आम्ही सर्व एकत्र असतो, गप्पा चालू असतात. काकांकडे बघावं तर ते भेदरून बसलेले दिसतात. डोक्याला हात लावून सांगतात, "चक्कर, चक्कर...."

मी त्यांना म्हणते, "काका, आज आपली दत्तबावनी म्हणायची राहिली."

काहीतरी करून त्यांना बोलतं करावं, त्यांचं मन दुसरीकडे वळवावं, हा हेतू. मागे बडोद्याला असताना दर गुरुवारी दत्तबावनी म्हटली जायची. मी म्हणायला सुरुवात करते, "जय योगीश्वर दत्त दयाळ...." चुकतमाकत जे शब्द आठवतील ते मी म्हणते, आईही मला साथ देतात. मग काकाही लगेच टाळ्या वाजवत, तोंडातल्या तोंडात पुटपुटतात. आपल्याला चक्कर येत होती, याचा एका क्षणात त्यांना विसर पडतो.

"शोभा, आज सकाळपासून टीव्हीवर एका म्हाताऱ्या माणसाचा फोटो दाखवतायत. कोणी हेन्री म्हणून आहे. हरवलाय की काय? तू बघितलंस की नाही?"

"बघितलं की; पेपरमध्येही आलंय."

"असा कसा हरवला? घर सोडून निघून तर गेला नसेल?"

"आई, त्यालाही काकांसारखा अल्झायमर झालाय. त्याची बायको आणि तो दोघंच आहेत. तीच त्याचं सगळं करते, त्याला सांभाळते. घरातली, बाहेरची सगळी कामं करायची, त्याचं बघायचं; कसं करत असेल सगळं? बरं, त्याला घरात एकट्याला ठेवून तिला कुठे बाहेर जाता येत नाही. बरोबर न्यायचा तरी पंचाईत. तर परवा अशीच ती नवऱ्याला घेऊन बाहेर पडली. वाटेत कसली चौकशी करायची म्हणून थांबली. नवऱ्याला गाडीतच ठेवला. पाच मिनिटांनी ती परत आली तर नवरा गाडीत नाही. तिनं आजूबाजूला पाहिलं, पोलीसला कळवलं, पण तो कुठे, कसा गेला असेल कळत नाही. शिवाय, सध्या थंडी किती आहे! रात्री तर भयंकर थंडी होती. जरी त्याच्या अंगात थंडीचे कपडे असले तरी या असल्या हवेत इतका वेळ बाहेर काढल्यावर त्याचं काय होईल, ते सांगता येत नाही." मी आईंना सांगितलं.

"तो जर ह्यांच्यासारखा असेल तर त्याला धड स्वत:चं नाव, गावसुद्धा सांगता यायचं नाही."

"आई, त्याच्या हातात म्हणे कडं घातलेलं आहे. त्यावर त्याचं नाव, पत्ता, फोन नंबर लिहिलेला आहे. तो अल्झायमरचा पेशंट असल्याचंही त्यावर लिहिलंय." मी आईंना माहिती दिली.

"बऱ्या बाई सगळ्या सोयी आहेत इथे. पण बिचारा एवढ्या थंडीचा कुठे रखडत असेल?" आईंचा जीव कळवळला.

रात्री टीव्हीवर बातमी आली; हेन्री सापडला. प्रचंड थंडीने गोठून तो बापडा मरून पडला होता आणि टीव्हीवर दाखवला तो त्याच्या बायकोचा न बघवणारा आक्रोश.

या निमित्ताने टीव्हीवर आणि वर्तमानपत्रांतून अल्झायमरविषयी माहिती सांगण्यात आली. हे दुखणं कसं भयंकर आहे आणि त्या रुग्णाची सतत चोवीस तास डोळ्यांत तेल घालून काळजी घेणं किती अवघड कामं आहे, हेही सांगण्यात आलं. काही रुग्णांच्या नातेवाइकांच्या मुलाखती झाल्या.

एका बाईनं तिचा अनुभव वर्तमानपत्राला कळवला.

एकदा सकाळी ती बाई ऑफिसला जायला निघाली. घरातून बाहेर पडली आणि बघते तर घरासमोर गवतावर कोणी माणूस अंगाचं मुटकुळं करून पडला होता. त्याच वेळी समोरच्या घरातून तिची शेजारीण बाहेर पडली. ती हिला म्हणाली, "कोणीतरी दारू पिऊन पडलेला दिसतोय. तू आधी पोलीसला फोन कर."

पण कसं कुणास ठाऊक, या बाईनं तसं केलं नाही. त्याला हालवलं, जागं

केलं. तो माणूस पूर्णपणे हरवलेला होता. अंगात नुसता नाईट ड्रेस घातलेला. त्याला काही सांगताही येईना. तिनं त्याला आपल्या घरात नेलं, गरमगरम कॉफी दिली. अधाशासारखा तो कॉफी प्याला, तिनं त्याला खायला दिलं. त्याच्याशी बोलण्याचा प्रयत्न केला. पण तो काही बोलेना. या बाईला प्रश्न पडला, आता याचं काय करायचं? नुसता घराबाहेर काढून लावायचा की पोलीसला फोन करायचा? तेवढ्यात तिच्या लक्षात आलं, हा माणूस खिशातून काही कागदाचे चिटोरे काढत असल्याचं. त्यात तिला एका औषधाच्या दुकानाची पावती सापडली. त्या पावतीवरून तिला या माणसाचा नाव-पत्ता कळला. त्याच्या घरी फोन केला. घरचे बिचारे काळजीत होते. हा केव्हा, कसा उठून रात्रीचा दार उघडून बाहेर पडला, कोणाला कळलंच नाही. तो अल्झायमरचा पेशंट. चालतचालत एवढ्या दूर कसा आला, हेही एक कोडंच.

मी आईंना ही हकिकत सांगितली, "आई, त्या बाईनं याला घरात घेतलं म्हणून बरं. पण दुसऱ्या कोणी कदाचित याला दारुड्या अथवा बेघर म्हणूनच याच्याकडे पाहिलं असतं."

हे असं सगळं वाचत असताना, बघत असताना वाटतं, इतर रुग्णांच्या मानानं काकांची आजची स्थिती खूपच बरी आहे. मी देवापुढे हात जोडले, "परमेश्वरा, काका आज ज्या स्थितीत आहे, निदान तसेच शेवटपर्यंत राहू दे."

टीव्ही बघणं काकांना आवडतं. तासन्तास ते तसे बसू शकतात. आम्हाला आठवणीनं त्यांना बाथरूमला नेणं, पाणी प्यायला देणं या गोष्टी कराव्या लागतात.

काकांना गाडीत बसवणं ही एक कसरतच असते. त्यांना परतपरत सांगून सावकाश गाडीत बसवावं लागतं. ते घाबरतात, त्यांना चक्कर येते. या गोंधळात ते कुठेतरी आपटतात, त्यांना काहीतरी लागतंच. मात्र एकदा गाडीत बसले, गाडी सुरू झाली की, ते जाम खूश होतात. आजूबाजूनं धावणाऱ्या एवढ्या गाड्या पाहून ते सुखावतात. त्यांना काहीतरी बोलावंसं वाटतं, पण शब्द सुचत नाहीत. आमची गाडी धावतच असते आणि काका, आमच्या बाजूनं पळणाऱ्या, विरुद्ध दिशेनं येणाऱ्या गाड्या बघत, मोजत (?) असतात. 'बापरे!... बघा... बघा!... केवढं... काय!' ते आपला आनंद व्यक्त करतात. विशेषत: रात्री प्रवास करताना एका बाजूला समोरून येणाऱ्या मोटारींच्या दिव्यांच्या पांढऱ्या धक्क झोताचा पट्टाच्या पट्टा सरकत आपल्याकडे झेपावत असतो. दुसऱ्या बाजूला आपल्याच दिशेनं पळणाऱ्या गाड्यांच्या मागील लाल दिव्यांचा लांबलचक पट्टा सरकत असतो. त्या येणाऱ्या, जाणाऱ्या गाड्या आहेत, हे त्यांना कळणं शक्य नसतं. पण ते रंग पाहून

काका खुलतात. विशेषत: लाल रंग त्यांच्या आवडीचा. 'बघा... लाल... लाल!' ते बोलतात.

एखाद्या लहान मुलासारखीच काकांची अवस्था. फरक इतकाच की, लहान मूल वाढत असतं, एकेक गोष्ट शिकत असतं. दिवसादिवसानं त्याची प्रगती होत असते. ती सगळ्यांना आनंदित करते. पण इथे तर प्रवास अगदी उलट दिशेनं चालू असतो. एकेक गोष्टी हातून निसटतात. शब्द, भाषा हेही हरवतं. जिथून आयुष्याच्या प्रवासाला सुरुवात केली, तिथेच पुन्हा अल्झायमरची व्यक्ती जाऊन पोहचते. कधी फार झपाट्यात ही अवस्था येते, तर कधी फारच सावकाश.

काकांना दुकानातून फिरणंही आवडतं. मोठमोठी दुकानं, त्यातली सुबक मांडणी, नानाविध वस्तू, त्यांची रंगसंगती सगळं त्यांना मोहवतं. एकदा आम्ही सगळे अशाच एका दुकानात शिरलो. मुलं आणि हा इलेक्ट्रॉनिक्सच्या विभागाकडे गेले. बाजूच्या, चादरी-पडदे-टॉवेल्स या विभागात मी आणि आई-काका फिरत होतो. तेवढ्यात आई कुठेतरी शेजारच्या विभागात जाऊन येते म्हणाल्या. मी आणि काका दोघं फिरत होतो. मी काकांना म्हटलं, "तुम्ही इथे थांबा. कुठला टॉवेल तुम्हाला हवंय ते बघा. एका मिनिटात मा रोहितला सांगून येते आपण इथे आहोत ते."

मी गेले आणि लगेच परतले. बघते तर काका फार घाबरलेले, ते थरथरत होते. काय बोलावं हेच त्यांना कळेना. "कुठे... कुठे...?" ते म्हणू लागले. मी काकांना म्हटलं, "इथेच तर होते. तुम्हाला सांगून नाही का गेले!" त्यांना एकदम रडूच आवरेना. "किती वेळ... एकटा...!!" मग मलाच वाईट वाटलं. अर्धं मिनिटही मी त्यांच्यापासून दूर नव्हते. पण काहीच न आठवणाऱ्या काकांना ते अर्धं मिनिटही युगासारखं भासलं असेल. मी जरी त्यांना सांगून गेले होते तरी ते लक्षात न राहिल्याने, आजूबाजूच्या त्या झगमगाटात ओळखीचं कुणीच न दिसल्याने ते बावरले.

त्यानंतर मात्र कधीही काकांना क्षणभरसुद्धा एकटं सोडायचं नाही, हे आम्ही ठरवून टाकलं.

***

माझं 'गोठलेल्या वाटा' हे पुस्तक तयार होत असल्याचं प्रकाशक मधुकाका कुलकर्णी यांच्याकडून कळलं. वॉशिंग्टनमधल्या आमच्या काही स्नेही मंडळींनी या पुस्तकाचा प्रकाशन समारंभ इकडे करण्याचं ठरवलं. त्यांची तयारी सुरू झाली. लोकांना आमंत्रणं पाठवली. मात्र अजून पुस्तक आमच्या हातात आलं नव्हतं.

मधुकाका कुलकर्णी यांनी पुस्तकाच्या पाच प्रती न्यूयॉर्कला येणाऱ्या कोणाबरोबर तरी पाठवल्या. त्या न्यूयॉर्कहून वॉशिंग्टनला रवाना झाल्याचं कळलं. आम्ही पुस्तकाची वाट बघत होतो. पोस्टमननं ते पाकीट आणून दिल्यावर लगेच आईंनी याला ऑफिसात फोन केला- ''एक पाकीट आलंय. शोभाचं पुस्तक असावं, असं वाटतंय.''

मग याला कसला धीर निघतो! लंचला जोडून तासभर सुट्टी घेऊन, घरी जाऊन पुस्तक बघायचं यानं ठरवलं. त्याप्रमाणे आम्ही घरी आलो.

पाकीट उघडलं. नरेशनं केलेलं देखणं आणि समर्पक मुखपृष्ठ, मागल्या बाजूला यानं काढलेला माझा फोटो. सगळं छान जमलं होतं. मधुकाकांनी पुस्तक उत्तम तयार केलं होतं. पुस्तक बघितलं आणि मी स्वत:ला आवरू शकले नाही. दादांच्या आठवणीनं मला रडू कोसळलं. दादा गेल्यापासून मी कधी अशी रडले नव्हते. महाप्रयासाने सगळं आत दाबून टाकलं होतं. पण आता मात्र माझा बांध फुटला. माझं पुस्तक होतंय या विचारानं दादा किती आनंदले होते. हे पुस्तक बघून त्यांना किती कौतुक वाटलं असतं. दोन महिने आधी जर हे पुस्तक तयार झालं असतं तर? चूक माझीच. किती वेळ घेतला मी पुस्तक पुरं करायला. केव्हापासून मधुकाकांची भुणभूण चालू होती. मी थोडं आधी लिहून पुरं केलं असतं तर?

थोड्या वेळानं मी स्वत:ला सावरलं. देवापुढे हात जोडले. आई-काकांना वाकून नमस्कार केला. काका पुटपुटले, ''शतायुषी भव!''

आम्ही सगळे जण पुस्तक बघत होतो. यानं काकांना एक पुस्तक बघायला दिलं. काका पुस्तकावर असलेलं माझं नाव बघून खूश झाले. पुन्हा पुन्हा त्यांचं ते नाव वाचणंच सुरू झालं, ''शोभा चित्रे... शोभा चित्रे....''

ते एकसारखं पुस्तक उलट-सुलट करून पाहत होते. मागील बाजूला असलेला माझा फोटोही पाहून झाला. पण ते पुन्हा मुखपृष्ठाकडे वळले. तो फोटो आणि त्यांच्यासमोर प्रत्यक्ष उभी असलेली मी याचा त्यांच्या दृष्टीने काहीच अर्थ नव्हता. पुस्तकावर असलेलं माझं नावच त्यांच्या दृष्टीने जास्त महत्त्वाचं होतं.

मी पुस्तक चाळत होते. अजून माझं मलाच खरं वाटत नव्हतं पुस्तक झाल्याचं. कधीतरी, कुठेतरी चार-चार ओळी खरडून तयार झालेले हे लेख. स्वयंपाकघरात काम करताना डोक्यात घोळणारे लिहिण्याचे विचार आणि प्रयासाने वेळ काढून कागद, पेन घेऊन लिहायला सज्ज झाल्यावर मात्र डोळ्यांसमोर नाचणारी कामाची यादी, घड्याळाचा पळणारा काटा – या सगळ्यांतून पुरे केलेले लेख.

आम्ही सर्व जेवायला बसलो. लवकर आटपून परत ऑफिसला वेळेवर पोहचायला हवं. काका हातातलं पुस्तक बाजूला ठेवायला तयार होईनात. ''माझं...

माझं आहे... शोभाचं आहे....''

आईंनी विचारलं, ''शोभा कुठे आहे?''

हातवारे करत सांगण्याचा ते प्रयत्न करू लागले, ''द्यायचंय... शोभाला... लांब... वॉशिंग्टनला....''

जेवताना काकांनी पुस्तक एका हातानं धरून ठेवलं होतं. जेवण झालं, मी त्यांना बाथरूममध्ये घेऊन गेले. ते तोंड धुत राहिले. त्यांना पुस्तकाचा विसर पडला.

आम्ही दोघं निघालो. परत ऑफिस गाठायचं होतं. गाडीत बोलायला पुस्तक हाच विषय होता. माझ्यापेक्षा यालाच जास्त आनंद झाला होता. माझ्या डोक्यात मात्र दादांचं नसणं आणि काकांचं हे असं असणं हेच घोळत होतं.

काकांना केस कापायला घेऊन जायचं काम मुलं करतात. दोन-तीन महिन्यांतून एकदा शनिवारी सकाळी हा कार्यक्रम असतो. मोटारीनं पाच मिनिटांच्या अंतरावर हे न्हाव्याचं दुकान आहे. रोहित-अमित त्यांना नीट गाडीत बसवतात. सावकाश दुकानात घेऊन जातात, खुर्चीवर बसवतात. गर्दी असली तरी काकांचा नंबर लवकर लागतो. कधीकधी ते केस कापायला तयार नसतात, खुर्चीतही बसायला तयार नसतात. आजूबाजूची गर्दी, ते पांढरा गाऊन घातलेले न्हावी हे सगळं त्यांना अनोळखी वाटतं. आपल्याला डॉक्टरकडे आणलंय अशी भीती त्यांना वाटते आणि ज्याअर्थी आपल्याला डॉक्टरकडे आणलंय त्याअर्थी आपल्याला नक्की काहीतरी होतंय या कल्पनेने ते घाबरतात, गोंधळतात. त्यांना चक्कर येते, मग मुलं त्यांची कशीबशी समजूत घालून, त्यांच्या जवळ उभं राहून काकांचे केस कापण्याचा कार्यक्रम उरकतात.

एकदा असंच मुलांनी काकांना तयार केलं. केस कापायला जायचंय हे सांगितलं. काका बाहेर मोटारीपर्यंत गेले आणि परत फिरले. मुलांनी त्यांना पुन्हा मोटारीपर्यंत नेलं. त्यांना मोटारीत बसवण्याचा प्रयत्न केला. पण ते बसायला तयार होईनात. ते घरात आले, इकडेतिकडे फिरायला लागले. आम्हाला कळेचना यांना काय झालं ते. आम्ही सगळे त्यांना सांगतोय, ''अहो, केस कापायला जाताय नं? रोहित-अमित तुम्हाला घेऊन जाणार आहेत. जाऊन या त्यांच्याबरोबर.''

''बघितलास नं यांचा गोंधळ! एकदा केस कापून आले की, मग अंघोळीचा समारंभ. नंतर ह्यांना तयार करणं. सगळं आटपून आपण बाहेर तरी कधी पडणार? अस्सा वेळ काढतात दिवसभर. काही आटपता आटपत नाहीत. यांचा वेळ जातो आणि त्यांच्यामागे माझाही. तुम्हाला वाटत असेल मी दिवसभर करते तरी काय?'' आई म्हणाल्या.

काकांचं त्याकडे लक्षच नव्हतं. ते काहीतरी पुटपुटत होते. काहीतरी शोधत होते.

"काका काय शोधताय? तुमचा रुमाल तुमच्या खिशात आहे पाहा." मी सांगितलं.

काकांना सतत हातरुमाल खिशात असावा लागतो. घराबाहेर पडताना तर हवाच हवा आणि कोट घातला असला की, न विसरता त्या रुमालाची अशी काही ऐटबाज घडी करून कोटाच्या खिशात ठेवतात की, बघत राहावं.

काकांनी पुन्हा एकदा पॅन्टच्या खिशात हात घातला. शर्टचा खिसा चाचपडला आणि एकदम म्हणाले, "पैसे... पैसे... कुठे?"

"काका, मुलांकडे पैसे आहेत; ते देतील." हा म्हणाला.

पण काका अजून पैसे शोधतच होते.

मी पटकन उठून त्यांना दोन डॉलर्स काढून दिले. पैसे पाहून ते खूश झाले, लगेच मुलांबरोबर बाहेर पडले. मला माहीत आहे की, पाच मिनिटांतच त्यांना त्या डॉलर्सचा विसर पडेल.

एका शनिवारी यानं ब्रेकफास्टला आमलेट करायचं ठरवलं. याचं आमलेट हे एक प्रकरणच आहे. भरपूर अंडी, त्यात मिरच्या, कोथिंबीर, कांदा याच्या जोडीला ढोबळी मिरची, कोबी, गाजरं, वाटाणे यापासून ते सॉसेज, चीजपर्यंत सर्व घालून केलेलं जाडजूड आमलेट. आमलेटची चव तर मस्त असतेच, शिवाय त्यात घातलेल्या वेगवेगळ्या रंगाच्या भाज्यांमुळे ते आकर्षकही दिसतं.

हा उत्साहाने तयारीला लागला, मुलं मदतीला आली. आई-काका टेबलाशी आले. हा काकांना म्हणाला, "बघा, तुमच्यासाठी आमलेट करतोय. तुम्हाला आवडतं नं?"

"हे... हे... काय? मी संपवणार...." काका म्हणाले.

आम्ही हसलो. हा काकांचा नेहमीचा विनोद. खाण्याचं काही बघितलं की, त्यांना म्हणायचं असतं, 'एवढंच कसं पुरणार? मला एकट्यालाच एवढं लागेल.'

मग मी म्हणते, "काका, तुम्ही हे संपवून टाका. मग आमच्यासाठी मी काहीतरी चांगलं करीन." मग असेच काहीतरी थट्टाविनोद आम्ही करतो. कुठूनतरी त्यांना संभाषणात ओढण्याचा प्रयत्न असतो.

आमचा पहिला चहा झाला. मुलांनी टेबलावर प्लेट्स, सुऱ्या, काटे मांडले. यानं पहिलं आमलेट लावलं काकांसाठी. टोमॅटोच्या चकत्या, सॉसेजच्या चकत्या, वरून टाकलेलं किंचित वितळलेलं चीज. आमलेट मस्त दिसत होतं. हा स्वत:च्या या कलाकृतीवर खूश झाला. काकांच्या पुढ्यात यानं प्लेट ठेवली.

"काका, बघा काय मस्त आमलेट केलंय." हा म्हणााला.

काका म्हणाले, "नको. मला नको."

त्यांची ही प्रतिक्रिया वेगळी होती. ठरावीक वेळेला, ठरावीक खाण्याला ते नाही म्हणत नाहीत.

"काका, रात्री तुमचं जेवण किती लवकर होतं. आता भूक लागली असेल, खाऊन घ्या गरमगरम. मी तुम्हाला तुकडे करून देते." मी म्हणाले.

नको, नको म्हणत काकांनी पुढ्यातली प्लेट बाजूला केली.

"का हो, तुमच्या पोटात दुखतंय का? काय होतंय तुम्हाला? एवढं दिलीपनं केलंय तुमच्यासाठी ते खाऊन घ्या. पोटात काही गेलं की, बरं वाटेल." आई म्हणाल्या.

काकांचं सारखं नको, नकोच चाललं होतं.

एवढ्यात रोहितनं अमितला खूण केली. काहीतरी सांगितलं. आजोबांच्या शेजारी बसलेला अमित पटकन उठला. "चला आजोबा." तो म्हणाला.

आणि ते उठून त्याच्या मागून गेले.

"का रे? काय झालं? कुठे चाललास?" आम्ही अमितला विचारेपर्यंत तो आजोबांना बाथरूममध्ये घेऊन गेला.

रोहित म्हणाला, "आजोबांनी खालच्या बाजूचं डेन्चर लावलेलं नाही, म्हणून ते खात नसतील."

"असं कसं होईल? माझ्यासमोर त्यांनी तोंड धुतलं. त्यांना चोखटं लावताना मी बघितलं. आता दोन्ही लावली की नाही, तेवढं मात्र मी बघितलं नाही." आई म्हणाल्या.

तेवढ्यात अमित काकांना घेऊन आला. त्यांच्या पुढ्यात प्लेट ठेवली आणि मग त्यांनी आवडीनं आमलेट खाल्लं.

खालची कवळी लावली नसल्याने आपल्याला खाता येणार नाही, हे त्यांना कळलं होतं. पण त्यासाठी काय करायला हवं? हे त्यांना कळेना किंवा सांगताही येईना.

त्यांनी कवळी लावली नसल्याचं आम्हाला तर कळलंही नसतं. बरं रोहितच्या लक्षात आलं ते! नाहीतर आम्ही त्यांना वेगवेगळ्या पदार्थांचा आग्रह करून पाहिला असता. त्यामुळे ते जास्तच गोंधळले असते किंवा त्यांना भूक नाही, असं आम्हाला वाटलं असतं आणि ते मात्र उपाशी राहिले असते.

म्हटलं तर हे साधेसाधे प्रसंग, रोजच्या जीवनातले. पण या प्रसंगांतून काकांचा प्रवास कसा चाललाय हे स्पष्ट दिसतंय. आज ही परिस्थिती आहे, तर पुढे काय...?

... पुढचा विचार मात्र मनाला फारच घाबरवणारा.

एकदा गंमतच झाली.

काकांचा चौऱ्याहत्तरावा वाढदिवस होता. मुलांनी आजोबांसाठी केक केला, त्यावर मेणबत्त्या लावल्या. आम्ही सर्व जमलो, आम्ही सर्वांनी 'हॅपी बर्थ डेऽऽ' सुरू केलं. केक कापून त्यांना दिला. गोड खायला काकांना खूप आवडतं, त्यांना केक आवडला. "वा, वा... उत्तम!" ते म्हणाले.

"काका, तुमचा वाढदिवस आहे नं म्हणून केक केलाय तुमच्यासाठी. आज तुम्ही चौऱ्याहत्तर वर्षांचे झालात."

ते पुन्हा पुन्हा "छे, नाही... नाही...." म्हणत होते.

"नाही वाटत नं चौऱ्याहत्तर वर्षं एवढ्यात झाली म्हणून! बघा, कुठे पोलादपूर, महाड, बडोदा आणि आता तुम्ही अमेरिकेत राहताय." मी बोलत होते.

केक खात असताना काका आश्चर्याने म्हणाले, "तुम्ही... चौऱ्याहत्तर...?"

काकांचा काय घोटाळा झाला ते आमच्या लक्षात आलं. "अहो, ही कसली चौऱ्याहत्तर वर्षांची? ही शोभा. आपली सून. तुमचा वाढदिवस आहे आज. तुम्ही झालात चौऱ्याहत्तर वर्षांचे." आई काकांना समजावू लागल्या.

याला तर हसायला आणि मला चिडवायला आयतंच कारण सापडलं. "बघ, तुझा गैरसमज आहे नं की, आपण लहान दिसतो म्हणून!"

आमचं असं हसणं, चिडवणं चाललं होतं, तेव्हा काका मात्र वाढदिवसाच्या निमित्ताने त्यांना आणलेल्या नव्या शर्टांची बटणं मोजण्यात गढले होते.

आईंच्या वयाला एप्रिलमध्ये सत्तर वर्षं पूर्ण होणार. मनात आलं, चार मित्रमंडळींना जमवून त्यांचा वाढदिवस साजरा करावा. मग आमचे बेत सुरू झाले. ओळखीच्या मंडळींना आमंत्रणं दिली. जेवणाचा मेनू ठरला. अनायासे, ज्या रात्री आमच्याकडे ही पार्टी होती त्याच दिवशी दुपारी आईंच्या बरोबरीच्या बायका दुसऱ्या कोणाकडे तरी एकत्र जमणार होत्या. मग दिवसभर आई तिकडे गेल्या.

काका घरी होते. मी मुद्दाम त्यांना स्वयंपाकघरात बसवून सारखी, आज आपल्याकडे मंडळी येणार आहेत, शैलाबाईंचा वाढदिवस आहे, हे पुन्हा पुन्हा सांगत होते. काकांना बसल्याबसल्या लसूण सोलणं, शेंगदाण्याची सालं काढणं असली कामं दिली.

रोहित-अमितनं दोघांनी आजीसाठी दोन केक केले. आजीसाठी सुंदर पर्स त्यांनी आणली होती. संध्याकाळी आई घरी आल्या, तयार झाल्या. मुलांनी काकांना तयार केलं, मंडळी जमली.

खाणं-पिणं, पार्टी सुरू झाली. आई खूप खुषीत होत्या. पण मनातून त्यांना काय वाटत असेल? आज त्यांचा सत्तरावा वाढदिवस एवढ्या हौसेनं साजरा केला जातोय, सगळे सौभाग्यलंकार त्यांच्या अंगावर आहेत. तरीही, ते असण्याला कितीसा अर्थ आहे? एवढ्या सगळ्या सोहळ्यात, आनंदात काका सहभागी होऊ शकत नाहीत. ते अस्वस्थ झालेत. आपण कुठे आहोत आणि आजूबाजूला काय चाललंय, याचा त्यांना पत्ताच लागत नाही. त्यांचं पुन्हा पुन्हा 'मी घरी जातो... वाट बघतात....' हेच चालू आहे. शेवटी मी त्यांना फॅमिलीरूममध्ये आणलं. टीव्ही लावून दिला, त्यांच्या हातात एक पुस्तक दिलं. समोर टीव्हीकडे बघत ते हातातील पुस्तक चाळू लागले. खाली बेसमेंटमध्ये चाललेला पार्टीचा जल्लोष ते साफ विसरूनही गेले.

अलीकडे काकांना पोलादपूरची खूप आठवण येते, असं वाटतं. स्वत:शीच पुटपुटतात, 'पोलादूपर... पोलादपूर....'

अमितला आणि रोहितला विचारतात, "पोलादपूरचा रस्ता माहीत आहे?" मुलं 'हो' म्हणाली की, लगेच त्यांचा चेहरा आनंदाने फुलतो. "मग चला... जाऊ या आपण...." ते लगेच उठून उभे राहतात. मुलं त्यांना घेऊन दुसऱ्या खोलीत येतात. कसली तरी जुन्या मराठी गाण्यांची टेप सुरू करतात. गाणं सुरू झालं की, काका बोटानं ताल धरतात आणि त्यांना पोलादपूरचा विसर पडतो.

तसं म्हटलं तर काका लहानपणी फार थोडा काळच पोलादपूरला होते. शाळेसाठी ते महाडला आले आणि शाळेनंतरचं सगळं आयुष्य बडोद्याला गेलं. पोलादपूरला मग फारसं जाणंही झालं नाही. मग ते जेव्हा पोलादपूर म्हणतात तेव्हा त्यांना पोलादपूरच म्हणायचं आहे की बडोदा म्हणायचं आहे?

आईंनाही ते विचारतात, "कधी जायचं?"

"कुठे?"

"आपल्या घरी... पोलादपूरला."

हे घर त्यांना तसं आपलं घर कधी वाटलं नाही. विशेषत: त्यांना बेसमेंटमध्ये नेलं की, थोड्या वेळातच ते अस्वस्थ होतात. आपण लोकांकडे फार वेळ बसलोय, असं त्यांना वाटतं. मग माझ्याजवळ येऊन ते म्हणतात,

'येतो....'

"कुठे निघालात काका?"

"घरी. सगळे वाट बघतात. बघा, उशीर झाला." ते मला त्यांचं घड्याळ दाखवतात.

मी त्यांना घेऊन वरती येते. टीव्हीसमोर ते बसतात. कधी टीव्ही पाहतात. कधी कुठलं पुस्तक उचलून त्याची पानं उलटसुलट करत राहतात. 'स्मृतिचित्रे' हे

पुस्तक त्यांच्या खास आवडीचं. ते पुस्तक पाहिल्यावर त्यांचा चेहरा खुलतो. ते पुस्तकाचं नाव पुन्हा पुन्हा वाचतात आणि एकदम मला म्हणतात,

"बघा, स्मृतिचित्रे! हे चित्रे म्हणजे पोलादपूरचे चित्रे."

काल त्यांनी अमितला विचारलं, "पैसे आहेत?" अमित 'हो' म्हणताच ते लगेच उठले. त्याचा हात पकडला. म्हणाले, "चल, जाऊया."

मी विचारलं, "कुठे?"

"तिकडे... तिकडे जाऊन येतो."

"चला, आपण सगळे जाऊया. कुठे जायचंय तुम्हाला?"

"पोलादपूरला."

"जाऊया हं आपण. मी तिकिटं काढून आणते. बॅगा भरू या. तुम्ही, दिलीप, आई, मुलं सगळे जाऊया."

"दिलीप भेटेल?" त्यांचा स्वर अधीरा झाला.

"खूप दिवसांत भेटले नाहीत दिलीप. पण आता भेटतील." मी त्यांना समजावलं.

"दिलीप कसा...? तो लांब... वॉशिंग्टनला...." थांबून ते म्हणाले.

मी याला हाक मारली. काकांना म्हणाले, "हे बघा, दिलीप आलेत तुम्हाला भेटायला."

काकांनी हस्तांदोलनासाठी हात पुढे केला आणि म्हणाले, "निघतो मी...!"

मी याला म्हटलं, "पाठवू या का आई-काकांना थोडे दिवस बडोद्याला? आईंनाही तिथल्या सारख्या आठवणी येतात. दिवसभर घरात एकट्या कंटाळतात. बोलायला, गप्पा करायला कंपनी नाही. तिकडे गेल्या थोडे दिवस की, तेवढाच त्यांनाही बदल होईल."

यालाही हे पटलं. आम्ही आईंना आमचा विचार सांगितला. आम्हाला वाटलं, तिकडे जायचं म्हणून आई अगदी खूश होतील.

त्या म्हणाल्या, "तिकडे जायला तशी हरकत नाही. पण यांचं बस्तान इथे चांगलं बसलंय. कसलं दुखणं नाही, दुसरा कसला त्रास नाही. इथे सगळ्या चांगल्या सोयी आहेत. तिकडे जाऊन ह्यांच्या पोटात दुखायला लागलं, चक्कर करायला लागली तर मी काय करू? माझ्या अंगात नाही बळ."

मग आईंची माझ्यामागे भुणभूण सुरू झाली. तिथे एकेक गोष्टींचा कसा त्रास असतो, कशा गैरसोयी असतात, हेच त्या मला परतपरत सांगू लागल्या. मला आश्चर्य वाटलं.

शेवटी मी आईंना म्हणाले, "तुम्हाला काही आम्ही जबरदस्तीने तिकडे पाठवत नाही. तुम्हाला इथे राहायचंय तर खुशाल राहा. फक्त काका सारखी पोलादपूरची

आठवण काढतात म्हणून वाटतं, तुम्ही थोडे दिवस तिकडे जाऊन यावं.''

मला आईंचं हे वागणं, बोलणं काही कळेनासंच झालं. मग माझा मीच सर्व गोष्टींचा विचार केला. वाटलं, कदाचित वाढत्या वयात माणसाला कुठलाही बदल नकोसा वाटत असावा. काकांच्या या वरवर न दिसणाऱ्या दुखण्याचाही त्यांच्या मनावर परिणाम झालेला आहेच. काकांच्या या दुखण्याने खंतावून जाताना त्यांच्या मनात हळूहळू ग्रासणाऱ्या स्वतःच्या वार्धक्याची चिंता असेल. आयुष्यभर कष्ट करून सगळं मिळवल्यावर त्याचा आनंदाने उपभोग घेताना काकांच्या या दुखण्याची काळी छाया त्यांवर आहे. या सर्वामुळेही त्यांच्या मनात कुठेतरी चीड, राग, असहायता अशा संमिश्र भावना असतील. कदाचित माझ्याजवळ त्या अशा तऱ्हेने व्यक्त केल्या जात असतील.

सुरुवातीचा आईंचा हा विरोध नंतर मावळला. मग बडोद्याला जायचं, हे त्यांच्या मनानं घेतलं. आम्ही तयारीला लागलो, तारीख ठरली. खरेदी सुरू झाली, आईंना उत्साह आला. वर्ष, दोन वर्षं त्यांनी तिकडे काढून परत इकडे यायचं, असं ठरलं. एवढा प्रवास काकांना कसा सोसेल, त्यांना त्रास होईल का, ही धास्ती आमच्या मनात होतीच.

आई-काका सुखरूपपणे थेट बडोद्याला पोहचले, हे कळलं आणि मनावरचं मोठंच ओझं उतरलं. विमानप्रवासात म्हणे शेवटीशेवटी काका खूप घाबरले होते. कुठे कोणी ओळखीचं दिसेना. सगळे अपरिचित चेहरे. कुठे आहोत, कुठे चाललोय काहीच अर्थबोध त्यांना होईना. त्यांनी रडायला सुरुवात केली. त्यांची समजूत घालताना आईंची पुरेवाट झाली. ते सारखे मुलं कुठे आहेत म्हणून रोहित-अमितला शोधत होते. रोज शाळेतून आल्यावर मुलं त्यांच्या अवतीभवती असायची आणि एवढ्या वेळात कुणीच दिसलं नाही; त्यामुळे ते भेदरले. शेवटी विमानप्रवास आटोपून ते विमानातून उतरले. विमानतळावर संदीप, श्यामा, सारंग यांना बघून त्यांना आपलं कुणीतरी आहे, हे जाणवलं. नावं आठवली नाहीत तरी ओळखीची खूण पटली, त्यांना आनंद झाला. आईंनी फोनवर सर्व हकीकत सांगितली.

***

आज मी आई-काकांची खोली साफ करायला म्हणून वरती आले. काकांनी ठिकठिकाणी जपून ठेवलेल्या आमच्या नावाच्या चिटोऱ्या पाहिल्या आणि माझा आवेग अनावर झाला. त्या भरातच मी त्यांना पत्र लिहायला घेतलं.

मी पत्र लिहायला घेतलं खरं, पण जेमतेम आठ-दहा पानं लिहिली असतील,

नसतील तोच माझ्या पत्रलेखनाची गती खूप कमी असल्याची मला जाणीव झाली. मनात उसळणारी आठवणींची गर्दी, भावनांची आंदोलनं अशी सहज थोडीच शब्दात पकडून कागदावर उतरवता येणार? मग मी कागद, पेन बाजूला सारलं आणि मुक्त मनानं आठवणींच्या बागेत शिरले. आठवणीच आठवणी, असंख्य. अनेक आठवणी गेंदेदार, मन प्रफुल्लित करणाऱ्या, तिथून हालू न देणाऱ्या. त्यांचा सुवास मी भरभरून घेतला. काही ठिकाणी मन अडखळलं. काही आठवणींचे काटे टोचले. अशी मी आठवणींच्या बागेत फिरत असताना काही वाळलेली पानंफुलंही दिसली, मन उदास करणारी, काळवंडून टाकणारी. असा किती वेळ गेला कुणास ठाऊक!

मुलांची हाक आली, त्यांची जेवणाची वेळ झाली होती. मी उठले, दिवा बंद केला आणि खोलीचं दार ओढून बाहेर आले.

आज काका गेले, ही बातमी कळताच मला काकांना मी अर्धवट लिहिलेल्या त्या पत्राची आठवण झाली. मी ह्याला आणि नरेशला ते पत्र वाचून दाखवलं. पत्र वाचून झालं. पुढे काय? आम्ही तिघं गप्पच, प्रत्येक जण आपापल्या विचारात.

...एक, दोन वर्षं भारतात राहून परत यायचं म्हणून तिकडे गेलेले आई-काका इकडे परतले नाहीत. काकांचं वय वाढत होतं. या दुखण्यानं त्यांच्या मनाबरोबर त्यांच्या शरीराचाही कब्जा घ्यायला सुरुवात केली होती. तिकडे आजूबाजूला सगळे होते. आईंना एकट्यांनाच काकांच्या दुखण्याला तोंड द्यावं लागत नव्हतं. इथे आम्ही दोघं कामावर असताना आईंना काकांचा सांभाळ करणं दिवसेंदिवस कठीणच होणार होतं. मग आईंनी तिकडेच राहण्याचा निर्णय घेतला.

अलीकडे काकांची तब्येत खालावत चालली आहे, हे ऐकून यानं काकांना भेटून यायचं ठरवलं. सुट्टीचा प्रश्न होताच. जानेवारी, फेब्रुवारीत हा तिकडे गेला असता तर याला पुढील वर्षाची सुट्टी घेऊन अधिक दिवस तिकडे राहता आलं असतं. पण श्यामानं आग्रह धरला. सुट्टी कमी असली तरी चालेल. पण आत्ताच येऊन जा, दिवाळीलाच या.

हा जाणार होता तो आई-काकांना भेटायला. मी फोनवर श्यामाला पुन्हा पुन्हा बजावत होते की, हा जरी दिवाळीच्या सुमाराला तिकडे आला तरी दिवाळीसाठी म्हणून येत नाही. तुझ्यामागे अनेक कामं आहेत, स्वत:ला सांभाळ. उगीच दिवाळीचा म्हणून कसलाही घोळ घालू नकोस. भारत सोडल्यानंतर इतक्या वर्षांनी म्हणजे बावीस वर्षांनंतर आज दिवाळीला प्रथमच हा घरी येणार म्हटल्यावर सगळ्यांना खूप आनंद झाला.

ठरल्याप्रमाणे हा तिकडे गेला. हा जाण्याच्या आधीच आईंनाही पक्षाघाताचा

सौम्य झटका येऊन गेला होता. त्या जेमतेम घरात हिंडूफिरू लागल्या होत्या. श्यामाची एकटीची खूपच धावपळ चालली होती. घरातलं बघायचं, काकांचं नि आता आईंचंही आजारपण. नोकरीतून सुट्टी घेऊन सगळं करायचं आणि सुट्टी संपली की, परत कामावर जायचं. चार दिवस गेले की, पुन्हा घरात अडचण आहे म्हणून सुट्टी घ्यायची.

काकांची अवस्था फारच वाईट झाली होती. हातानं जेवणं कधीच सुटलं होतं. इतके दिवस निदान भरवलेले घास सांगूनसांगून त्यांना ते चावण्याची आठवण करून दिली की, ते चावत असत. आता तेही जमेना. कवळी त्यांना तोंडात बसवता येईना. बसवली तरी, तिचा उपयोग घास चावण्यासाठी करायचा, हे उमजेना. त्याऐवजी त्यांचे गाल, जीभ ते चावून घेऊ लागले. मग श्यामा त्यांना चमच्यानं पातळ पदार्थ, सूप वगैरे देऊ लागली. चमच्याचमच्यानं सूप देणंही सोपं नव्हतं. तोंडात गेल्यावर तेही गिळायला हवं होतं. श्यामा, संदीप न कंटाळता, न थकता काकांचं सर्व पाहत होते. त्यांना दिवसा झोप लागायची. रात्री ते जागेच राहायचे. बसल्या जागी किंवा झोपल्या जागी ते कलंडायचे. त्यांना पलंगावर झोपवता येत नव्हतं. कारण एकदा ते आपण कुठे आहोत याचं भान न राहून पलंगावर उभं राहून चालायला गेले, पडले, बरंच लागलं. अक्षरश: सतत त्यांच्यावर लक्ष ठेवावं लागे. शरीराचे सगळे विधीही बिछान्यातच होत होते. आई आपल्या परीने काकांचं बघत होत्या. पण काकांचं करणं सोपं नव्हतं. या सर्वांचा परिणाम आईंवर होऊन त्यांचं ब्लडप्रेशर वाढत होतं.

हा जेव्हा तिकडे गेला तेव्हा घरातली एकंदर परिस्थिती, काकांची तब्येत बघून हबकूनच गेला. विशेषत:, श्यामा जे काही काकांसाठी करत होती त्याला तोड नव्हती. अगदी हसतमुखानं ती सर्व बघत होती. शारीरिक कष्ट भरपूर होते, मानसिक ताण तर प्रचंड होता. ती काकांसाठी जे करत होती, ते त्यांच्यापर्यंत पोहचत नव्हतं आणि आईंना दिसत असूनही, काकांच्या या दुखण्यामुळे, वाढत्या वयामुळे कुठेतरी एक असुरक्षितपणाची भावना वाढीला लागून आईंचा हेकेखोरपणा, चिडचीड वाढतच होती.

श्यामानं त्याही परिस्थितीत, हा नको नको म्हणत असताना, आनंदाने दिवाळी साजरी केली. दिवाळीचा पहिला आठवडा लोकांची येणी-जाणी यात झपाट्यानं गेला. काकांची परिस्थिती होती तशीच होती.

श्यामाच्या मदतीने हा काकांचं सर्व बघू लागला. श्यामावर एकटीवर सगळ्या कामाचा ताण नको म्हणून निदान काकांचं करण्यासाठी एखादी नर्स किंवा दुसऱ्या मदतीसाठी आणखी कोणी मिळते का, हे पाहण्यासाठीसुद्धा याची खटपट सुरू झाली.

आणि एक दिवस काकांची तब्येत एकाएकी बिघडली. अजूनपर्यंत त्यांना उठून बसता येत होतं. आता त्यांच्या अंगात कसलीच शक्ती राहिली नव्हती. ते अगदी ग्लानीतच होते. हे कोमामध्ये जाणार की काय, अशी अवस्था निर्माण झाली. यानं धावपळ करून ॲम्ब्युलन्स बोलावली. डॉक्टरांचा संपर्क साधला आणि त्यांना हॉस्पिटलमध्ये नेलं. मग सतत चोवीस तास काकांच्या जवळ हा, संदीप, श्यामा आणि इतर कोणी आळीपाळीने बसू लागले. औषधोपचार सुरू झाले, काकांना थोडी तरतरी आली. मधूनच डोळे उघडायचे, याच्याकडे बघून हसायचे. त्यांना कशाचं भान नसतानाही जरी विचारलं, "काय काका, कसं वाटतंय तुम्हाला? कसे आहात?" तर त्यावर त्यांचं उत्तर एकच असायचं नेहमी, "उत्तम!"

याची सुट्टी संपली होती, परत येणं भाग होतं. काका या अवस्थेत किती तग धरतील, महिना-दोन महिने की आठ-पंधरा दिवस हे डॉक्टरांनाही सांगता येणं शक्य नव्हतं. अतिशय जड मनानं यानी निरोप घेतला. काकांची आणि याची ही शेवटची भेट आहे, हे याला कळत होतं... सगळ्यांना कळत होतं.

हा परतला. यानं जेव्हा मुंबईहून अमेरिकेत येण्यासाठी विमानात पाऊल ठेवलं, त्याच वेळी काकांना हॉस्पिटलमधून घरी आणलं होतं. श्यामाची धावपळ तशीच चालू होती. मदतीला कुणी मिळत नव्हतं. कुणी मिळालं तरी चार दिवसांच्यावर टिकत नव्हतं. आमचे सतत तिकडे फोन चालू होते.

मला काकांची आणि माझी शेवटची भेट आठवली, जवळजवळ दोन-अडीच वर्षांपूर्वी झालेली.

आई-काका भारतात परतल्यावर १९८९ च्या ऑगस्टमध्ये आम्ही सर्व भारतात गेलो होतो. आई-काकांना आठ-दहा महिन्यांनंतर आम्ही भेटत होतो. एवढ्या थोड्या काळात आईंची तब्येत खूप खालावलेली दिसली. काकांमध्ये चटकन लक्षात येण्यासारखा फरक झालेला वाटला नाही. आमच्याकडे होते त्यापेक्षा वेगळी अवस्था नव्हती. भारतात परतल्यावर आईंच्या पत्रातून असायचं, 'हे सगळ्यांना ओळखतात. तिथल्यासारखं नाही, यांच्यात सुधारणा दिसते.'

हे वाचून मला आश्चर्य वाटलं होतं; पण त्यापेक्षा आनंद जास्त झाला होता. बडोद्याला गेल्यावर सगळ्या ओळखीच्या खुणा दिसल्यामुळे काकांच्या मनाचा गोंधळ कमी झाला असावा, असं मला वाटलं होतं.

पण प्रत्यक्षात काकांना बघितल्यावर लक्षात आलं की, यांच्यात कुठलीच सुधारणा नाही. ती होणार नाही हे सत्य आहे. उलट तिकडे असताना तिथल्या

अनेक सुविधांमुळे त्यांना घराबाहेर नेणं शक्य व्हायचं. कोणाकडे जाणं, शॉपिंग सेंटरमध्ये घेऊन जाणं, निदान गाडीतून कुठे फिरवणं– जे त्यांना अतिशय आवडायचं– हे करता येत असे. शिवाय, घरातल्या घरातही त्यांना एका खोलीतून दुसरीकडे, वरतीखालती मी फिरवत असे. तेवढंच त्यांच्या शरीराला चलनवलन होई. पण इथे तर बिल्डिंगमधून खाली उतरलं की रस्ता. माणसांच्या झुंडीच्या झुंडी. त्यातून भर वेगाने जाणाऱ्या रिक्षा, सायकली आणि इतर वाहनं. मुक्तपणे हिंडणाऱ्या गायी, कुत्री. हे सर्वच काकांचा गोंधळ आणखी वाढवणारं. त्यामुळे नुसतं त्यांना खाली उतरवून रिक्षात बसवून कुठे नेणंही कठीण होत असे. घरात सतत कुणी ना कुणी असल्याने एवढा त्रास सहन करून त्यांना मुद्दाम बाहेर नेण्याचीही तशी गरज नव्हती. परिणामी ते नुसते घरात राहिले होते.

आम्हाला पाहिल्यावर नजरेत कुठे ओळखीचा भाव नव्हता. घरात कुणी आलंय, हा आनंद मात्र त्यांना झाला. अनेक गोष्टी जरी विसरले तरी विसरले नाहीत, घरात सतत चालू असणारी माणसांची वर्दळ, त्यांचं मनापासून केलेलं आगत-स्वागत. आता ते करणं त्यांना शक्य नव्हतं, तरी पाहुणे आल्याचा आनंद त्यांना झालाच. विचारलेल्या प्रश्नांना 'हो', 'नाही' पलीकडची उत्तरं येत नव्हती. सलग वाक्यं तोंडून बाहेर पडत नव्हती. मी पोलादपूरच्या गप्पा त्यांच्याशी करताच ते खूश झाले; पण तेही तेवढ्यापुरतेच.

दिवस पटकन गेले, आमची निघण्याची वेळ येऊन ठेपली. एरवीही तिथून पाय निघता निघत नाही. या वेळी तर घरी गणपती आलेले आणि गणपतीच्या पहिल्याच रात्री आम्ही पूजा, आरती आटपून बडोद्याहून निघणार होतो. दुसऱ्या दिवशी मुंबई सोडणार होतो.

दोन दिवस आधी संदीप, हा आणि मुलं यांची गणपतीसाठी आरास करणं, मखर सजवणं ही कामं सुरू झाली. त्याच वेळी मी आमच्या बॅगा भरायला सुरुवात केली. कोणीतरी कुठे जायला निघालंय हे काकांना, कसं कुणास ठाऊक, जाणवलं.

सामानाकडे बोट करून त्यांनी विचारलं, "कोण चाललंय?"

"काका, आम्ही निघतोय परवा."

"कशाला...? राहा... राहा...." काका हातवारे करून मला आग्रह करू लागले.

"काका, राहून कसं चालेल? जायला हवं. गणपती, गौर आटोपल्यावर निघायला आवडलं असतं. पण तिकडे रोहितचं कॉलेज सुरू होतंय. अमितची शाळा सुरू होतेय." मी काकांना सांगण्याचा प्रयत्न केला.

पण थोड्या थोड्या वेळानं ते माझ्याजवळ येऊन सांगायचे, "राहा... राहा...."

गणेश चतुर्थीचा दिवस उजाडला. घरात एकच गडबड उडाली. आम्ही

वाजतगाजत गणपती आणला, भटजी आले. मूर्तीची स्थापना झाली, पूजा आटोपली. आरतीसाठी खूप लोक जमले. काका सगळ्यांच्या बरोबर आरतीला उभे राहिले. टाळ्या वाजवून ते आरत्या पुटपुटत होते. घरात एवढी मंडळी जमली होती, त्यामुळे काका अगदी आनंदात दिसत होते. गणपतीच्या दर्शनाला येणारे काही, आम्हाला मुद्दाम भेटायला येणारे काही; अशी त्या लहानग्या जागेत नुसती गर्दी उसळली.

रात्र झाली. आमची स्टेशनवर जायला निघण्याची वेळ झाली. मी आतल्या खोलीत जाऊन देवाला नमस्कार केला, बाहेर आले. इथे गणपतीची स्थापना केली होती, मी हात जोडून उभी राहिले.

''गणपती गजानना, एकच मागणं आहे. काका आज ज्या स्थितीत आहेत त्या स्थितीत तरी त्यांना शेवटपर्यंत ठेव. यापेक्षा त्यांना विकलांग करू नकोस.''

मी गणपतीपुढून बाजूला झाले. सोफ्यावर काका बसले होते. आज ते अधूनमधून टाळ्या पिटत होते. तोंडानं काहीतरी पुटपुटत होते.

''काका, आम्ही निघालो. मी तुम्हाला नमस्कार करते.''

मनावर अतिशय ताबा ठेवून मी काकांपुढे वाकले. काका एकदम उभे राहिले.

माझ्या पाठीवर हात फिरवून म्हणाले, ''सुखी राहा... सुखी राहा....''

हाच आशीर्वाद त्यांची माझी पहिली भेट झाली, ज्या वेळी ते मला पाहायला आले तेव्हा त्यांनी दिला होता. मला स्वत:ला आवरता आलं नाही.

मला रडताना पाहून ते म्हणाले, ''नीट जा... काळजी करू नकोस... तुझं सगळं चांगलं होईल....''

काका न थांबता परत परत तीच ती वाक्यं बोलत होते आणि त्यामुळे मला स्वत:ला आवरणं कठीण होत होतं. कळत होतं की, मनाला आवर घालायला हवा. काय चाललंय हे न कळून जर एकदम ते भांबावले, बावरले आणि त्यामुळे त्यांना चक्कर आली तर निघताना नसता गोंधळ व्हायचा.

आमचा निरोप घेण्यासाठी बरीच मंडळी जमली होती. भराभर एकेकानं आमचं सामान खाली नेलं. कुणी रिक्षा आणायला गेलं. कसेबसे आम्ही घराबाहेर पडलो.

आम्ही जिना उतरून खाली आलो. मी खाली उतरल्यावर वर गॅलरीकडे नजर टाकली, गॅलरीत कुणीच नव्हतं.

रिक्षात सामान चढलं, मी रिक्षात बसले. आईंचा निरोप घेतला.

''आई, सगळे खाली आले; काका कुठे आहेत?''

''तू त्यांची काळजी करू नकोस. ते वर बसलेत पेपर वाचत. दादामामा आहेत त्यांच्याजवळ.''

घरात गणरायाची शोभिवंत मूर्ती, ती आरास, फुलांच्या माळा, दिव्यांचा लखलखाट, तेवणाऱ्या समया. क्षणापूर्वी उभं राहायलाही जागा नाही एवढी गर्दी उसळलेली. आता फक्त सोफ्यावर हातात पेपर घेऊन तो उलटसुलट करून त्याकडे बघणारे काका आणि त्यांच्या सोबतीला शेजारचे दादामामा.

पाच मिनिटांपूर्वीच ते मला 'काळजी करू नकोस. तुझं सगळं चांगलं होईल...' असा आशीर्वाद देत होते. पण आता त्यांनी पुन्हा त्या विस्मरणाच्या गुहेत प्रवेश केला असेल, जिथे फक्त अंगावर झेपावणारा अंधार. कुठेही एखाद्या आठवणीचा कवडसा नाही. नुसता अंधार. त्या अंधारात ते ठेचाळत असतील, चाचपडत असतील. काहीतरी शोधण्याचा प्रयत्न करत असतीलही; पण काही काही त्यांच्या हाती येत नसेल. कदाचित, या अंधारात आपल्याला काही शोधायचंय, याची जाणीवही त्यांना होत नसेल. अंधार... अंधार...! मनाला गुदमरून टाकणारा!!

आमची रिक्षा सुरू झाली. आम्ही स्टेशनवर आलो. मग गाव मागे पडला. दुसऱ्या दिवशी देशही मागे पडला.

मी अधूनमधून बोलत होते.

काकांच्या आठवणी नरेशला सांगत होते. हा मात्र गप्पच.

सारखा पाच-पाच मिनिटांनी घड्याळाकडे बघत होता.

फोनवर मघाशी संदीप म्हणाला, 'काका परवा पडले, माकडहाड मोडलं. मग त्यांची तब्येत अधिकच बिघडली.'

पान गळून पडलं. थंडी, वारा, ऊन, पाऊस सगळंसगळं सोसणं शेवटी संपलं.

आता मनात फक्त अनेक आठवणी. त्या आठवणींचे तुषार मनाला भिजवत आहेत. तरीही, वेळीअवेळी भरून येणारे माझे डोळे मात्र या क्षणी अगदी कोरडे आहेत.

या वेळी तिकडे काय चाललं असेल? सगळे स्मशानात गेले असतील... काकांना अग्नी दिला जात असेल....

आणि हा एकदम हमसाहमशी रडायला लागला. गेल्या चोवीस वर्षांत मी याच्या डोळ्यांत कधी पाण्याचा थेंब पाहिला नव्हता. हे अश्रू कसले? काका गेले म्हणून हा रडतोय, की या क्षणी आपण तिकडे नाही म्हणून हा रडतोय?

अन् आयुष्यात प्रथमच, यानं माझी समजूत घालण्याऐवजी मी याची समजूत घालत आहे.

***

आज सोमवार.

संध्याकाळी ऑफिसातून घरी येताना आठवण झाली. बरोबर दोन महिन्यांपूर्वी काका गेल्याचा फोन आला होता. काळ काही कोणासाठी थांबत नाही, त्याच्या वेगानं तो पळतच असतो.

पण गेल्या दोन महिन्यांतल्या घडामोडी आम्हा सर्वांनाच सुन्न करून टाकणाऱ्या होत्या.

काकांचे क्रियाकर्म आटपून मंडळी परतली.

दुसरा दिवस उजाडला, घर माणसांनी भरलेलं. आम्ही इथून सारखे फोन करून सगळ्यांची विचारपूस करत होतो. दुसरं करणार तरी काय?

त्या दिवशी फोन केला तर संदीपनं सांगितलेल्या बातमीनं आम्ही बधीर झालो.

"ताईला पक्षाघाताचा झटका आलाय. एक बाजू लुळी पडली आहे, वाचा गेली आहे!!"

पुन्हा सगळ्यांची धावपळ, हॉस्पिटल, जाग्रणं, औषधं आणि मनावरचा वाढत जाणारा ताण. काका जाऊन जेमतेम चोवीस तास झाले होते. त्यातून पुरं सावरायलाही कुणाला वेळ मिळाला नाही.

मग आमचे सतत फोन चालू. नुकताच दोन महिन्यांपूर्वी हा भारतात जाऊन आला होता. त्यामुळे ताबडतोब पुन्हा जाण्याचा विचारही करता येईना. वाटलं, 'आई तशा मुळातच कणखर वृत्तीच्या, मनात येईल ते खरं करून दाखवणाऱ्या. त्यांची जिद्द विलक्षण, त्यामुळे स्वत:च्या इच्छाशक्तीच्या जोरावर तरी त्या यातून बाहेर पडतील.'

अन् तसंच घडू लागलं.

संदीप फोनवर सांगायचा, 'तुम्ही काळजी करू नका. तिची तब्येत आता सुधारते आहे, आजूबाजूचं भान आहे. माणसं ओळखता येतात, थोडंथोडं बोलता यायला लागलंय.'

कधीही स्वस्थ न बसणाऱ्या आणि तोंडाचा पट्टा सतत चालू ठेवणाऱ्या आईंच्या वाट्याला असं परावलंबी जिणं का यावं? त्यांना ते कसं मानवावं?

हॉस्पिटलमधून घरी आल्यावर आईंच्या प्रकृतीत हळूहळू सुधारणा होऊ लागली. त्यांची तब्येत सुधारत आहे, याच आशेवर आम्ही होतो. काकांच्या मृत्यूचं सावट अजून पुरतं विरलं नव्हतं.

आज ऑफिसातून येताना मनात विचार आला, 'रात्री बडोद्याला फोन करावा.' संदीप म्हणाला होता, 'या आठवड्यात ताई बाहेरच्या खोलीत येऊन बसायला लागेल. तिला सोफ्यावर फोनच्या जवळच बसवू म्हणजे तुम्हाला तिच्याशी बोलता येईल. तिला बोलता आलं नाही तरी निदान तुमचं बोलणं ती ऐकू शकेल.'

कुठल्या वेळेला रात्री इथून फोन केलेला बरा, याचा विचारच चालू होता.

तेवढ्यात फोन वाजला.

यानं फोन उचलला. लगेच मलाही दुसरा फोन उचलायला सांगितलं.

'ताई गेली... रात्री झोपेतच गेली... तिच्या मनस्वी स्वभावानं परावलंबी जिणं नाकारलं... औषधं घेणं, खाणं-पिणं सगळंच तिनं बंद केलं... कोणत्याही उपायाचा परिणाम होईना....' संदीप बोलत होता.

कानात फक्त शब्द शिरत होते. त्यांचा अर्थ मात्र मनाला जाणवत नव्हता.

कारण सगळ्या संवेदना थिजून गेल्या होत्या.

असं कसं झालं?

मग मला हुंदके अनावर होतात. आठवणींचे लोट माझ्या अंगावर कोसळतात. मला गुदमरवून टाकतात आणि हा मात्र अगदी शांत आहे.

याच्या डोळ्यांत पाण्याचा थेंब नाही... अन् मला मात्र रडू आवरता आवरत नाही. आता हा मला शांत करतोय आणि कोरड्या डोळ्यांनी माझी समजूत घालतोय.

***